आदिवासी क्षेत्रातील आरोग्य सेवा विभागाची आर्थिक स्थिती

संदर्भ अमरावती जिल्हा

डॉ. बाळकृष्ण पुं. अढाऊ

डायमंड पब्लिकेशन्स

आदिवासी क्षेत्रातील आरोग्य सेवा विभागाची आर्थिक स्थिती

डॉ. बाळकृष्ण पुं. अढाऊ

Adivasi Kshetratil Arogya Seva Vibhagachi Arthik Sthiti

Dr. Balkrishna P. Adhau

प्रथम आवृत्ती : २०१२

ISBN 978-81-8483-504-5

© डायमंड पब्लिकेशन्स

मुखपृष्ठ

शाम भालेकर

प्रकाशक

डायमंड पब्लिकेशन्स

१२५५ सदाशिव पेठ, लेले संकुल

पहिला मजला, निंबाळकर तालमीसमोर

पुणे - ४११ ०३० ☎ ०२०-२४४५२३८७, २४४६६६४२

diamondpublications@vsnl.net

www.diamondbookspune.com

प्रमुख वितरक

डायमंड बुक डेपो

६६१ नारायण पेठ, अप्पा बळवंत चौक

पुणे - ४११ ०३० ☎ ०२० - २४४८०६७७

प्रस्तावना

मानवी जीवनात आरोग्याला सर्वांत जास्त महत्त्व आहे. देशातील नागरिकांचे आरोग्य सशक्त व निरोगी असेल, तर त्या देशाचा सर्वांगीण विकास होऊ शकतो. शिक्षण, राहणीमान, कार्यकौशल्य, आर्थिक स्थिती इ. मानवी संसाधनांचा विकास सुदृढ आरोग्यावरच अवलंबून आहे. १९४८च्या संयुक्त राष्ट्रसंघाच्या मानवी हक्काच्या उद्घोषणेत २५व्या कलमात आरोग्याच्या हक्काचा उल्लेख आहे. स्वतःच्या व कुटुंबाच्या आरोग्यासाठी व सुस्थितीसाठी पर्याप्त अशा जीवनमानाचा प्रत्येकाला हक्क आहे. जागतिक आरोग्य संघटनेच्या (WHO) घटनेत उच्चतम आरोग्य दर्जाच्या उपभोगाचा हक्क प्रत्येकाला मूलभूत हक्क म्हणून उल्लेखित आहे. जागतिक आरोग्य संघटनेच्या मते लोकांच्या आरोग्य दर्जामध्ये सुधारणा होण्यासाठी राबवली जाणारी कार्यपद्धती म्हणजे आरोग्य विकास होय. ज्या देशातील नागरिकांचे शारीरिक व मानसिक आरोग्य सशक्त, सुदृढ असते, तोच देश आर्थिकदृष्ट्या विकसित होऊ शकतो. त्यासाठी आरोग्याचे महत्त्व अनन्यसाधारण आहे. आपल्या देशातील ७० % नागरिक आजही ग्रामीण भागात निवास करीत आहेत; परंतु ग्रामीण जनतेच्या आरोग्याकडे मात्र दुर्लक्ष होत आहे. ग्रामीण भागातील आरोग्यविषयक स्थिती आजही तितकीच गंभीर असल्याचे आढळून येते.

आदिवासी परिक्षेत्राची पाहणी केल्यास असे दिसून येते की, आदिवासींची आर्थिक स्थिती अत्यंत हलाखीची असून दारिद्र्याचे प्रमाण जास्त आहे. आरोग्याच्या बाबतीत त्यांच्या समस्या चिंतनीय आहेत. आदिवासींच्या आरोग्याची काळजी वाहण्याची जबाबदारी केंद्र व राज्यशासनाची असते. त्यानुसार आरोग्य सेवा विभागाद्वारे आरोग्य सेवा व सुविधा पुरविल्या जात आहेत. त्यामध्ये आरोग्य सुरक्षिततेबाबत जागृती, रुग्णालयाची कार्ये, आरोग्य-शिक्षण, आहार, शुद्ध पिण्याच्या पाण्याची व्यवस्था, सांडपाण्याची व्यवस्था, कुटुंबनियोजनाकरिता सल्ला व औषधे, दारिद्र्य निर्मूलनाकरिता योजना इ. सोयीसुविधांची उपलब्धता सार्वजनिक व खाजगी क्षेत्राला करावी लागते. ग्रामीण भागात व आदिवासी क्षेत्रात आरोग्यविषयक सेवा सार्वजनिक

आरोग्य सेवा विभागाला पुरवावी लागते. विशेषत: जंगलात वस्ती करून राहणाऱ्या आदिवासींच्या कल्याणासाठी विभिन्न योजना राबवल्या जाव्यात, म्हणून सार्वजनिक आरोग्य सेवा विभाग मोठ्या प्रमाणात प्रयत्नशील आहेत. आवश्यक आरोग्य सेवा पुरवण्यासाठी उपयुक्त कार्यप्रणाली राबवण्याची जबाबदारी जिल्हा परिषदेअंतर्गत येणाऱ्या जिल्हा आरोग्य विभागावर दिली गेली आहे. त्यासाठी ग्रामीण रुग्णालये, प्राथमिक आरोग्य केंद्रे, प्राथमिक आरोग्य पथके, फिरती आरोग्य पथके, ॲलोपॅथी दवाखाने, आयुर्वेदिक रुग्णालये, प्राथमिक आरोग्य उपकेंद्रे यांची रचना आदिवासी व बिगरआदिवासी स्तरावर केलेली आहे.

आदिवासी जमातींकरिता आरोग्य सेवा विभाग सेवा देण्यात परिपूर्ण ठरतो का? विभागाचे कार्य कशा प्रकारे चालते? तसेच या सेवा विनामूल्य व नाममात्र शुल्कावर पुरविण्यात येतात का? तसेच आरोग्य सेवा पुरवीत असताना त्या विशेषत: सर्वदूर आदिवासी विभागांपर्यंत पोहोचल्याचे जाणवत नाही. याचे महत्त्वाचे कारण तेथील दारिद्र्य व निरक्षर जनता हे आहे. यासाठी शासन किती मर्यादेपर्यंत जबाबदार आहे? या भागात दारिद्र्याच्या जोडीला रूढी, परंपरा, अंधश्रद्धा, अज्ञान, शिक्षणाचा अभाव, मागासलेपणा व दुर्गम भागात निवास यांसारख्या कारणांमुळे आदिवासींबाबत आरोग्याच्या प्रश्नांचा अभ्यास होणे गरजेचे आहे. याचा विस्तृत व सखोल अभ्यास करण्यासाठी संशोधकाने 'आदिवासी क्षेत्रातील आरोग्य सेवा विभागाची आर्थिक स्थिती' (संदर्भ अमरावती जिल्हा) हा विषय प्रस्तुत पुस्तकात अभ्यासपूर्वक मांडलेला दिसतो. आदिवासी भागात आरोग्य सेवा घेणाऱ्या लाभार्थ्यांचे प्रमाण कसे आहे, या योजनेच्या कमतरता कोणत्या, त्यांच्यावर कोणत्या उपाययोजना प्रभावी ठरू शकतात या संबंधात अद्ययावत माहिती गोळा करून केलेली प्रस्तुत पुस्तकाची रचना स्तुत्य आहे.

डॉ. बाळकृष्ण पुं. अढाऊ

(Ph.D., M.Phil, MBA.)

सहाय्यक प्राध्यापक, तक्षशिला महाविद्यालय, अमरावती

अनुक्रम

प्रकरण

▮ १ ▮

आदिवासींचा परिचय व सामाजिक स्थिती

आरोग्य विभागाला दरवर्षी आवश्यक निधीची तरतूद शासन करून देत असते त्याद्वारे आरोग्य विभाग, आरोग्य सेवा व सुविधा पुरविण्याकरिता पैशांची योग्य विभागणी करत असते. त्यामध्ये शासनाने आरोग्यासंबंधित राबविलेल्या योजनांवर खर्च करण्यात येत असतो. आरोग्य विभाग आरोग्य सेवांतर्गत विविध कार्ये पार पाडतात. तज्ज्ञ वैद्यकीय अधिकाऱ्याची नेमणूक करणे, विविध आजारांवर उपचारात्मक सुविधा पुरविणे; उदा. दाई, पाडा स्वयंसेवक, आरोग्य केंद्र, आरोग्य केंद्रावर खाटांची व्यवस्था, औषधी साठा, यंत्रसामुग्री, वाहन व्यवस्था व संपर्क व्यवस्था अशा प्रकारच्या सोयी स्थानिक पातळीवर आरोग्य विभाग पुरविते. सार्वजनिक क्षेत्रातील आरोग्य सेवांचे महत्त्व अनन्यसाधारण आहे. अमरावती जिल्ह्यातील आदिवासी क्षेत्रातील आरोग्य सेवा विभागाचे कार्य हे त्यादृष्टीने महत्त्वपूर्ण ठरते. आदिवासी क्षेत्रातील आरोग्य सेवा ह्या दुर्गम व अतिदुर्गम भागात राहणाऱ्यांकरिता संपूर्णत: अमलात आणणे, पावसाळ्यापूर्वी उपचार व लसीकरण, आरोग्य विभागाकडून वैद्यकीय विशेष तज्ज्ञांमार्फत बाल–मृत्यू, माता–मृत्यू समस्या व कारणे याबाबत अभ्यास व मार्गदर्शन देणे, कुपोषित श्रेणी ३ व ४ च्या बालकांना भरती करण्याबाबत विशेष मोहीम राबविणे, दुर्गम भागात – संपर्क तुटणाऱ्या गावात – आरोग्य पथकांची निर्मिती शासनाकडून गर्भवती मातृत्व अनुदान देणे, पाडा स्वयंसेवक नेमणे, मानसेवी वैद्यकीय

अधिकारी तसेच दाई बैठक योजना कार्यान्वित करणे; सामाजिक, आर्थिक आणि शैक्षणिक बांधिलकी विचारात घेऊन आपले हित साध्य करण्याच्या दृष्टीने अन्य जबाबदारी स्वीकारणे व कार्यरत करणे, आदिवासींच्या आरोग्य समस्या तसेच या बाबतची आर्थिक स्थिती याकडे सरकारने लक्ष पुरविले; परंतु आदिवासी ही मागासलेली जमात अती दुर्गम भागात राहत असल्यामुळे त्यांच्यापर्यंत आरोग्य सेवा पोहचू शकत नाहीत.

१.१ आदिवासी व आरोग्य सेवा

स्वातंत्र्योत्तर काळात भारत सरकारच्या विविध योजनांनी आदिवासींचा दर्जा सुधारण्यासाठी आणि आदिवासी बांधवांना राष्ट्रीय प्रवाहामध्ये सामील करून घेण्यासाठी विविध पातळ्यांवर प्रयत्न केलेले दिसून येतात.

परंतु प्रकर्षाने लक्षात येते की, आरोग्यविषयक समस्यांकडे गांभीर्याने पाहिलेले नाही. आरोग्यविषयी सोयी-सुविधांबाबत आदिवासींमध्ये जागरूकता निर्माण व्हावी या दृष्टीने प्रयत्न केलेले दिसून येत नाहीत. वेळेवर वैद्यकीय सोयी-सुविधा उपलब्ध करून देण्यासाठी वाहतूक व्यवस्थेचा अभाव इत्यादी त्रुटी अजूनही जाणवतात.

दुर्गम डोंगराळ परिसरातून अत्यवस्थ आदिवासी रुग्णांना चिंताजनक परिस्थितीमध्ये डोलीमधून आणण्यात येते. त्यांना वैद्यकीय केंद्रापर्यंत नेऊन मदत मिळेपर्यंत रुग्ण आणि रुग्णांचे नातेवाईक यांची मानसिक अवस्था सत्त्वपरीक्षा पाहणारी असते. महिलांच्या प्रसूतीविषयक, बालकांच्या आरोग्याबाबत अजूनही हेळसांड होताना दिसते. आज २१ व्या शतकाच्या प्रारंभीच्या अवस्थेत, संगणक युगाच्या काळातही आदिवासी पाड्या-पाड्यात घरातच होणारी बाळंतपणे, बाळंतपणाच्या वेळी केला जाणारा अस्वच्छ साधनांचा वापर, पाण्याची कमतरता इ. मुळे नवजात बालक, बाळंतीण यांचे आरोग्यविषयक प्रश्न निर्माण होतात. माता आणि बालक यांचे आरोग्य धोक्यात येऊन बाळंतपणाच्या वेळी अचानक येणारा मृत्यू देव, दैव व अंधश्रद्धेशी जोडला जातो. आता काही ठिकाणी वैद्यकीय सोयी उपलब्ध होत आहेत. हे सत्यसुद्धा नाकारून चालणार नाही. परंतु अशा सोयींचा लाभ घेण्यासाठी म्हणावा तसा संपर्क किंवा सहकार्य आरोग्य खात्याकडून होतोच असे नाही.

आरोग्यविषयक ज्या सोयी उपलब्ध होत आहेत त्यात स्त्रियांची गरोदर अवस्था, अपत्य प्राप्तीचा काळ यापुरताच मर्यादित राहतो. केवळ अपत्य प्राप्ती त्यापूर्वीचा काळ आणि बालकांच्या आरोग्य विषयक सुविधा यापुरत्या मर्यादित सोयी-सुविधांची उपलब्धी सोडली तर त्या व्यतिरिक्तही वंध्यत्व, मनोरुग्णावस्था, फिट येणे, तसेच मानसिक आरोग्याच्या समस्याही आदिम स्त्रियांमध्ये आहेत. परंतु या

बाबतीत वैद्यकीय, शास्त्रीय ज्ञानाचा फायदा आदिवासी महिलांपर्यंत जाऊन पोहोचला नाही असे स्पष्टपणे नमूद करावेसे वाटते. मानसिक आरोग्याचा प्रश्न अंधश्रद्धेशी जोडला जाऊन पारंपरिक भगत, जादूटोण्याच्या माध्यमांचा आधार घेतल्यामुळे रुग्णांची अवस्था गंभीर होत जाऊन महिला रुग्ण मृत्यूमुखी पडण्याचे प्रमाण वाढत आहे.

या व्यतिरिक्त केवळ मुलीच होणे, अकाली गर्भपात होणे यासाठी महिलेलाच जबाबदार धरण्याची प्रथा अजूनही आदिम समाजामध्ये आहे. त्यामुळे पतीला दुसरा विवाह करण्यास परवानगी देण्यासाठी महिलांना शारीरिक, मानसिक छळाला सामोरे जावे लागते. याबाबतीत शासकीय प्रचार होणे गरजेचे आहे.

प्रौढ स्त्रियांच्या वयाच्या ४५ ते ५० वर्षांच्या काळात, रजोनिवृत्तीच्या काळात शरीरामध्ये फेरफार होतात. पाळीच्या तक्रारी, मायांग बाहेर येणे, रक्तस्राव होणे इ. तक्रारींबद्दल हेतुपुरस्पर दुर्लक्ष केले जाते. त्यामुळे स्त्रियांना विविध आरोग्यविषयक समस्यांना तोंड द्यावे लागते. याचा परिणाम म्हणून शारीरिक वेदनांना सामोरे जात अकाली मृत्यूला सामोरे जावे लागते.

मनोरंजनांच्या, विशेषत: जनसंपर्काच्या माध्यमाने आधुनिक समाजामध्ये मनोरंजनांबरोबर वैचारिक सामाजिक घडी सुस्थापित करण्याच्या दृष्टीने महत्त्वाची भूमिका बजावलेली दिसून येत आहे. परंतु आदिवासी परिसरातील महिलांपर्यंत वर्तमानपत्रे, मासिके, नियतकालिके इ. माध्यमांचा प्रसार मोठ्या प्रमाणात अजूनपर्यंत पोहोचलेला नाही. कारण अजूनही शिक्षणाच्या प्रमाणात म्हणावी तशी प्रगती झाली नाही. केवळ अक्षरओळख होण्याइतपत साक्षरतेची आकडेवारी जरी प्रसिद्ध होत असली तरी विवाहानंतर जुजबी अक्षरओळख संबंधीचे ज्ञान भावी काळात अस्पष्ट होत जाते. त्यामुळे आधुनिक विकसित आरोग्यविषयक सुखसोयी, वैचारिक वस्तुनिष्ठ ज्ञान, दुर्गम परिसरातील आदिवासींपर्यंत पोहोचलेले नाही. ही सेवा पुरविण्याची मुख्यत: जबाबदारी सार्वजनिक आरोग्य सेवा विभागाची आहे. आरोग्य सेवा विभागाच्या भूमिका योग्यरीत्या पार पाडल्या जात आहे किंवा नाही हे अभ्यासणे गरजेचे आहे. कारण ग्रामीण भागात, विशेषत: आदिवासी क्षेत्रात, आरोग्य सेवा पुरविण्याचे कार्य आरोग्य सेवा विभाग करीत असते. या दृष्टिने सेवा विभागाचे काम महत्त्वाचे आहे.

१.२ आदिवासींचा उगम

आदिवासी शब्दास नि:संदिग्ध अर्थ प्राप्त करून देणे हे मानवशास्त्रातील न सुटलेले कोडे आहे. आदिवासी जमात सर्वसाधारणपणे जंगलात, दुर्गम, दऱ्याखोऱ्यात

व सुसंस्कृत समाजापासून दूर असलेल्या प्रदेशात तुरळक वस्ती करून राहतात. नागर संस्कृतीचा त्याप्रमाणे आधुनिक समाजाचा संपर्क न झालेल्या वैशिष्ट्यपूर्ण चालीरीती किंवा संस्कृती आदिवासी समाजामध्ये आढळतात. जगातील सर्व आदिवासी त्या त्या प्रदेशातील मूळ रहिवासी असतीलच असे निश्चितपणे सांगता येत नाही. परंतु दुसऱ्या सर्वसामान्य संज्ञेच्या अभावी आदिम संस्कृतीची दर्शक अशी आदिवासी हीच संज्ञा रूढ झाली आहे. आदिवासी हा इंग्रजीतील ॲबरिजिनीझ (Aborigines) या शब्दाचा मूळ पर्यायी शब्द आहे. त्यांनाच वनवासी म्हणावे, आदिवासी म्हणू नये असाही एक दृष्टिकोण आहे. आदिवासींची वेगळी अस्मिता किंवा संस्कृती नसून ते इतर नागरिकांप्रमाणे आहेत. ते गावात वस्ती करून राहतात एवढाच त्यांचा वेगळेपणा आहे.[२]

अशा प्रकारचा दृष्टिकोण त्यामागे आहे. इंग्रजी ॲबरिजिनीझ (Aborigines) या शब्दा व्यतिरिक्त इतर काही शब्द आहेत. प्रिव्हिटीव (Privitive) म्हणजे मागासलेले लोक. मात्र या शब्दाने आदिवासींचे अज्ञान, मागासलेपणा सूचित होते. आंतरराराष्ट्रीय श्रमिक संघटनेने आदिवासींना 'तद्‌देशीय' असे संबोधावे अशी शिफारस केली आहे. कारण आदिवासी संस्कृतीची घडण इतर संस्कृतीच्या संपर्कावाचून स्वतंत्र रीतीने झाली आहे.

गिलीन व गिलीन यांच्या मते :- ''एका विशिष्ट भूप्रदेशात राहणारा, समान बोलीभाषा बोलणारा, समान सांस्कृतिक जीवन जगणारा स्थानिक गटाच्या समुदायाला आदिवासी समाज असे म्हणतात.''[३]

आदिवासी परिषदेच्या मते, (१९६२)

''एका समान भाषेचा वापर करणाऱ्या, एकाच पूर्वजापासून उत्पत्ती सांगणारा, एका विशिष्ट भूप्रदेशात वास्तव्य करणाऱ्या तंत्रशास्त्रीय व राजकीय रीतीरिवाजांचे प्रामाणिकपणे पालन करणाऱ्या एकजिनसी गटाला आदिवासी असे म्हणतात.''[४]

मुजुमदार यांच्या मते,

''समान नाव असणारा, एकाच भूप्रदेशात वास्तव्य करणारा व विवाह, व्यवसाय इ. बाबतीत समान निषेध-नियमांचे पालन करणारा, परस्पर उत्तरदायित्व निर्माण करणाऱ्या दृष्टिने एक पद्धतशीर व्यवस्था स्वीकारणाऱ्या कुटुंबाचे किंवा कुटुंब समूहाचे एकत्रीकरण म्हणजे आदिवासी समाज होय.''[५]

ग्रामीण व्यवस्थेतील जाती सदृश अशा लोकांची संघटना असली तरी त्यांची स्वायत्तता लक्षात घेणे आवश्यक होते. त्याचे वर्गीकरण ट्राइब्ज्स् (Tribes) या

ओवीमध्ये ब्रिटिशांनी केले. एकोणविसाव्या शतकात या शब्दाला पाश्चात्त्य अभ्यासक्रमाच्या व साम्राज्यवादी शासकांच्या लेखी विशिष्ट अर्थ प्राप्त झाला होता. मानवी समूहाची सर्व जगभर एकाच विकास क्रमानुसार उत्क्रांती होत गेली आहे. कूळ, जमात व राष्ट्र असे त्याचे तीन टप्पे आहेत असे मानले गेले. एका पूर्वज पुरुषापासून उत्पन्न झालेल्या पाच पिढ्यांपर्यंतच्या सभासदांच्या परिवाराला कुल (Clan) असे म्हणता येईल. अशा अनेक कुलांना मिळून परस्परांशी नातेसंबंधांनी बांधला गेलेला, एकच निवास क्षेत्रात आढळणारा व राहणारा, एकच भाषा बोलणारा, एकच धर्म पाळणारा, ज्येष्ठांच्या सभेच्या व पंचमंडळींच्या अधिपत्याखाली स्वयंशासित असलेल्या, संघटित असलेला, एकाच भूप्रदेशाशी स्वतःची ओळख व अस्मिता जोडणारा असा एक नामधारक– म्हणजे स्वतःची ओळख एका नावाने देणारा– लोकसमुदाय ही आदिवासी जमात होय. १९ व्या शतकात मानव समाज संस्कृती शास्त्रज्ञांच्या तसेच साम्राज्य सत्तांच्या प्रशासकांच्या वर्तुळावर आदिवासी या शब्दाला पूर्णतः विशिष्ट अर्थ प्राप्त झाला होता.[६]

१.३ आदिवासींची अर्थव्यवस्था व सामाजिक जीवन

प्रारंभिक अवस्थेतील आदिवासी जमातीची वैशिष्ट्ये म्हणजे संपूर्ण जमात नातेसंबंधांनी परस्परांशी बांधलेली असते. निसर्गाच्या आधारे सर्व स्त्री–पुरुष मिळून उपजीविकेसाठी प्रयत्न करीत असतात. सामाजिक दृष्टया कुटुंब, कुल आणि जमात अशा तीन पायऱ्या आढळतात. कुलाचा व जमातीचा कारभार वयस्क पुरुषांच्या हाती आढळतो. विभिन्न प्रकारच्या शुभ व अशुभ शक्ति सृष्टीत कार्य करीत असतात, ही पायाभूत धारणा आणि त्यांना संतुष्ट ठेवणे किंवा त्यांचा प्रभाव निष्प्रभ करणे, त्यांना रोखणे हे धर्माचे मुख्य स्वरूप. जीवन समूहनिष्ठ असते. या प्रारंभिक अवस्थेत शेती व पशुपालन उद्योग यांचा आरंभच जेमतेम झालेला आढळतो. अशा अवस्थेची टोळी जमात ही बहुधा एका ठिकाणी स्थिरपणे निवास करते किंवा एका भौगोलिक प्रदेशात ती नियमितपणे ऋतुचक्रानुसार व अन्न पुरवण्याच्या दृष्टीने, सोयीने स्थलांतर करीत असते. मात्र वर्षातून काही ठरावीक काळ व प्रसंगी जमात एकत्र येते व काही खरेदी, विक्री व इतर काही बाबी संबंधी सर्व जमातीचा एकोपा जतन व सवंर्धित केला जातो.

सर्व आदिवासी जमाती ह्या आरंभिक अवस्थेत राहिल्या नाहीत. अनेकांची लोकसंख्या वाढत गेली त्यांचे भौगोलिक क्षेत्रही वाढत गेले. मोठी लोकसंख्या, मोठे भौगोलिक क्षेत्र अशा अनेक आदिवासी जमाती आढळतात. उदा. भिल्ल, गोंड, संथाल, पारधी, कोरकू इ. अशा मोठ्या आदिवासी जमाती आहेत. अनेक लोकसमूहांचा

परस्पर संयोग होऊन ह्या जमाती आकाराला आल्या असून विस्तीर्ण व सलग क्षेत्रावर आढळणाऱ्या या मोठ्या लोकसंख्येच्या आदिवासी जमातीची समाजरचना अधिक गुंतागुंतीची आढळते.

आदिवासींची प्राचीन अर्थव्यवस्था

आदिवासी अर्थव्यवस्थेत गटानुसार श्रमविभाजनाचा किंवा व्यवसायानुसार भिन्न सामाजिक गटांचा अभाव असतो. सर्व आदिवासी हे सर्वच प्रकारची कामे करतात. याशिवाय आदिवासी अर्थव्यवस्थेत उत्पादनाची साधने प्राथमिक स्वरुपाची असतात. पाटा, वरवंटा, सापळे, जाळी, आकडे, बळदोऱ्या, टोकदार व धारदार दांडकी, हातोडा इ. सारखी प्राथमिक अवजारे वापरतात. अर्थव्यवस्थेतील उत्पादन, वितरण, उपभोग या तीन टप्प्यांपैकी वितरण म्हणजे मालाची व उत्पन्नाची सार्वत्रिक देवघेव हा टप्पा आदिवासी अर्थव्यवस्थेत दिसून येत नाही. उत्पादन कमी असल्यामुळे बाजारपेठाही नसतात. प्रत्येक आदर्श व्यक्ती स्वत: उत्पादित वस्तू स्वत:च्या उपभोगात आणतो. त्याची अर्थव्यवस्था बहुधा वस्तुविनिमयाधिष्ठित असते. आदिवासी समाजात वस्तुविनिमय हा सामाजिक प्रश्न समजला जातो व त्याप्रमाणे, कौटुंबिक जबाबदाऱ्या, नातेसंबंध, धर्म, निषेध–नियम, पूर्वज व देवता या सर्वांचाच विचार आर्थिक व्यवस्थेत केला जातो.

कामाकरिता काम करणे किंवा पैशांकरिता काम असा व्यवहार आदिवासी समाजात नसतो. ज्या व्यक्तीचे काम असेल त्याला त्याच्या कामात मदत करणे, इतरांचे कर्तव्य ठरते. अन्न, वस्त्र, निवारा या मूलभूत गरजांच्या पूर्तीसाठी त्यांचे आर्थिक व्यवहार होतात. सगेसोयरे, पूर्वज, मान सन्मान, दिक्षाविधी, विवाह, सामाजिक दर्जा इ. सारख्या इतर बाबींनीही आदिवासींचे आर्थिक व्यवहार प्रेरित केले जातात.

आदिवासी समाजातील श्रमविभाजन व्यावसायिक, सामाजिक गटांनुसार आधारलेले नसते. प्रत्येक व्यक्तीस शेती, मासेमारी, सुतारकी इ. कमी जास्त प्रमाणात यावे लागते. त्यामुळे सहकार हे आदिवासी जीवनाचे ब्रीद आहे. तसेच आदिवासींमध्ये तांत्रिक, धार्मिक, क्रियांचा फार जवळचा संबंध असतो. शेती, मासेमारी, होडी, नाव/डोंगा यांचे उत्पादन व प्रवास इत्यादींशी धार्मिक विधी निगडित असतो. वस्तुविनिमयात गिऱ्हाईक कोण आहे, त्याचा दर्जा काय आहे इ. घटक लक्षात घेतले जातात.

प्रो. डार्विनने आपल्या जैव विकासाचा सिद्धान्त ११५९ साली मांडला. त्याचप्रमाणे हर्बर्ट स्पेन्सरनेही सामाजिक संस्थांसंबंधीचा विकास सिद्धान्त प्रतिपादन

केला. मानवाप्रमाणेच मानवी संस्थांचाही विकास झाला असावा. मानव प्राणी हा जरी अनेक जातीचा आहे, तरी त्याच्यात विभिन्न संस्कृती दिसून येतात. आदिवासी समाज शतकानुशतके आधुनिक सभ्यतेपासून व विकासापासून दूर दऱ्याखोऱ्यात राहतात. आदिवासी संस्थेचे अध्ययन केल्यास त्यानुसार मानवी संस्थांच्या स्थापनेबाबत व विकासाबाबत निश्चित कल्पना येते. त्याअनुषंगाने अमेरिका, आफ्रिका, आशिया, ऑस्ट्रेलिया इ. देशातील आदिवासींच्या संस्कृतीचे व आर्थिक व्यवहारांचे अध्ययन करण्यात आले. मानवशास्त्रीय सिद्धान्त या अध्ययनावर आधारलेले आहेत. आदिवासी संस्कृतीत साम्यवादी अर्थव्यवस्था व समाजव्यवस्था होती. असे मत लुईस मार्गन या अमेरिकन मानव शास्त्रज्ञाने प्रथम मांडले. या व्यवस्थेचा ऱ्हास होऊन पुढे दास्यश्रमाधिष्ठित प्राचीन व्यवस्था, सरंजामशाही व नंतर भांडवलशाही याचा उदय झाला. हे मत मार्क्सवाद्यांनी मांडले. त्यानंतर आदिवासींवर केलेल्या अध्ययनानुसार हे मत निराधार ठरले. मानवशास्त्रामुळे आदिवासींच्या अध्ययनास महत्त्व प्राप्त झाले आहे. तसेच त्यांचे मते आधुनिक जटिल संस्कृतीचा अभ्यास करण्यापूर्वी आदिवासींच्या साध्या व गुंतागुंतीविना संस्कृतीचे किंवा त्यांच्यात होणाऱ्या आर्थिक व्यवहारांचे अध्ययन केल्याने मानवी व्यवहारांची मूलभूत तत्त्वे शोधून काढणे व त्याच्या आधारे जटिल संस्कृती समजून घेण्याचा प्रयत्न करणे अधिक सोपे व उपयुक्त होते. मानव समाजाच्या सर्व घटकांचा, विशेषत: आदिवासी समाजाचा, विकास घडवून आणण्यासाठी आदिवासींची प्रगती करावी आणि मानवतावादी दृष्टिकोनानुसार आदिवासींच्या प्रश्नांना अलीकडे अधिक महत्त्व प्राप्त झाले.[७]

१.४ भारतातील आदिवासी व त्यांचे वास्तव्य

भारत हा विविध धर्मांचा, जमातींचा तसेच भाषा व पंथांचा देश आहे. भारतीय संस्कृती व समाजजीवन विविधतेने नटलेले आहे. स्वातंत्र्यानंतर भारताने आर्थिक नियोजनाद्वारे देशाचा विकास करण्याचा संकल्प केला. त्यामुळे अनेक संदर्भात देशाने जागतिक स्तरावर उच्चांक गाठले असले तरी देशाच्या दुर्गम भागात राहणाऱ्या आदिम जमातीत अजूनही समाज जीवन, सांस्कृतिक जीवन, आर्थिक व शैक्षणिक जीवन यात विशेष अशी सुधारणा झालेली नाही.

भारत हा जगातील सातवा मोठा देश असून लोकसंख्येबाबत दुसऱ्या क्रमांकाचा आहे. भारताचे भौगोलिक क्षेत्र हे उत्तर भागात हिमालय पर्वत व बर्फाने आच्छादलेल्या पर्वतीय रांगा आहेत; तर दक्षिणेकडे हिंदी महासागर, पूर्वेकडे बंगालची खाडी तर पश्चिमेकडे अरबी समुद्र अशांनी भारत व्यापला आहे. भारताची उत्तर-दक्षिण लांबी

३२१४ कि.मी., पूर्व–पश्चिम रुंदी २९३३ कि.मी. आहे. तसेच भारताचे एकूण क्षेत्रफळ ३२,८७,२७६ वर्ग कि.मी. एवढे आहे. त्याचप्रमाणे अंदमान, निकोबार, लक्षद्वीप समूहाची भूमीसीमा ७५१६ कि.मी. आहे. भारताची एकूण लोकसंख्या २००१ जनगणनेनुसार १०२,६४,०३,००० एवढी आहे. भारतात आदिवासींची लोकसंख्या २००१ च्या जनगणनेनुसार ९,०८,३६,६६५ एवढी असून ती भारतातील एकूण लोकसंख्येच्या ८.८५ % आहे. जगातील एकूण आदिवासी लोकसंख्येच्या १/४ लोकसंख्या एकट्या भारतात आहे. आदिवासी लोकसंख्येबाबत जगात आफ्रिकेनंतर भारताचा दुसरा क्रमांक लागतो. भारतामध्ये ४१४ निरनिराळ्या आदिवासी जमाती आहेत. त्यामध्ये भिल्ल, गोंड, खोंड, हो, मित्रा, मुंडा, वागा, मोरान, संथाल यांची बहुसंख्या आहे.

आदिवासी जमाती भारतात पुढील पाच विभागांमध्ये आढळतात

१) **ईशान्य भारत :** अरुणाचल प्रदेश, आसाम, मणिपूर, मेघालय, मिझोरम, नागालँड आणि त्रिपुरा या राज्यांमध्ये व केंद्रशासित प्रदेशांमध्ये अंबोर, गारो, कुली, मिश्मी इ. आदिवासी जमाती राहतात.

२) **हिमालयाच्या पायथ्याचा प्रदेश :** बंगाल, उत्तर प्रदेश आणि हिमाचल प्रदेशाच्या उत्तर भागामध्ये लेपटा, रामा इ. आदिवासी जमाती राहतात.

३) **मध्य भारत :** गंगा–यमुनेचे खोरे आणि दक्षिण भारत यांना विभागणाऱ्या पर्वत रांगा व जंगलांमध्ये अनेक आदिवासी जमाती राहतात. बिहार, ओरिसा, मध्यप्रदेश आणि पश्चिम बंगाल ही राज्ये त्यात येतात. भूमिज, गोंड, हो, मुंडा, संथाल इ. आदिवासी जमाती येथे राहतात.

४) **पश्चिम भारत :** राजस्थान, महाराष्ट्र, गुजरात, गोवा, दादरा, नगर हवेली ही राज्ये पश्चिम भारतात गणली जातात. या प्रदेशात राहणाऱ्या आदिवासी जमातीत भिल्ल जमात सर्वात महत्त्वाची जमात आहे. या प्रदेशात वारली, दुमळा, धोंड्या, कोरकु, भिल्ल, परधान, गोंड इ. आदिवासी जमाती राहतात.

५) **दक्षिण भारत :** दक्षिण भारतात गणल्या जाणाऱ्या कर्नाटक, तमिळनाडू, आंध्रप्रदेश आणि केरळ या राज्यांमध्ये, निलगिरी टेकड्या व पूर्व घाटांच्या पर्वत रांगा जेथे मिळतात त्या डोंगराळ व जंगलाच्या प्रदेशात चेंचु, ईरूला, काडार, कोडा, करुबा, तोडा इ. आदिवासी जमाती राहतात.

आदिवासींचा मुख्य व्यवसाय शेती हा आहे. एकूण ८५ % आदिवासी लोक शेतीवर उपजीविका करतात. त्यात ४० % आदिवासी लोक शेती करणारे व ४५ % आदिवासी लोक शेतमजुरी करणारे आहेत. शेती व्यतिरिक्त आदिवासी लोक चटया, टोपले तयार करणे, जंगलातील वन औषधी गोळा करणे, गवत काढणे, शिकार करणे इ. व्यवसाय करतात. या आदिवासींची राहणी साधी व गरजा मर्यादित आहेत. किंबहुना विकास योजनेच्या प्रक्रियेत अनेक जमाती अद्यापही वंचित राहिल्या आहेत.

१.५ महाराष्ट्रातील आदिवासींचा परिचय

महाराष्ट्र राज्याचे भौगोलिक क्षेत्र ३,०७,७१३ लक्ष चौ.कि.मी. असून त्यातील ५०,७५७ लक्ष चौ.कि.मी. क्षेत्र आदिवासी उपयोजना क्षेत्राखाली येते. राज्याच्या एकूण क्षेत्राशी हे प्रमाण १६.१९ % आहे. २००१ जनगणनेनुसार महाराष्ट्र राज्याची एकूण लोकसंख्या ९,६८,७९,००० एवढी आहे. तर आदिवासींची लोकसंख्या ८५,७७,००० एवढी आहे. महाराष्ट्रातील एकूण लोकसंख्येशी तिचे प्रमाण ८.८५ % आहे. आदिवासी लोकसंख्येबाबत महाराष्ट्राचा देशात चौथा क्रमांक लागतो.

राज्यातील बहुसंख्य आदिवासी ठाणे, नाशिक, धुळे, जळगाव, अहमदनगर, पुणे, नांदेड, अमरावती, यवतमाळ, नागपूर, भंडारा, चंद्रपूर, गडचिरोली, रायगड या १४ जिल्ह्यात केंद्रीत झालेले आहेत. महाराष्ट्रात एकूण ४७ आदिवासी जमाती असून त्यात भिल्ल, महादेव कोळी, गोंड, वारली, कोकणा, कातकरी, ठाकर, गावीत, कोलाम, कोरकू, आंध, मल्हार, कोळी, घोडीया, दुबडा, गोंड इ. जमातींचा समावेश होतो. कोलाम कातकरी व माडीया गोंड या आदिम जमाती केंद्र शासनाने अधिसूचित केल्या आहेत. आदिवासी लोक शैक्षणिक दृष्ट्या मागासलेले आहेत. राज्यातील एकूण साक्षरतेचे प्रमाण ६४.८७ % आहे. तर राज्यातील आदिवासींचे साक्षरतेचे प्रमाण ३६.७७% त्यापैकी ४९.०८ % पुरुष साक्षर तर २४.०३ % एवढ्या आदिवासी स्त्रिया साक्षर आहेत.

आदिवासी जमातीचा ऐतिहासिक व त्याचप्रमाणे सद्य माहितीचा अभ्यास केल्यानंतर असे दिसून येते की, ह्या जमातीचे देशात व राज्यात मोठ्या प्रमाणात वास्तव्य आहे. परंतु सामाजिक, आर्थिक व विशेषतः आरोग्य विषयक दृष्टिकोनातून ही जमात प्रगत आहे की अप्रगत आहे हे अभ्यासणे महत्त्वाचे आहे. निरीक्षणाअंती असे दिसून येते की, आरोग्य विषयक विभिन्न प्रश्नांना आजही मोठ्या प्रमाणात तोंड देण्याचे कार्य त्यांना करावे लागत आहे.

१.६ आदिवासी व आरोग्य सेवांची सद्य:स्थिती

आदिवासींची अर्थव्यवस्था अत्यंत मागासलेली दिसून येते. पुरेसा शैक्षणिक, आर्थिक, सामाजिक विकास न झाल्यामुळे आरोग्याची गंभीर समस्या या भागात दिसून येते. उदा. अर्भकमृत्यू, बालमृत्यू व मातामृत्यू मोठ्या प्रमाणात आहेत. आदिवासी उपजीविकेसाठी शेती व वनउत्पादन गोळा करणे इ. प्रमुख व्यवसाय आहेत, परंतु त्या व्यवसायाचे स्वरूप उदरनिर्वाहाचे साधन एवढेच मर्यादित आहे. शेतीतून भात, ज्वारी, बाजरी, नाचणी, नागली, वरई इ. प्रमुख पिके घेतली जातात. जंगलातील डिंक, चारोळी, लाख, मध, मासेमारी, मोरपिसे, औषधी, वनस्पती इ. गोळा करून ते आपला चरितार्थ चालवितात. मोठे व्यापारी व दलालांकडून त्यांची फसवणूक होत असल्यामुळे त्यांना पुरेसे उत्पन्न मिळत नाही. आदिवासी कष्टाळू आहेत; परंतु श्रमाचा मोबदला म्हणून प्राप्त उत्पन्न तुलनेने फार कमी आहे. अनेक आदिवासी जमाती भूमिहीन असल्याचेही दिसून येते. निसर्गावर प्रत्येक आदिवासींचा दृढ विश्वास आहे परंतु अंधश्रद्धा हा त्यांच्या विकासामध्ये मोठा अडसर आहे.

आधुनिक काळात कामाच्या शोधात खेड्यातून शहराकडे आदिवासी स्थलांतरित होत आहेत. परंपरेने प्राप्त झालेले व्यवसाय, वेठबिगारी, कर्जबाजारीपणा, अंधश्रद्धा, निरक्षरता त्यामुळे आदिवासींचे आर्थिक जीवन कमालीचे खालावलेले आहे. अन्न, वस्त्र व निवारा इ. सारख्या प्राथमिक गरजा देखील पूर्ण न होऊ शकल्यामुळे आर्थिक मागासलेपणा हीच त्यांची मूलभूत समस्या आहे.

आदिवासींच्या विकासाच्या दृष्टिने शासनाने अनेक कार्यक्रम सुरू केले आहेत. सामाजिक, आर्थिक, आरोग्य, शिक्षण व इतर क्षेत्रातही अनेक सवलतींच्या योजना राबविल्या आहेत. आसाम, बिहार, ओरीसा, मणिपूर, मध्यप्रदेश या घटक राज्यात आदिवासींकरिता तांत्रिक शाळा चालविल्या जात आहेत. मुले व मुलींसाठी वसतिगृहे, शिष्यवृत्ती, स्पर्धात्मक परिक्षांसाठी मार्गदर्शन इत्यादी शैक्षणिक कार्यावर भर दिला जात आहेत. आर्थिक विकासासाठी पडीत जमीन व सिलींग कायद्यामुळे सरकारला मिळालेल्या जमिनी आदिवासींना उपलब्ध करून दिल्या जात आहेत. पंचवार्षिक योजनेत कुटीर व लघु उद्योगांना प्रोत्साहन देणे, ग्रामोद्योगाचे प्रशिक्षण देणे, कर्जसवलती, मालासाठी बाजारपेठा प्राप्त करून देणे, श्रमाचा योग्य मोबदला याकरिता सरकारी यंत्रणेला प्रोत्साहन दिले जात आहे. अल्प किंमतीत बियाणे, अवजारे, खते उपलब्ध करून देऊन त्यांचे आर्थिक जीवनमान उंचविण्याचा प्रयत्न केला जात आहे.

आदिवासींकरिता राबविण्यात येणाऱ्या विकास कार्यक्रमांतर्गत शेती, शिक्षण, रोजगार व इतर सामाजिक सेवांसोबतच आरोग्याबाबतच्या योजना अशा एकूण ३२५

पेक्षा जास्त विविध प्रकारच्या योजना आदिवासी विभागाअंतर्गत राबविण्यात येतात. 'न्युक्लीअस बजेटस्' या नावाने प्रकल्प अधिकाऱ्याच्या अधिकाराखाली विशेष केंद्रीय अनुदानाअंतर्गत काही योजना राबविण्यात आल्या आहेत. विविध योजना राबविण्यात येऊनदेखील आदिवासी भागात आर्थिक प्रगतीचा/उत्पन्नाचा वेग समाधानकारक दिसून येत नाही. त्यामुळे विशेष कृती कार्यक्रम १९९८-९९ मध्ये मंजूर करण्यात आला. यात रस्ते, विकास, पाणी, विद्युत, जलसिंचन, माध्यमिक शिक्षण, आश्रमशाळा, दुग्ध व्यवसाय व पशुसंवर्धन, पोषण व आहार, क्रिडा व सांस्कृतिक कार्यक्रम आणि आरोग्य सेवेअंतर्गत आदिवासी भागात, सुरक्षित प्रसूती, बाळाची काळजी, लसीकरण, प्रजनन आरोग्य, आरोग्य शिक्षण, दायी व पाडा स्वयंसेवक योजना, अंगणवाडी सेविका आरोग्य प्रशिक्षण, गर्भवती मातांना अनुदान देणे, कुपोषित बालकांच्या पालकांना मजुरी देणे, बालरोग तज्ज्ञ व स्त्रीरोग तज्ज्ञांची सेवा उपलब्ध करून देणे, पावसाळ्यापूर्वी आरोग्य तपासणी कार्यक्रम व नियंत्रणात्मक उपाययोजना इ. साठी जास्तीची अंदाजपत्रकीय तरतूद करण्यात येऊ लागली. केंद्र व राज्य शासन स्तरावर या योजनेची फेररचना करण्यात येऊ लागली.

आदिवासी विकास या संकल्पनेअंतर्गत विकासाच्या संख्यात्मक पैलूंचा जास्त विचार केला जात असून गुणात्मक पैलूंकडे प्रकर्षाने लक्ष न दिल्यामुळे विकासाच्या अनेक योजना राबवून देखील खऱ्या अर्थाने आदिवासींचा विकास साधता आला नाही. शिवाय विकास अधिकाऱ्याची प्रतिमा, प्रशासकीय खात्यांमधील समन्वयाचा अभाव यासारख्या इतर कारणांमुळे देखील म्हणावा तसा विकास होऊ शकला नाही. हे लोक शिक्षणासोबतच स्वयंरोजगाराची कास धरून पुढे पाऊल टाकत नाहीत आणि त्यांच्यासाठी राबविण्यात येणाऱ्या योजनांचा लाभ घेण्यात तत्परता दाखवीत नाहीत, खऱ्या अर्थाने योजनांचा लाभ लाभार्थ्यांपर्यंत पोहोचत नाही. याची कारणे कोणती असावी हे अभ्यासणे गरजेचे आहे.

महाराष्ट्रात आदिवासी समाजात १९५१ मध्ये केवळ २% साक्षरता होती. आज २००१ नुसार ३६ % इतकी साक्षरता आहे. स्त्रियांमधील साक्षरतेचे प्रमाण आजही केवळ २४ % आहे. हे असले तरी सर्वसामान्य जनतेच्या तुलनेत आदिवासींमधील साक्षरतेचे प्रमाण ५० % पेक्षा कमी दिसून येते. काही आदिवासी जमातींमध्ये साक्षरतेची पातळी फारच खालावलेली आहे. त्यात कातकरी, कोलाम, मावची, गावित, बरेड, भिल्ल, माडिया, गोंड, वारली, ठाकर, पावरा, कोरकू इ. जमातींचा समावेश होतो. ज्या जमाती स्थानिक आहेत त्यांना जमीन, घर, उत्पन्नाची साधने उपलब्ध आहेत. अशाच जमातींची स्थिती अंशत: चांगली आहे असे दिसून

येते. दारिद्र्यामुळे शिक्षण नाही. शिक्षण नाही म्हणून दारिद्र्य घालविता येत नाही असे दारिद्र्याचे दुष्टचक्र आदिवासींकरिता कायम आहे असे दिसून येते.

गेल्या ५० वर्षांतील आदिम जमातींविषयीची शासनाची शैक्षणिक आणि आर्थिक धोरणे, पंचवार्षिक नियोजनावर आधारित आहेत. सध्याच्या आदिवासी नियोजनाचा प्रमुख भर शेतीवर स्थिर झालेल्या आदिवासींच्या विकासावर आहे. पण ज्याच्याजवळ शेती नाही, जे फक्त मोलमजुरी करून जीवन जगतात त्यांच्यासाठी नियोजन महत्त्वाचे ठरते. पावसाळी हंगाम सुरू होताच आदिवासी भागातील वाहतूक ठप्प होते आणि बाहेरच्या जगाशी या भागाचा संबंध तुटतो. याच हंगामात आरोग्य, धान्य, रोजगार, स्वच्छ पिण्याचे पाणी इत्यादी प्रश्न गंभीर स्वरूप धारण करतात. थोडक्यात, आदिवासी भागात आलटून पालटून नेहमी याच समस्या मोठ्या प्रमाणावर उद्‌भवतात. शासनाच्या विविध योजना व सवलती इ. सुरूच असून सुद्धा ज्या पूर्वीच्या समस्या आहेत, त्याच समस्या अजूनही सुटलेल्या नाहीत. ही या भागातील मोठी शोकांतिकाच आहे.

वरील समस्येचे मूळ आदिवासींच्या दारिद्र्यात आहे आणि उपासमार हे सुद्धा कारण आहे. बेरोजगारीमुळे उद्योगधंदा नाही. उत्पन्न, उत्पादकक्षमता नाही, पैसा नाही, बचत होऊ शकत नाही इत्यादी परिस्थितीत सार्वजनिक अन्नधान्य वितरण व्यवस्थेचा लाभ तरी त्यांनी कसा घ्यावयाचा हा गंभीर प्रश्न दिसून येतो. तसेच पुरेसे अन्न आणि शुद्ध पाणी पुरवठा व राहण्याची योग्य सोय होत नसल्यामुळे ते केव्हाही आजाराला बळी पडत आहेत. त्यांच्यावर रूढी-परंपरा आणि कट्टरवादातून बाहेर पडणे कठीण होऊन बसले आहे. त्यामुळे या आदिवासी भागात शासनाला व सामाजिक संस्थांना पाहिजे त्या प्रमाणात यश प्राप्त होत नाही असे दिसून येते.

१९७५-७६ यावर्षी भारत सरकारने निर्देश दिल्याप्रमाणे ज्या गावातील आदिवासी संख्या एकूण लोकसंख्येच्या ५०% पेक्षा अधिक असेल त्या गावांचा समावेश एकात्मिक आदिवासी विकास प्रकल्पांमध्ये करण्यात आला आहे. भारत सरकारने मान्यता दिलेले अशाप्रकारे १६ प्रकल्प होते. त्यानंतर ज्या गावांमधील आदिवासींची लोकसंख्या ५० % पेक्षा किंचितशी कमी होती अशा गावांचा समावेशही एकात्मिक आदिवासी विकास प्रकल्प क्षेत्रांमध्ये करण्यात आला आणि अशी क्षेत्रे अतिरिक्त आदिवासी उपयोजना क्षेत्र (A.T.S.P.) Additional Tribe Sub Plan म्हणून ओळखण्यात येऊ लागली. नोव्हेंबर १९९३ मध्ये अमरावती जिल्ह्यातील मेळघाट व चिखलदरा येथील एकात्मिक आदिवासी विकास प्रकल्पासह एकूण ११ एकात्मिक आदिवासी विकास प्रकल्प हे महाराष्ट्रातील अत्यंत संवेदनशील म्हणून घोषित करण्यात आले आहे.

पाचव्या पंचवार्षिक योजनेच्या शेवटी अतिमागास विभागाची स्थानिक परिस्थिती लक्षात घेऊन उपयोजना कार्यक्रम राबविण्यात येतील व त्यासाठी विशेष अभ्यास प्रकल्प राबविले जातील अशी तरतूद करण्यात आली. आदिवासींच्या आर्थिक विकासासंबंधी वर घेतलेल्या संक्षिप्त आढाव्यावरून हे स्पष्ट होते की, आदिवासी विकासाबाबतचे धोरण आणि दिशा ही गेल्या पाच पंचवार्षिक योजनांच्या काळात सुस्पष्ट झाली आहे. त्या कार्याची फलश्रुती म्हणून आदिवासी विभागात कमी–जास्त प्रमाणात लाभही प्राप्त झालेले आहेत.

आदिवासींच्या हिताचे अनेक ज्वलंत प्रश्न आज महाराष्ट्र राज्यात, विशेषत: अमरावती जिल्ह्यातील आदिवासी क्षेत्रांत आहेत. त्यात आदिवासी विकासासाठी राबविण्यात येणाऱ्या विविध योजनांची अंमलबजावणी योग्य पद्धतीने नसल्याचे आज सर्वत्र दिसून येत आहे. याकडे आदिवासी प्रतिनिधींचे पाहिजे तेवढे लक्ष असल्याचे दिसून येत नाही. आदिवासी योजनांचे नियोजन, नियंत्रण, निधीची विभागणी आदिवासी विभाग आरोग्य विभागातर्फे करण्याचे शासनाचे सध्याचे धोरण आहे. परंतु आदिवासी विभागाची क्षमता, सुसूत्रता व या विभागाकडे असलेली विकासाची दूरदृष्टी या गोष्टींचा विचार करता आज आदिवासी विभागात या सर्व प्रश्नांचे मूळ असमन्वयी नियोजन, योजनेची अकार्यक्षम अंमलबजावणी, विस्कळीत यंत्रणा तसेच दूरदृष्टीचे चुकीचे अभाव इत्यादी उणिवा दिसून येतात.

१.७ अमरावती जिल्ह्यातील आदिवासींचा परिचय

अमरावती जिल्हा उत्तर अक्षांश २०°.३२′ ते २१°.४६′ आणि पूर्व रेखांश ७६°.३७′ ते ७८°.२७′ असा आहे. या जिल्ह्याच्या पूर्वेस व आग्नेयेस वर्धा, दक्षिणेस व नैर्ऋत्येस यवतमाळ, पश्चिमेस अकोला, उत्तरेस व ईशान्येस मध्यप्रदेशातील बैतूल हे जिल्हे आहेत.

अमरावती जिल्हा विदर्भातील सांस्कृतिक व शैक्षणिकदृष्ट्या महत्त्वाचा जिल्हा आहे. प्राचीन काळी अमरावतीला इंद्रपुरी असेही म्हटले जात असे. अंबादेवीचे प्राचीन मंदिर शहरात असल्याकारणाने अमरावती शहराला अंबापुरी किंवा अंबानगर असेही म्हटले जाते. अमरावती जिल्ह्याचे एकूण क्षेत्रफळ १२,२१२ चौ.कि.मी. एवढे असून आदिवासी क्षेत्रफळ ४०१२ चौ.कि.मी. एवढे आहे. अमरावती जिल्ह्यातील एकूण १४ तालुक्याचा अंतर्भाव होतो. यात अमरावती, अंजनगांव सुर्जी, अचलपूर, चिखलदरा, चांदूर बाजार, धारणी, चांदूर रेल्वे, दर्यापूर, भातकुली, मोर्शी, वरुड, तिवसा, नांदगांव खंडेश्वर, धामणगांव रेल्वे असे तालुके आहेत.

नकाशा क्र. १.१

महाराष्ट्र राज्यात अमरावती जिल्ह्याचे स्थान

महाराष्ट्र राज्यातील अभ्यास क्षेत्र म्हणून निवडलेला अमरावती जिल्हा

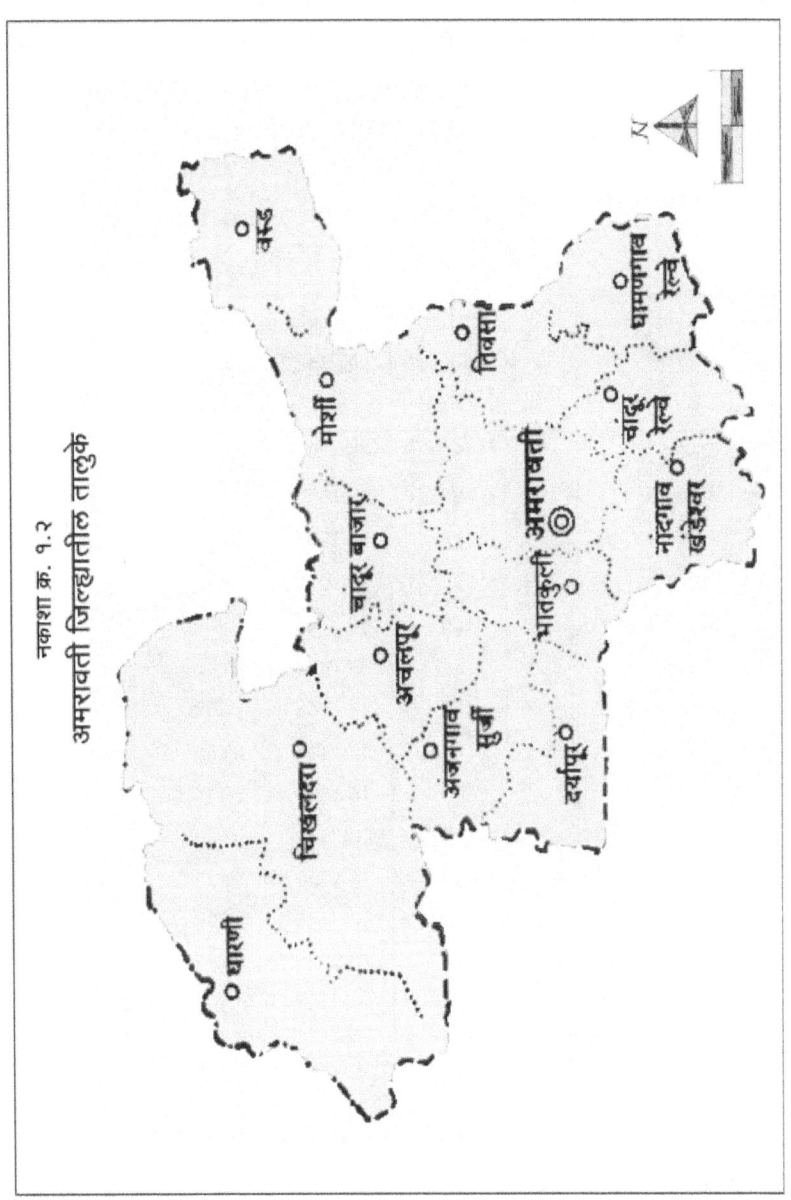

नकाशा क्र. १.२
अमरावती जिल्ह्यातील तालुके

या सर्वच तालुक्यात कमी-जास्त प्रमाणात आदिवासींची संख्या आहे. मात्र, अमरावती जिल्ह्यातील धारणी व चिखलदरा या तालुक्यात आदिवासींची लोकसंख्या एकूण लोकसंख्येच्या ६६.३०% आहे. येथे सर्वात जास्त आदिवासींची वसाहत आहे. म्हणून शासनाने मेळघाट (धारणी व चिखलदरा) या भागाला आदिवासी क्षेत्र म्हणून घोषित केले आहे. या संदर्भात विस्तृत माहिती पुढील तक्ता क्र.१.१ यावरून अधिक स्पष्ट होते.

तक्ता क्र. १.१

अमरावती जिल्ह्याचा परिचय

अ. क्र.	तालुका	गांवे	भौगोलिक क्षेत्रफळ चौ.कि.मी.	एकूण लोकसंख्या	आदिवासी लोकसंख्या	% प्रमाण
१	धारणी	१५३	१४६३	१४७०३३	१११६१	७५.६०
२	चिखलदरा	१९७	२५०८	९५५६८	७२३००	७५.६५
३	वरुड	१४०	७४५	२११११३	३१४६३	१४.९०
४	मोर्शी	१६५	८१०	१७०८९१	१७९८३	१०.५२
५	भातकुली	१३७	५८०	१०८६२३	१४०९०	१२.९७
६	अचलपूर	१८१	६३८	२५२५१३	२२२३३	८.८०
७	अंजनगांव सुर्जी	१०५	५१२	१५०३८४	४८१२	३.२०
८	चांदूर बाजार	१७१	६९५	१९०१७९	१५६५९	८.२३
९	तिवसा	९३	५७१	९८०७१	३९२८	४.०१
१०	अमरावती	१३०	८९६	६७८१९२	२४७५५	३.६५
११	दर्यापूर	१४८	७७७	१६२२३०	१४७१६	९.०७
१२	नांदगाव खंडे	१६१	७८३	१२३५५३	५४२६	४.३९
१३	चांदूर रेल्वे	९२	५३१	९०६४५	४५८१	५.०५
१४	धामणगाव रेल्वे	११२	६१३	१२७०६८	१०६५२	८.३८

आधार : जनगणना अहवाल, जिल्हापरिषद, अमरावती २००४

अमरावती जिल्ह्यात एकूण १९९६ खेडी (गावे) आहेत. त्यात आदिवासी क्षेत्रातील एकूण खेडी (पाडे/गाव) ३५० आहेत.

सन २००१ नुसार अमरावती जिल्ह्याची एकूण लोकसंख्या २६०६०६३ आहे.

अमरावती जिल्ह्यात दर हजार पुरुषांमागे स्त्रियांचे प्रमाण ९४० एवढे आहे. १९९१ ते २००१ मध्ये लोकसंख्या वाढीचे प्रमाण १८.४५% आहे. तर अमरावती जिल्ह्यातील एकूण लोकसंख्येशी आदिवासी लोकसंख्येचे प्रमाण १३.६९% आहे. अमरावती जिल्ह्यातील लोकसंख्येचे महाराष्ट्राच्या एकूण लोकसंख्येशी प्रमाण ०.२७ % आहे.

एकूण लोकसंख्येच्या दहा टक्के पेक्षा जास्त आदिवासी लोकसंख्या सहा तालुक्यांमध्ये असल्यामुळे अध्ययनासाठी धारणी, चिखलदरा, वरुड, मोर्शी, भातकुली, अचलपूर या तालुक्याची निवड करण्यात आली. त्यात धारणी व चिखलदरा या तालुक्यात शतप्रतिशत लोकसंख्या आदिवासींची असल्यामुळे विशेष अभ्यास या दोन तालुक्यांचा केला आहे.

मेळघाट (धारणी व चिखलदरा)

अमरावती जिल्ह्यातील प्रसिद्ध थंड हवेचे ठिकाण, तसेच जंगलांनी व्याप्त हा परिसर, वन्य प्राण्यांचे राहण्याचे ठिकाण व आदिवासी जमातींचे असलेले वसतिस्थान, एवढेच नाही तर घाटांनी व्यापलेला मार्ग ह्या सर्वांचा समावेश मेळघाट (धारणी व चिखलदरा) या भागात होतो. या मेळघाटमध्ये धारणी व चिखलदरा असे दोन तालुके येतात. हे दोन्ही तालुके आदिवासी उपययोजना क्षेत्र म्हणून घोषित करण्यात आले आहे.

तक्ता क्र. १.२

अभ्यास क्षेत्रातील आदिवासी लोकसंख्या

अ. क्र.	तालुका	गावे	आदिवासी पाडे/गाव	आदिवासी क्षेत्रफळ	एकूण लोकसंख्या	आदिवासी लोकसंख्या	% प्रमाण
१	२	३	४	५	६	७	८
१	धारणी	१५३	१५३	१८९६	१४७०३३	१११११६१	७५.६०
२	चिखलदरा	१९७	१९७	२११६	९५५६८	७२३००	७५.६५
३	वरुड	१४०	--	--	२१११११३	३१४६३	१४.९०
४	मोर्शी	१६५	--	--	१७०८९१	१७९८३	१०.५२
५	भातकुली	१३७	--	--	१०८६२३	१४०९०	१२.९७
६	अचलपूर	१८१	--	--	२५२५११३	२२२३३	८.८०

आधार : वार्षिक अहवाल, जि.प., अमरावती २००४-०५

अमरावती जिल्ह्यातील मेळघाट मध्ये असलेले धारणी व चिखलदरा तालुक्यांचे क्षेत्रफळ अनुक्रमे १८९६ व २११६ चौ.कि.मी. एवढे आहे. चिखलदरा अंतर्गत एकूण गावाची संख्या १९७ आहे, त्यापैकी वस्ती असलेल्या गावाची संख्या १७० तर ओसाड गांव २७ इतकी आहेत, व ग्रामपंचायतीची संख्या ५३ आहे. तर धारणीत एकूण गावांची संख्या १५३ असून वस्ती असलेल्या गावांची संख्या १४८ आहे, तर ओसाड गावांची संख्या ०५ आहे. तसेच एकूण ग्रामपंचायती ६३ आहेत.

सन २००१ नुसार धारणीची एकूण लोकसंख्या १४७०३३ आहे. यात पुरुष संख्या ७४९७६ तर स्त्रियांची संख्या ७२०५७ आहे. त्याचप्रमाणे चिखलदरा येथील एकूण लोकसंख्या ९५५६८ असून पुरुषांची संख्या ४८, ८९१ तर ४६, ६७७ एवढी आहे. एकूण लोकसंख्येचे आदिवासी लोकसंख्येशी असलेले साक्षरतेचे प्रमाण केवळ ३८ % आहे. धारणीची आदिवासी लोकसंख्या १११६१ तर चिखलदऱ्यात ७२३०० आहे.

आदिवासींच्या विकासाचे प्रयत्न

स्वातंत्र्यापूर्वी ब्रिटिशांनी आदिवासींच्या विकासाकडे फारसे लक्ष दिलेले नाही. स्वातंत्र्यानंतरच्या काळात मात्र त्यांच्या विकासाकरिता प्रयत्न करण्यात आले आहे. आदिवासींचा विकास घडवून आणताना त्यात आदिमस्पर्श असावा हा प्रयास करण्याचे ठरविण्यात आले आहे.

नियोजनबद्ध विकासाचा मार्ग निवडून भारताने पंचवार्षिक योजना अंमलात आणावयास १९५१ मध्ये आरंभ केला. जवळपास ३० वर्षानंतर सरकारने आदिवासींच्या विकासाकडे विशेष लक्ष पुरविण्यासाठी मंत्रालय पातळीवर १९८३ या वर्षी आदिवासी विकास विभाग स्थापन करण्यात आला. आदिवासी विकास महासंचालनही स्थापित करण्यात आले. यानुसार एकात्मिक आदिवासी विकास कार्यक्रमही हाती घेण्यात आले. पाचव्या पंचवार्षिक योजनेच्या वेळी आदिवासी उपयोजना सुरू करण्यात आली. ती आजतागायतही राबविली जात आहे.

अनुसूचित जमातींच्या सामाजिक, आर्थिक, शैक्षणिक व आरोग्य सेवांचा विकास करणे, शोषणापासून आदिवासींचे रक्षण करणे तसेच आदिवासींच्या हितसंबंधांचे संवर्धन करणे ही आदिवासी उपयोजनेची ठळक वैशिष्ट्ये आहेत. आदिवासींकरिता विकास योजनेद्वारे अनेक कार्यक्रम राबवून आर्थिक तसेच आरोग्य दर्जा सुधारण्याचा प्रयत्न सातत्याने केला जात आहे. प्रस्तुत विषयाच्या संशोधनातून आदिवासी क्षेत्रात पोहोचविण्यात येणारी आरोग्य सेवा, या पासून आदिवासींना होणारा लाभ, त्यांच्या

जीवनशैलीत पडत असलेला फरक तसेच आदिवासींना यापासून नक्कीच लाभ होत आहे किंवा नाही याचे वास्तवचित्र स्पष्ट करण्याचा संशोधकाने प्रयत्न केला आहे व त्यादिशेने केले गेलेले प्रयत्न याची माहिती पुढील प्रकरणात दिलेली आहे.

संदर्भ

१. डॉ. जहागीरदार डी.व्ही., डॉ.एम.डी. जहागीरदार (१९९७) ''सार्वजनिक आरोग्याचे अर्थशास्त्र'', 'अर्थसंवाद' जानेवारी–मार्च १९९७, खंड-१९, अंक-४, पृ.क्र.३८५.

२. महाराष्ट्र साहित्य संस्कृती मंडळ (१९७६) – मराठी विश्वकोश खंड-२, मुंबई, पृ.क्र.२८-२९.

३. डॉ. देवगावकर शैलजा – डॉ. देवगावकर, शं. गो., (२००१) – आदिवासी विश्व, आनंद प्रकाशन, नागपूर. पृ.क्र. २

४. मानव विकास अहवाल (२००२) – भारत सरकार, न्यू दिल्ली., पृ.क्र. ६१-६२.

५. डॉ. देवगावकर शैलजा – डॉ. देवगावकर, शं. गो., (२००१) – आदिवासी विश्व, आनंद प्रकाशन, नागपूर. पृ.क्र. १-२

६. मानव विकास अहवाल (२००२) – महाराष्ट्र राज्य, मुंबई, पृ.क्र.४७-५०

७. वार्षिक अहवाल : (२००२) जिल्हापरिषद, आदिवासी विभाग, अमरावती, पृ.क्र.३९-४०

प्रकरण

▪ २ ▪

विषयाची उद्दिष्टे आणि पद्धती

२.१ प्रत्यक्ष संशोधन प्रक्रिया

विषयाचे महत्त्व व संकल्पना

समाजवादी समाजव्यवस्थेत मानव समाजातील एक घटक, एका विशिष्ट भूप्रदेशावर राहणारा, समान बोलीभाषा बोलणारा व समान सांस्कृतिक जीवन जगणारा परंतु अक्षर ओळख नसलेल्या गटाच्या समूहाला आदिवासी समाज म्हणून संबोधले गेले आहे. प्राचीन काळापासून आदिवासी समाज हा इतर कोणत्याही समाजापेक्षा अनेक दृष्टीने अलिप्त असल्याचे दिसून येते. हा समाज भारतातील अन्य प्रांतांच्या तुलनेत महाराष्ट्रामध्ये मोठ्या प्रमाणात वसलेला आहे. महाराष्ट्र राज्य हे भौगोलिक क्षेत्रफळाच्या बाबतीत देशात तिसऱ्या क्रमांकाचे व लोकसंख्येबाबत दुसऱ्या क्रमांकाचे राज्य आहे. या राज्यात आदिवासी लोकांचे वास्तव्य असणारा भाग हा मोठा आहे. विशेषत: आदिवासी लोक जंगलात वस्ती करून राहतात त्यामुळे आधुनिकीकरणाच्या दिशेने असणारी त्यांची वाटचाल नगण्य आहे. शहरापासून दूर अंतरावर असणाऱ्या या भागात हे आदिवासी अनेक समस्यांनी ग्रासलेले आहेत. आरोग्य ही त्यातील एक महत्त्वाची समस्या आहे. ही गंभीर बाब म्हणून महाराष्ट्र शासनाने आदिवासी भागात आरोग्य सेवा पुरेशा प्रमाणात उपलब्ध व्हाव्यात त्यासाठी इ.स. १९७६ पासून आदिवासी उपयोजना स्वतंत्रपणे राबवून सार्वजनिक सेवांना महत्त्व दिले गेले. यातूनच आरोग्य सेवांच्या उपलब्धतेची व्याप्ती वाढविली गेली.

आरोग्य सेवेमध्ये शासनाने राज्यातील आदिवासी भागात इ.स. २००२ मध्ये ५३ ग्रामीण रुग्णालये, २८५ प्राथमिक आरोग्य केंद्रे, १८७२ प्राथमिक आरोग्य उपकेंद्रे आणि ५२ फिरती आरोग्य पथके कार्यरत केली गेली. आदिवासी भागात आरोग्य सेवा पुरविण्यामध्ये प्राथमिक आरोग्य केंद्रांची संख्या सर्वात जास्त असून त्याहीपेक्षा उपकेंद्रांची संख्या अधिक आहे. या द्वारेच आरोग्य सेवा आदिवासी भागात तळागाळापर्यंतच्या लोकांपर्यंत पोहचली जावी ही भूमिका महत्त्वाची समजली जाते. आरोग्य सेवा पुरविणारी यंत्रणा यामध्ये काही दोष आहेत का? याचा अभ्यास होणे हेही तितकेच महत्त्वाचे आहे.

महाराष्ट्रातील अमरावती जिल्ह्यात आदिवासी समाजाची दाट वस्ती आहे. या जिल्ह्याच्या उत्तरेस सातपुडा पर्वत, पूर्व व पश्चिम पसरलेला असून, धारणी व चिखलदरा तालुके या भागात वसलेले आहेत आदिवासींची दाट वस्ती या दोन तालुक्यात आढळते, त्यासोबतच अमरावती जिल्ह्यातील मोर्शी, वरुड, अचलपूर व भातकुली इत्यादी तालुक्यात काही प्रमाणात आदिवासींची वस्ती आहे. या आदिवासींची आर्थिक स्थिती हलाखीची असून त्यांच्यात दारिद्र्याचे मोठे प्रमाण आहे. आरोग्यविषयक समस्या चिंताजनक आहे. बालकांमध्ये कुपोषणाचे मोठे प्रमाण असून, त्यामुळे बालमृत्यू सातत्याने होत राहतात, याकरिता कारणीभूत असणाऱ्या उणिवा लक्षात घेता त्यामध्ये साक्षरतेचा अभाव, अनिष्ट रूढी व परंपरा व स्वच्छतेचा अभाव इत्यादींमुळे हा भाग अनेक ज्वलंत समस्यांचे उदा. गरिबी, बेरोजगारी, उपासमारी, कुपोषण, विविध आजार, अज्ञान आणि जनजागृतीचा अभाव इत्यादी समस्यांचे माहेरघर होऊन बसलेला आहे.

अमरावती जिल्ह्यातील आदिवासींची वस्ती विशेष करून जंगलात, दुर्गम अतिदुर्गम भागात आहे. या भागात शासनाकडून पुरविण्यात येणाऱ्या आरोग्य सेवा तसेच समाजकल्याणकारी योजना इत्यादी राबविताना अनेक अडचणींचा सामना करावा लागतो, असे चित्र या भागात स्पष्टपणे दिसून येते. शासनाने या भागाकरिता भरारी पथके स्थापन करणे, पाडा स्वयंसेवक नेमणे, गर्भवती मातांना अर्थसाहाय्य देणे, वाहनांची व्यवस्था करणे, त्याकरिता इंधन व दुरुस्तीकरिता अतिरिक्त अनुदान देणे, मान्सूनपूर्व सर्वेक्षण करून पावसाळा येण्यापूर्वी रुग्णांची आरोग्य तपासणी करणे, शुद्ध पिण्याच्या पाण्याच्या उपलब्धतेकरिता क्लोरिनचा द्रव्यस्वरूपात पुरवठा करणे, अंगणवाडीमार्फत पूरक–पोषक आहार बालकांना व गर्भवती मातांना पुरविणे, या भागातील प्राथमिक आरोग्य केंद्रावर बालरोगतज्ज्ञ, स्त्रीरोगतज्ज्ञ तसेच इतर आजारांकरिता तज्ज्ञांची नेमणूक करणे, कमी दिवसांचे व कमी वजनाचे अर्भकाकरिता

अत्याधुनिक सोयी म्हणून आय.सी.यू., वार्मरूम, थर्मोकोल पेटीचा वापर इत्यादी सुविधा पुरविल्या जात असून, विविध आजारांवर नियंत्रण ठेवण्याचा प्रयत्न शासनाकडून आदिवासी भागात सातत्याने होतो.

प्राचीन संस्कृती व अनिष्ट रूढी असणाऱ्या या आदिवासी भागात मुलींचे कमी वयात लग्न करणे, गर्भवती मातांच्या आहाराबाबत दुर्लक्ष करणे, नियमित आरोग्याची तपासणी न करणे, असुरक्षित प्रसूती, त्यातूनच माता व बालकांचा मृत्यू होणे, बाळाची योग्य ती काळजी न घेणे, त्याच्या आहाराकडे दुर्लक्ष करणे तसेच बाळाला स्तनपान व लसीकरण योग्य वेळी न देणे अशा अनेक बाबी या भागात प्रकर्षाने जाणवतात. ही स्थिती बदलविण्याकरिता किंवा काही प्रमाणात वेळेनुसार सुधारणा होण्याकरिता आरोग्य सेवा विभागाकडून आरोग्य शिक्षण व प्रबोधनात्मक कार्य होणे ही महत्त्वाची बाब आहे. या बाबींवर संशोधनात भर देण्यात आलेला आहे.

गृहीतकृत्ये (Hypothesis)

प्रस्तुत संशोधनात अवलोकनाद्वारे आदिवासी क्षेत्रातील आरोग्य सेवा विभागांच्या आर्थिक स्थितीबाबत प्राथमिक माहिती संग्रहित करण्यात आली. त्याचप्रमाणे आदिवासी भागातील प्राथमिक आरोग्य केंद्राची माहिती निरीक्षणाद्वारे आणि प्रकाशित साहित्यामधून गोळा करण्यात आली. अभ्यासावरून आदिवासी भागात विविध आजारांच्या समस्या मोठ्या असून हे आदिवासी लोक अनेक अडचणींना तोंड देत आहेत, असे दिसून आले. प्रस्तुत संशोधनात पुढील गृहीतकृत्ये ठरविण्यात आलेली आहेत.

१) आदिवासी क्षेत्रात आरोग्य विभागाकडून कुपोषित बालके व गर्भवती मातांना आर्थिक अनुदान तसेच आजारांवर उपचाराकरिता चांगली सेवा उपलब्ध व्हावी याकरिता शासनाकडून योजना राबविण्यात येत आहेत. परंतु आदिवासींना त्याचा लाभ मिळालेला नाही.

२) शासनाने आदिवासी क्षेत्रात आरोग्य सेवांसाठी अभिनव योजना कार्यान्वित केल्या असूनही प्रभावी व्यवस्थापनाच्या उणिवेमुळे या योजनांचा फायदा आदिवासी रुग्णांना घेता आला नाही.

३) आदिवासी क्षेत्रात व्यक्तींची शैक्षणिक स्थिती ही अत्यंत निकृष्ट असल्यामुळे आजारांचे प्रमाण जास्त आहे.

संबंधित गृहीतकृत्ये प्रत्यक्ष संशोधनातून व परीक्षणातून आणि अनुभवातून तयार झालेली आहेत, ती किती सत्य ठरलेली आहेत याचा शेवटी निष्कर्षात्मक अभ्यास करण्यात आलेला आहे.

विषयाचे उद्देश

आदिवासी क्षेत्रातील आरोग्य विभाग सामाजिक संस्था, शासनाचे धोरण यांच्यातील एकवाक्यता शोधणे व आरोग्य सेवा विभागाचे कार्य अभ्यासणे, हा संशोधनाचा मुख्य उद्देश आहे. व्यवस्थापनाच्या दृष्टीने आरोग्य सेवा विभागात कोणत्या अडचणी आहेत व अडचणीची कारणे कोणती? इत्यादी संदर्भात सखोल अभ्यास करून आदिवासींच्या आरोग्याबाबत असणाऱ्या समस्या त्याचप्रमाणे आरोग्य सेवा विभागाच्या अडचणींच्या निराकरणासाठी परिणामकारक उपाययोजना सुचविणे हाही संशोधनाचा एक मुख्य उद्देश आहे.

प्रस्तुत विषयाची प्रमुख उद्दिष्टे पुढीलप्रमाणे आहेत :

१) महाराष्ट्रातील आरोग्य सेवांच्या विकासाचा आढावा घेणे.
२) अमरावती जिल्ह्यातील आदिवासी क्षेत्रातील आरोग्य सेवा विभागाची आर्थिक स्थिती अभ्यासणे.
३) आदिवासी आरोग्य सेवा विभागाद्वारे आदिवासींना, गर्भवती मातृत्व अनुदान, कुपोषित बालरुग्णांकरिता दिल्या जाणाऱ्या अनुदानाचा पडताळा अभ्यासणे.
४) आदिवासी क्षेत्रातील आरोग्य सेवा विभागाच्या वित्तीय प्रशासनाचा अभ्यास करणे.
५) आर्थिक अनुदानातील असमानतेचा अभ्यास करणे.
६) आरोग्य विभागांद्वारे चालविल्या जाणाऱ्या अनुदान योजना व त्याचे प्रकार अभ्यासणे.
७) शासनाच्या आरोग्यविषयक विभिन्न योजना राबविण्याच्या पद्धती व त्यातील उणिवा अभ्यासणे.
८) आरोग्यविषयक योजनेच्या लाभार्थींचे मूल्यमापन करणे.
९) आदिवासी क्षेत्रातील आरोग्य सेवा विभागाच्या व्यवस्थापनाचा, आदिवासी रुग्ण व कर्मचारी संबंधाचा, कर्मचारी भरती, कर्मचाऱ्यांचा पगार, सेवाभर्ती इत्यादींचा आर्थिक दृष्टिकोनातून अभ्यास करणे.
१०) आदिवासी विभागातील आरोग्य सेवा व स्थानिक स्वराज्य संस्था यांचा समन्वय अभ्यासणे.
११) आदिवासी क्षेत्रातील आरोग्य सेवा विभागाच्या प्रत्यक्ष समस्यांचे अध्ययन करणे.

१२) काळानुरूप वरचेवर व त्याचप्रमाणे क्षेत्रीय संशोधनाची गरज अभ्यासणे.

१३) आदिवासी क्षेत्रातील आरोग्य सेवा विभागाचा विभिन्न पैलूतून अभ्यास करून व त्यातील अडचणी शोधून त्यावर शिफारसी सुचविणे व विभागीय संशोधनाची गरज अभ्यासणे.

प्रस्तुत संशोधनात आदिवासी क्षेत्रातील प्राथमिक आरोग्य केंद्रावर आरोग्य सेवा पुरविणारे डॉक्टर (वैद्यकीय अधिकारी) आरोग्य कर्मचारी व लाभार्थी आदिवासी रुग्ण इत्यादींच्या प्रतिक्रियांचा जास्त संबंध आलेला आहे. त्यामुळे हे संशोधन कार्य प्रमुख सिद्धान्त व तत्त्वे नजरेसमोर ठेवून अतिशय बारकाईने व काळजीपूर्वक करण्याचा प्रयत्न करण्यात आलेला आहे. यात क्षेत्रीय भेटींना जास्त महत्त्व देण्यात आलेले आहे.

विषयाची व्याप्ती

शासनाच्या आरोग्यविषयक योजनेच्या संदर्भात आदिवासी क्षेत्रातील राबविण्यात आलेल्या योजना तेथील आदिवासींपर्यंत पोहोचलेल्या नाहीत म्हणून हे आदिवासी आरोग्य सेवेपासून वंचित आहेत. त्यांच्या आरोग्यासंबंधातील समस्यांचा व आरोग्य सेवा विभागांच्या आर्थिक स्थितीबाबत विस्तृत अभ्यास व्हावा म्हणून अमरावती जिल्ह्यातील आदिवासी क्षेत्रांची अभ्यासक्षेत्र म्हणून निवड केलेली आहे. त्यात धारणी, चिखलदरा या पूर्णत: आदिवासी तालुक्यांचा व मोर्शी, वरुड, भातकुली, अचलपूर या तालुक्यातील केवळ आदिवासी क्षेत्र सखोल अध्ययनक्षेत्र म्हणून गृहीत धरण्यात आलेले आहे. आरोग्य सेवेच्या संदर्भात केवळ शासनाच्याच योजनांच्या आर्थिक स्थितीचा अभ्यास करण्यात आलेला आहे. संशोधनासाठी उपलब्ध माहितीच्या आधारावर संशोधन करण्यात आलेले आहे.

संशोधनात संशोधन कालावधीला महत्त्वाचे स्थान आहे त्यावरच संशोधन निष्कर्ष अवलंबून असतात. प्रस्तुत संशोधनासाठी निवडलेल्या कालावधीची माहिती पुढीलप्रमाणे आहे.

विषयाशी संबंधित संदर्भाचा कालावधी

प्रस्तुत संशोधनासाठी आकडेवारी संकलित करण्याचे कार्य २००५-०६ या वर्षात करण्यात आलेले आहे. त्याआधीची पाच वर्षे म्हणजे २०००-२००१, २००१-२००२, २००२-२००३, २००३-२००४ व २००४-२००५ ही वर्षे संशोधन कार्यासाठी निवडलेली आहे. संशोधनाचे क्षेत्र मोठे, काहीसे अमर्याद, असल्यामुळे

संशोधकाला काही मर्यादांमध्ये राहून संशोधन कार्य करावे लागले. संशोधन कार्य सोयीचे व्हावे व माहितीची उपलब्धता कमी जाणवू नये म्हणून संशोधकाने वरील पाच वर्षांचा कालावधी संशोधनासाठी निवडलेला आहे. संशोधनाचा संबंध हा अद्ययावत माहितीशी असतो, त्यावरच काढले जाणारे निष्कर्ष अवलंबून असतात म्हणून या पाच वर्षांची निवड अभ्यासासाठी करण्यात आलेली आहे.

संशोधन पद्धती

संशोधनाची पद्धत संशोधन क्षेत्र व त्यात करावयाचे कार्य यांच्या उद्दिष्टांवर अवलंबून असल्यामुळे प्रस्तुत संशोधनात प्राथमिक व दुय्यम प्रकारच्या माहितीचे संकलन करण्यात आलेले आहे.

दुय्यम प्रकारची माहिती प्रथम संकलित करण्यात आली. ही माहिती अमरावती जिल्ह्यातील आदिवासी क्षेत्रातील आरोग्य सेवा केंद्रांनी प्रसिद्ध केलेले वार्षिक अहवाल, जिल्हा आरोग्य अधिकारी यांच्याकडून प्राप्त केलेले अहवाल, महाराष्ट्र शासनाकडून प्रसिद्ध झालेले वार्षिक अहवाल, केंद्रशासनाकडून प्रसिद्ध झालेले आरोग्य विभागाचे वार्षिक अहवाल, इतर शासकीय अहवाल, संदर्भीय विषयांवरील शोधप्रबंध, लघुशोधनिबंध, त्रैमासिक, अर्धवार्षिक व वार्षिक नियतकालिके इत्यादींच्या माध्यमातून दुय्यम माहिती गोळा करण्यात आलेली आहे. ही माहिती प्राप्त करण्यासाठी खालील ठिकाणांना भेटी देण्यात आलेल्या आहेत.

अ) प्राथमिक स्रोत हे प्रत्यक्ष व अद्ययावत माहितीसाठी महत्त्वाचे असल्यामुळे त्यांच्यावर जास्त भर देण्यात आलेला आहे. आदिवासी क्षेत्रातील आरोग्य सेवा विभागाच्या आर्थिक स्थितीचे विवेचन, या अध्ययन कार्यामध्ये प्राथमिक स्रोत महत्त्वाचे ठरले. यामध्ये आदिवासी क्षेत्रातील लाभार्थी रुग्ण, प्राथमिक आरोग्य केंद्रावरील आरोग्य कर्मचारी आणि आरोग्य अधिकारी यांच्या स्वतंत्र मुलाखती घेऊन व अनुसूचीद्वारे माहिती घेण्यात आली. या माहितीचे संकलन करण्यासाठी स्वतंत्र अनुसूचीची (मुलाखत कोष्टकाची) निर्मिती करण्यात आली होती. यासाठी क्षेत्रीय भेटीचा व मुलाखत पद्धतीचा महत्तम वापर करण्यात आला आहे.

ब) दुय्यम प्रकारची माहिती पुढील ठिकाणाहून उपलब्ध झाली.

१) अमरावती जिल्ह्यातील आदिवासी क्षेत्रातील आरोग्य सेवा केंद्रांनी प्रसिद्ध केलेला वार्षिक अहवाल.

२) जिल्हा आरोग्य अधिकारी जिल्हा परिषद अमरावती यांच्याकडून प्राप्त केलेला अहवाल.

३) महाराष्ट्र शासनाकडून प्रसिद्ध झालेला आरोग्य विभागाचा वार्षिक अहवाल तसेच केंद्र शासनाने प्रसिद्ध केलेले आरोग्य विभागाचे वार्षिक अहवाल.

४) आदिवासी विकास विभाग प्रकल्प अधिकारी धारणी यांचा वार्षिक अहवाल.

५) जिल्हा व स्त्री सामान्य रुग्णालय, अमरावती.

६) संत गाडगेबाबा अमरावती विद्यापीठ, अमरावती येथील ग्रंथालय.

७) राष्ट्रसंत तुकडोजी महाराज नागपूर विद्यापीठ नागपूर येथील ग्रंथालय

८) जिल्हा सांखिकीय कार्यालय, अमरावती.

९) आदिवासी शिक्षण व प्रशिक्षण संस्था, पुणे येथील कार्यालय व ग्रंथालय.

१०) अप्पर आदिवासी विकास विभाग, अमरावती.

११) उपसंचालक आरोग्य सेवा अकोला मंडल, अकोला.

१२) अमरावती नगर वाचनालय, अमरावती.

१३) शासकीय विदर्भ ज्ञानविज्ञान संस्था, अमरावती येथील ग्रंथालय.

१४) श्री शिवाजी कला व वाणिज्य महाविद्यालय, अमरावती.

१५) तक्षशिला महाविद्यालय, अमरावती येथील ग्रंथालय.

१६) या विषयावर उपलब्ध प्रकाशित व अप्रकाशित संशोधन प्रबंध.

१७) या विषयावर झालेली संशोधित पत्रके.

वरील माध्यमांमार्फत माहिती प्राप्त करून संशोधनाची दिशा ठरविण्यात आली आहे.

प्रस्तुत संशोधनासाठी आकडेवारी व माहितीचे वर्गीकरण, सारणी, आलेख, तक्ते, छायाचित्रे इत्यादी माध्यमातून प्रस्तुतीकरण करण्यात आलेले आहे. प्रसंगी आकडेवारीच्या विश्लेषणासाठी योग्य त्या सांख्यिकी तंत्राचा वापर करण्यात आलेला आहे. ह्यावरून निष्कर्ष काढून त्याचे स्पष्टीकरण करण्यात आलेले आहे.

आदिवासी क्षेत्रातील आरोग्य सेवा केंद्राच्या विविध कार्यप्रणालीचे विशेषत: वित्तीय कार्यप्रणालीचे अध्ययन व विश्लेषण करताना सांख्यिकीय तंत्राचा व आलेखाचा योग्य त्या ठिकाणी वापर संशोधनात केला गेला आहे. प्रसंगी तज्ज्ञ व इतर मार्गदर्शक साहाय्यक व्यक्तींच्या प्रत्यक्ष मुलाखतीही घेण्यात आलेल्या आहेत.

प्रस्तुत संशोधनात प्राथमिक स्रोत हे प्रत्यक्ष व अद्ययावत माहितीसाठी महत्त्वाचे असल्यामुळे त्याच्यावर जास्त भर देण्यात आलेला आहे. आदिवासी क्षेत्रातील आरोग्य सेवा विभागाच्या आर्थिक स्थितीचे विवेचनाबाबतीत आजपर्यंत संशोधन न झाल्यामुळे पूर्व संशोधित आवश्यक ती माहिती उपलब्ध झालेली नाही. त्यामुळे सद्य संशोधन व

मागील संशोधन याचा या विभागीय क्षेत्राच्या बाबतीत पडताळा तपासून पाहता आला नाही. म्हणून इतर क्षेत्रात झालेल्या संशोधनाचा आधार घेऊनच प्रस्तुत संशोधन करण्यात आलेले आहे.

इतर झालेल्या संशोधनांचा आधार घेऊन आदिवासींबाबत आरोग्य व त्याच्या आर्थिक विश्लेषणाचा अभ्यास करण्यात आलेला आहे. ठरावीक समित्यांनी केलेल्या अभ्यासाची पडताळणी करण्यात आलेली आहे.

या सर्व संशोधनाचा सामायिक आढावा घेतल्यास असे निदर्शनास येते की बहुतेक राज्यातील आदिवासी क्षेत्रात आरोग्याबाबत अनेक समस्या आहेत आणि या समस्यांमध्ये बऱ्याच मोठ्या प्रमाणात साम्य आहे. उदा. आदिवासी लोकसंख्येच्या तुलनेत किंवा गावांच्या तुलनेत प्राथमिक आरोग्य केंद्रांची संख्या कमी, आरोग्य विभाग ते आदिवासींचे वास्तव्य यांच्यात असणारे अंतर, वित्तपुरवठा योजनेचा अभाव, प्रबोधनाचा अभाव, अशिक्षितपणा, रोजगाराचा अभाव आणि दारिद्र्याचे मोठं प्रमाण, पर्यायाने आदिवासींमध्ये विविध आजारांचा प्रादुर्भाव तसेच यावर औषधोपचारांबाबत आदिवासींची उदासिन वृत्ती इत्यादी स्थिती मोठ्या प्रमाणात दिसून येते.

या संशोधनांचे सूक्ष्म निरीक्षण केले असता असे दिसते की बहुतेक सर्व संशोधनात संशोधकांनी सामाजिक व आर्थिक पैलूंवरच जास्त भर दिलेला आहे. परंतु व्यवस्थापनावर अजिबात भर देण्यात आलेला नाही. कोणत्याही सामाजिक विकासात व्यवस्थापनाला महत्त्वाचे स्थान असल्यामुळे प्रस्तुत संशोधनात सामाजिक व आर्थिक यावर जास्त प्रकाश टाकण्यात आलेला आहे आणि या अभ्यासातूनच अगोदर झालेल्या संशोधनातील निष्कर्ष हे तपासण्यात आलेले आहेत.

या संशोधनासाठी नमुने कसे निवडण्यात आले त्याची माहिती पुढीलप्रमाणे आहे.

नमुन्याचा आराखडा (Sampling Design)

प्रस्तुत संशोधनासाठी अमरावती जिल्ह्यातील आदिवासी क्षेत्रातील धारणी, चिखलदरा हे पूर्णत: आदिवासी तालुके व मोर्शी, वरुड, भातकुली, अचलपूर अभ्यासक्षेत्र म्हणून निवड करण्यात आलेली आहेत. अमरावती जिल्ह्यातील वरील सहा तालुक्यात प्राथमिक आरोग्य केंद्रांना प्रत्यक्ष भेटी देण्यात आल्या, काही माहिती प्रत्यक्ष अवलोकनातून वैयक्तिकरीत्या अवगत करण्यात आलेली आहे. आदिवासी क्षेत्रातील प्राथमिक आरोग्य केंद्राबाबत माहितीचे संकलन करीत असताना उपलब्ध माहितीचाच वापर संशोधनासाठी करण्यात आलेला आहे ही माहिती अप्पर आदिवासी विकास

नमुन्याचा आराखडा

वरुड
मोर्शी
नेरपिंगळाई
अमरावती जिल्हा मुख्यालय
भातकुली
सोलापूर
अचलपूर
धामणगाव गढी
सलोना
हतरु
सेमाडोह
चिखलदरा
टेंभुसोंडा
वैरागड
हरिसाल
धारणी
कळमखार
बिजुधावडी
धुळघाट रेल्वे

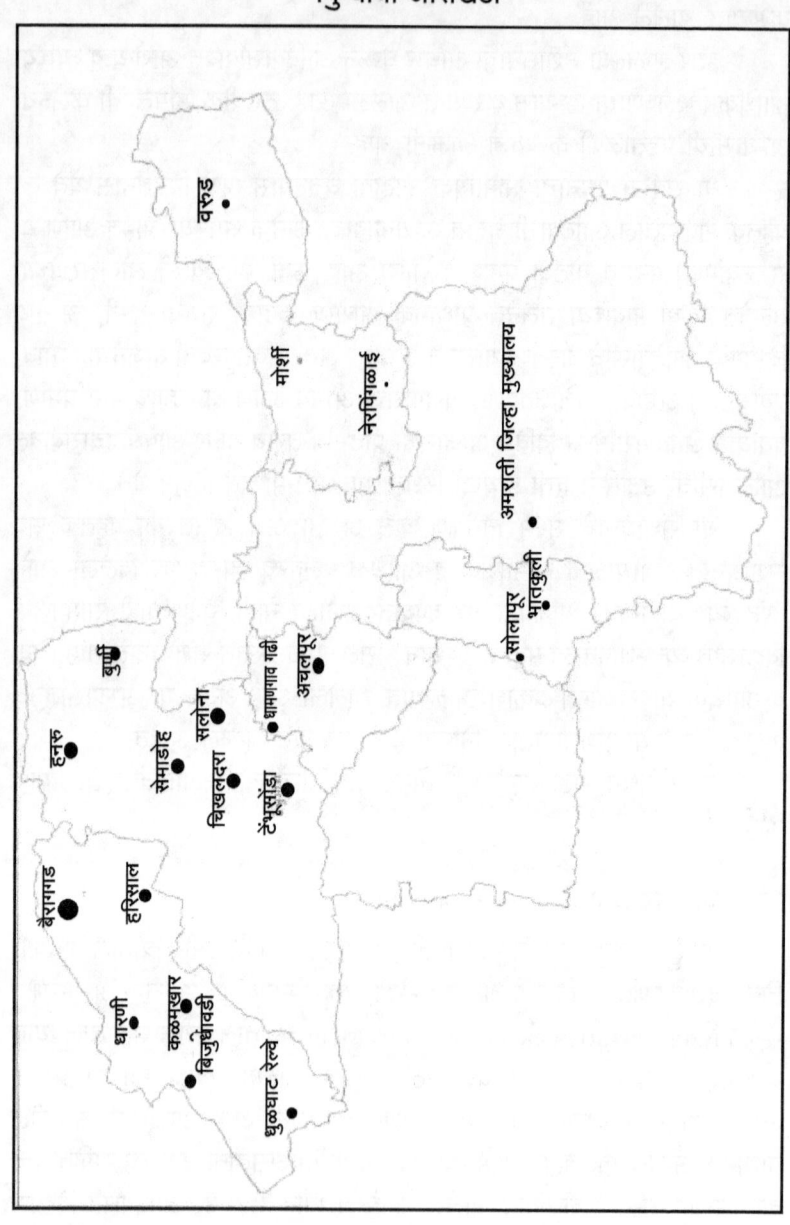

विभाग व आरोग्य विभाग जिल्हा परीषद अमरावती येथील कार्यालयातून प्राप्त करून त्याचा पडताळा घेण्यात आलेला आहे.

अमरावती जिल्ह्यातील आदिवासी क्षेत्रातील ग्रामीण रुग्णालये, प्राथमिक आरोग्य केंद्र व उपकेंद्रे यांची आर्थिक स्थिती अभ्यासण्यासाठी आदिवासी भागातील प्राथमिक आरोग्य केंद्रे प्रथमत: विचारात घेतली गेली. त्याकरिता एक व्यापक रचित अनुसूचीचा वापर करण्यात आला आहे. तसेच प्रसंगी टिपणवहीचा वापरही करण्यात आला आहे. अमरावती जिल्ह्यातील आदिवासी क्षेत्रातील आरोग्य सेवा केंद्रांची आर्थिक स्थिती, केंद्र आणि राज्य शासनाकडून येणारे अनुदान व झालेल्या खर्चाचा तसेच केंद्र व राज्यशासन, आरोग्य केंद्राधिकारी, कर्मचारी व लाभार्थी आदिवासी यांचा अभ्यास करण्यासाठी यादृच्छीक नमुना निवड पद्धतीचा वापर करण्यात आलेला आहे.

प्राथमिक माहितीचे संकलन करण्यासाठी प्राथमिक आरोग्य केंद्रावरील आरोग्य सेवा पुरविणारे डॉक्टर, आरोग्य कर्मचारी तसेच लाभार्थी रुग्ण इत्यादी घटकांची सर्वेक्षणात्मक नमुना निवड पुढीलप्रमाणे करण्यात आली आहे.

तक्ता क्रमांक २.१

अमरावती जिल्ह्यातील आदिवासी क्षेत्रातील नमुना लाभार्थी संख्या

अ.क्र.	तालुके	एकूण लोकसंख्या	आदिवासी लोकसंख्या	प्रतिशत प्रमाण	नमुना लाभार्थी संख्या
१.	धारणी	१४७०३३	१११९६१	0.२ %	२२२
२.	चिखलदरा	९५५६८	७२३00	0.२%	१४४
३.	वरूड	२१११९३	३१४६३	0.२ %	६२
४.	अचलपूर	२५२५१३	२२२३३	0.२ %	४४
५.	मोर्शी	१७०८९१	१७९८३	0.२ %	३६
६.	भातकुली	१०८६२३	१४०९०	0.२ %	२८
	एकूण	९८५७४१	२६९२३0	0.२ %	५३६

आधार : जनगणना अहवाल जिल्हापरिषद, अमरावती २००१

वरील तक्त्यानुसार अमरावती जिल्ह्यातील आदिवासी क्षेत्रातील एकूण सहा तालुक्यातील एकूण लोकसंख्या ९८५७४१ असून त्यापैकी आदिवासींची

लोकसंख्या २,६९,२३० आहे. त्यापैकी ५३६ लाभार्थी रुग्ण (लोकसंख्या) नमुना म्हणून निवडलेला आहे त्याचे प्रमाण आदिवासी लोकसंख्येच्या ०.२% इतके आहे तसेच या सहा तालुक्यातील १५ प्राथमिक आरोग्य केंद्रातील प्रत्येकी एक प्रमाणे १५ आरोग्य अधिकाऱ्यांची व १५ आरोग्य कर्मचाऱ्यांची नमुना म्हणून निवड केली आहे.

अनुसूची (मुलाखत कोष्टक) (The Interview Schedule)

प्रस्तुत साधनांचा वापर क्षेत्रीय भेटी घेऊन करण्यात आलेला आहे. संशोधनासाठी सुयोग्य व व्यापक आवश्यक माहितीचे संकलन होण्याच्या दृष्टिकोनातून दर्जात्मक अनुसूच्या तयार करण्यात आल्या त्यात संशोधन उद्दिष्टानुरूप वस्तुनिष्ठ व लघु प्रश्नांची मांडणी विशिष्ट रकान्यात वर्षावार करण्यात आलेली आहे. एक अनुसूची प्राथमिक आरोग्य केंद्रावरील आरोग्य सेवा अधिकाऱ्यांसाठी (डॉक्टर), दुसरी अनुसूची प्राथमिक आरोग्य केंद्रामधील आरोग्य सेवा कर्मचाऱ्यांसाठी व तिसरी अनुसूची प्राथमिक आरोग्य केंद्रावर उपचारार्थ येणाऱ्या लाभार्थी रुग्णांसाठी सामान्य स्वरूपात तयार करण्यात आलेली आहे. सोबतच वैयक्तिक मुलाखती घेऊन संशोधनासाठी आवश्यक माहितीचे त्यांच्याकडून संकलन केलेले आहे.

संशोधन कार्याला सुरुवात करण्याआधी संबंधित रचित अनुसूचीचे पूर्व परीक्षण करण्यात आलेले आहे. त्यात आवश्यक त्या सुधारणा करून त्यांना अंतिम स्वरूप देण्यात आले आहे. प्रत्यक्ष क्षेत्रीय मुलाखतीच्या वेळी निवडलेल्या नमुना घटकांच्या मुलाखती संशोधकाने वैयक्तिकरीत्या घेऊन प्राप्त माहितीची नोंद अनुसूचीमध्ये स्वत: केलेली आहे. कारण आदिवासी क्षेत्रातील लाभार्थींनी दिलेली माहिती अपूर्ण व असत्य राहू शकते. म्हणून हे कार्य संशोधकाने स्वत: केलेले आहे. त्यामुळे आवश्यक माहितीचे शक्यतोवर बिनचूकपणे व शीघ्रतेने संकलन करण्याचे प्रयत्न झालेले आहेत.

प्रस्तुत संशोधनात आदिवासी क्षेत्रातील दुर्गम, अतिदुर्गम भागातील गावात प्रत्यक्ष जाऊन तेथील आदिवासींच्या तसेच भरारी पथकातील पाडा स्वयंसेवक व आरोग्य कर्मचाऱ्यांच्या मुलाखती सुद्धा घेण्यात आलेल्या आहेत त्याचप्रमाणे त्या गावातील मान्यवर व्यक्तींच्या भेटी घेऊन त्यांच्या प्रतिक्रियांचे बारकाईने निरीक्षण करण्यात आलेले आहे.

अनौपचारिक मुलाखती व अवलोकन (Interviews & Observation)

संशोधन अभ्यासासाठी अनौपचारिकरीत्या प्रत्यक्ष चर्चा व अवलोकन (निरीक्षण) या पद्धतीचा वापर जास्त प्रमाणात करण्यात आलेला आहे. आवश्यक ठिकाणी

माहिती संकलनासाठी अनुसूचीचा वापर करण्यात आलेला आहे. अनुसूचीच्या कक्षेबाहेरील माहिती प्राप्त करताना एका स्वतंत्र टिपणवहीचा वापर संशोधकाने केलेला आहे. प्राथमिक स्त्रोतांच्या स्वरूपातील माहिती प्राप्त करण्यासाठी वारंवार मोठ्या प्रमाणात क्षेत्रीय भेटी द्याव्या लागल्या आहेत. त्यामुळे आदिवासी क्षेत्रातील आदिवासींशी, आरोग्य विभागातील सेवा करणाऱ्या कर्मचाऱ्यांशी जवळीक साधण्याची संधी संशोधकाला मिळाली आहे, त्यामुळे या आदिवासी क्षेत्राचा व तेथील प्राथमिक आरोग्य केंद्राचा आरोग्य सेवेबाबत प्रत्येक पैलूतून बारकाईने अभ्यास करण्यास संशोधकाला मदत झालेली आहे. कारण जोपर्यंत संबंधित व्यक्तीशी मन मोकळेपणाने बोलले जात नाही तोपर्यंत ती व्यक्ती आपल्या व्यथा व समस्या प्रामाणिकपणे सांगू शकत नाही ही बाब संशोधकाने लक्षात ठेऊन माहितीचे संकलन सुलभतेने केलेले आहे. माहिती संकलनाच्या या माध्यमाचा वापर आदिवासी क्षेत्रातील आरोग्य विभागाशी संबंधित सरकारी कार्यालये, दवाखाने उदा. अप्पर आदिवासी विकास विभाग, प्रकल्प आदिवासी विकास विभाग, आरोग्य विभाग, जिल्हा परिषद, आयुक्त आरोग्य सेवा विभाग मंडळ अकोला, आदिवासी शिक्षण व प्रशिक्षण संस्था पुणे, इत्यादी ठिकाणच्या विभिन्न अधिकाऱ्यांशी चर्चा करण्यात आलेल्या आहेत, अशा प्रकारे औपचारिकरीत्या मिळालेल्या माहितीची संबंधित व्यक्तींनी या उद्योगाबाबत केलेल्या प्रतिक्रियांची योग्य त्या ठिकाणी संशोधनात दखल घेतलेली आहे.

तथ्यांचे निर्वचन (Interpretation of Data)

प्रस्तुत संशोधनासाठी संकलित आकडेवारी व माहितीचे वर्गीकरण, सारणीयन, आलेख, तक्ते, छायाचित्रे, नकाशे इत्यादी माध्यमातून प्रस्तुतीकरण करण्यात आलेले आहे. प्रसंगी आकडेवारीच्या विश्लेषणासाठी योग्य त्या सांख्यिकी तंत्राचा वापर करण्यात आलेला आहे. उदा. x^2 Test, सरासरी, शेकडेवारी, गुणोत्तरे, बेरीज, वजाबाकी इत्यादी पद्धतींचा वापर करून विशिष्ट सारणीत माहितीची मांडणी करण्यात आलेली आहे. संशोधन कालावधीतील पाच वर्षातील प्रत्येक बाबतीत प्रगतीचे तुलनात्मक मोजमाप केलेले आहे. त्यावरून निष्कर्ष काढून त्याचे स्पष्टीकरण करण्यात आलेले आहे.

संपूर्ण आदिवासी क्षेत्रातील आरोग्य सेवा संबंधीचा संशोधन प्रकरणाप्रमाणे अभ्यास झाल्यानंतर त्यात विशेषत: आदिवासी क्षेत्रातील आरोग्य सेवा संबंधी आर्थिक स्थितीबद्दल माहिती जाणून घेतल्यानंतर आरोग्य सेवा संबंधीची निष्कर्षात्मक मते मांडण्यात आलेली आहेत व शेवटी या आरोग्य सेवा विभागासमोर असलेल्या विभिन्न

अडचणींवर कशा प्रकारे मात करता येईल या संदर्भात सुयोग्य शिफारशी संशोधकाने सुचविलेल्या आहेत. प्रस्तुत संशोधनाच्या पुढीलप्रमाणे मर्यादा व अडचणी जाणवतात.

संशोधन अभ्यासाच्या मर्यादा व अडचणी

हे संशोधन कार्य काही विशिष्ट मर्यादांमुळे एका चौकटीत राहून करावे लागले. त्यामुळे प्रस्तुत संशोधनात काही उणिवा राहून गेलेल्या आहेत त्यांचा उल्लेख करणे क्रमप्राप्त ठरते. कारण त्यावरून भविष्यातील संशोधन कार्याला मार्गदर्शक दिशा मिळू शकेल.

अमरावती जिल्ह्यातील आदिवासी क्षेत्रातील आरोग्य सेवा विभागाच्या आर्थिक स्थितीचे चिकित्सक अध्ययन या संशोधनात विषयानुरूप फक्त अमरावती जिल्ह्यातील आदिवासी क्षेत्राचाच अभ्यास करण्यात आलेला आहे. जिल्ह्यातील शहरी व इतर ग्रामीण भागात कार्यरत असलेल्या आरोग्य सेवा विभागाद्वारे प्राथमिक आरोग्य केंद्रांचा यात समावेश केलेला नाही. कारण आदिवासी क्षेत्रासंबंधी आरोग्य सेवा विभागाचे शासनाचे धोरण स्वतंत्र आहे. आदिवासी क्षेत्रातील आरोग्याबाबत स्वतंत्र भीषण समस्या आहेत. थोडक्यात आदिवासी क्षेत्रातील आरोग्य सेवा विभागाच्या प्राथमिक आरोग्य केंद्रांचा व त्यांच्या आर्थिक स्थितीबाबतचा स्वतंत्र वेगळ्या पैलूतून अभ्यास होणे आवश्यक आहे, म्हणून जिल्ह्यातील शहरी व इतर ग्रामीण भागातील आरोग्य सेवा विभागासंबंधी अभ्यास वगळलेला आहे.

संशोधनपर अभ्यास करताना संशोधकाला काही अडचणींचा सामना करावा लागला. उदा. आदिवासी लाभार्थी रुग्णांच्या भेटी घेताना मुलाखत दात्यांना बोलके करून, त्यांना निरनिराळे उपप्रश्न विचारून माहितीचे संकलन करण्यात आले. मुलाखती दरम्यान काही आदिवासी रुग्ण अवाजवी माहिती सांगतात अशा वेळी प्रसंगावधान ठेवून, त्यांना विश्वासात घेऊन, तर काही माहिती अवलोकनातून मिळवून संकलित करण्यात आलेली आहे.

आरोग्य विभागातील अधिकारी तसेच कर्मचारी यांनी आदिवासी क्षेत्रातील आरोग्य समस्यांबाबत भ्रामक व उडवाउडवीच्या स्वरूपात माहिती देण्याचा सुरुवातीला प्रयत्न केलेला होता, अशावेळी प्रसंगावधान ठेवून, त्या व्यक्तींना विश्वासात घेऊन संशोधकाने स्वतःचा परिचय देऊन व संशोधन करण्याचा उद्देश पटवून दिल्यानंतर माहिती आकडेवारीसह संकलनास चांगला प्रतिसाद मिळालेला आहे.

प्राथमिक आरोग्य केंद्रातील आरोग्य अधिकाऱ्यांनी व आरोग्य कर्मचाऱ्यांनी त्यांचे वार्षिक अहवाल प्रत्यक्ष संशोधकाला न दाखविता त्यातील आकडेवारी तोंडी

सांगितलेली आहे त्याचप्रमाणे आदिवासी क्षेत्रातील आरोग्य संस्थेतील संबंधित व्यक्तीकडून आरोग्यसेवांच्या संबंधात शासनाकडून राबविण्यात येणाऱ्या आरोग्याबाबतीत योजना व त्यासाठी शासनाकडून उपलब्ध होत असलेला निधी व या भागातील प्रत्येक आदिवासी रुग्णांना उपचारार्थ मिळणाऱ्या सेवा व सुविधा इत्यादींवर होणाऱ्या परीव्ययाबद्दल (खर्चाबाबत) समाधानकारक माहिती मिळालेली नाही.

प्रस्तुत संशोधनात क्षेत्रीय भेटीच्या बाबतीत महत्त्वाची बाब अशी की, यातून काढलेल्या निष्कर्षांची सत्यता ही त्या विशिष्ट क्षेत्रापुरती मर्यादित असू शकते, कारण संशोधन क्षेत्रातील आरोग्य सेवेबाबत कार्य करणाऱ्यांकडे वेगवेगळी कौशल्येही दिसून येतात. थोडक्यात, अमरावती जिल्ह्यातील आदिवासी क्षेत्रातील आरोग्य सेवा विभागाच्या बाबतीत काढलेल्या निष्कर्षांचा इतर विभागात मर्यादित वापर होऊ शकतो ही या संशोधनाची मर्यादा आहे.

प्रस्तुत संशोधनात वेळ, खर्च, आवश्यक माहितीचे स्रोत यालाही काही मर्यादा आहेत, त्याचप्रमाणे १००% संशोधन म्हणजेच १००% अचूक माहितीचे संकलन व त्यानुरूप ताबडतोब निष्कर्षाची जुळवाजुळव हे कार्य वैयक्तिकरीत्या संशोधकाच्या आवाक्याबाहेरचे आहे, ही सुद्धा प्रस्तुत संशोधनाची मर्यादा आहे. प्रस्तुत संशोधनात आरोग्य विभागाच्या समस्यांचे पृथक्करण करताना प्रमुख समस्या आदिवासी लाभार्थी रुग्णांशी जास्त संबंधित असल्याचे आढळते, कदाचित यामागे अंधश्रद्धा, सामाजिक व सांस्कृतिक, आर्थिक बाबी, राजकीय घटकांचा स्वार्थ, अप्रामाणिकपणा, कालबाह्यता अशी विभिन्न कारणे असावीत, ही संशोधनाची मर्यादा आहे.

संकलित आकडेवारी कालबाह्य ठरू नये म्हणून लिखाणाचे कार्य तत्परतेने करावे लागले आहे. अशा या विशिष्ट मर्यादेमध्ये प्रस्तुत संशोधन कार्य पूर्ण करण्याचा संशोधकाने प्रयत्न केलेला आहे. अर्थातच काही उणिवा राहू शकतात. संकलित माहितीचे निर्वचन करताना चौफेर चौकस बुद्धीचा वापर करून संकलित माहितीचे समतोलपणे पृथक्करण करण्याचा प्रयत्न करण्यात आलेला आहे. या संशोधनातील काही उणिवा म्हणजे या संशोधनाच्या उणिवा नसून व्यक्तींच्या मर्यादा व संबंधितांची अनुपलब्धता किंवा असहकार्य आहे.

थोडक्यात, संशोधन अभ्यासाच्या संदर्भात उपरोक्त विभिन्न मर्यादा व अडचणी जरी असल्या तरी उपलब्ध तथ्ये आणि सांख्यिकीय पद्धती यांच्या आधारे संशोधक उद्दिष्ट नजरेसमोर ठेवून जास्तीत जास्त स्पष्टता, अचूकता व तर्काधिष्ठता ठेवून प्रत्यक्ष क्षेत्रीय अध्ययनावर आधारित प्रस्तुत संशोधन करण्याचा प्रयत्न करण्यात आलेला आहे.

प्रस्तुत विषयाच्या अनुषंगाने आजपर्यंत झालेल्या संशोधनाचा आढावा ही बाब सुद्धा आवश्यक आहे. कारण त्यावरून संशोधकाला एक नवीन दिशा मिळते. संबंधित संशोधकानी काढलेले निष्कर्ष हे अभ्यासता येतात. त्यांना काढलेल्या उणिवा व त्यांनी सुचविलेल्या शिफारसी याचा अभ्यास करता येतो. या संशोधनात सुद्धा प्राप्त झालेल्या काही ठरावीक संशोधनाचा आढावा घेण्यात आलेला आहे. तो पुढीलप्रमाणे–

२.२ आदिवासी क्षेत्रातील आरोग्य सेवा कार्याच्या बाबतीत झालेल्या विश्वसनीय संशोधनाचा पाठपुरावा (Review of Relevant literature consulted)

कोणत्याही संशोधन कार्यात पूर्वसंशोधन वाङ्मय परीक्षणाची महत्त्वपूर्ण भूमिका असते, या परीक्षणामुळे एखाद्या समस्येला भिडण्यासाठी एक मार्गदर्शक तत्त्व किंवा दिशा आपल्याला मिळते, संशोधनाची रूपरेषा तयार करण्यास मदत मिळते आणि माहिती संकलनासाठी योग्य साधनांची निवड करता येते.

प्रस्तुत संशोधन करण्याच्या आधी आदिवासी क्षेत्राबाबत झालेल्या काही निवडक संशोधनाचा आढावा घेण्यात आलेला आहे. अमरावती जिल्ह्यातील आदिवासी क्षेत्राच्या बाबतीत आजपर्यंत आरोग्य सेवा विभागाची आर्थिक स्थिती या बाबत अभ्यास झालेला नाही. काही अंशी महाराष्ट्रात मोजक्याच क्षेत्रात नंदुरबार, नाशिक, जळगाव, गडचिरोली इत्यादी क्षेत्र, त्याचप्रमाणे देशातील काही विशिष्ट राज्य उदा. ओरिसा, केरळ, तमिडनाडू, उत्तरप्रदेश, पश्चिम बंगाल इत्यादी क्षेत्रात आदिवासींचे आरोग्य यावर बऱ्याच तज्ज्ञ मंडळींनी अभ्यास केलेला आहे. आदिवासी क्षेत्रातील आरोग्य सेवा विभागाच्या संदर्भात झालेल्या निवडक संशोधनपर अभ्यासाचे अवलोकन केल्यानंतर असे आढळून आले की त्या संशोधकांनी या क्षेत्राचा घेतलेला शोध व त्यातून त्यांना जाणवलेल्या समस्या काही अंशी अमरावती जिल्ह्यातील आदिवासी क्षेत्रामध्येही दिसून येतात. म्हणून पूर्व संशोधकांनी त्यांच्या संशोधनात काय शोधून काढले, या संदर्भात अभ्यास करण्यात आलेला आहे.

आधुनिक किंवा पाश्चिमात्य वैद्यकीय पद्धती भारतात २०० वर्षांपेक्षाही जास्त वर्षांपूर्वीपासून ब्रिटिशांकडून आलेली आहे. त्या वैद्यकीय पद्धतीचा परिचय भारतातील पाश्चात्त्य संस्थेकडून सोळाव्या शतकात करण्यात आला. सतराव्या शतकात पाश्चात्त्य वैद्य भारतीय राज्यकर्त्यांच्या सेवेत काम करत होते. १९ व्या शतकामध्ये संघटित वैद्यकीय प्रशिक्षणाची सुरुवात झाली. प्राचीन भारतात वैद्यासोबतच औषधी तयार करणे, आजारी व्यक्तीला औषधोपचार करणे हे शिकविले जात होते.

आरोग्याचे सामाजिक, आर्थिक महत्त्व लक्षात घेता या विषयाकडे बहुधा शास्त्रीय दृष्टिकोनातून पाहिले जाते. त्याचप्रमाणे सामाजिकदृष्ट्या सुद्धा आरोग्याला अनन्यसाधारण महत्त्व दिले गेले पाहिजे. आरोग्य हे एक महत्त्वाचे साधन आहे; ज्यामुळे लोकांची क्षमता उंचावते. आरोग्य पूर्णत्वास आलेल्या मनुष्याची ही शारीरिक, बौद्धिक व सामाजिक अवस्था आहे, असे म्हटले जाते. चांगले आरोग्य असलेला समाज आर्थिक, सामाजिक व शैक्षणिक प्रगती करू शकतो. अशा समाजाचा राहणीमानाचा दर्जा उंचावत असतो. त्याकरिता आरोग्याबाबत समाजजागृती होणे आवश्यक असते.

आरोग्यविषयक सेवांचे मात्रात्मक दृष्टिकोनातून मापन करून त्याचा अर्थव्यवस्थेवरील परिणाम तसेच समाजातील विभिन्न वर्गांवर होणारा परिणाम अभ्यासणे महत्त्वाचे ठरते. यामध्ये या सेवांचे अर्थप्रबंधन कसे करावे तसेच संघटन, वेतनपद्धती, कार्यदक्षता, आजार बरा होण्यासाठी शासन स्तरावर केलेल्या प्रतिबंधात्मक, उपचारात्मक व संवर्धनात्मक उपाययोजना, वेगवेगळी औषधोपचार पद्धती वगैरे अशा सर्व कार्यशैलींचा अभ्यास काही तज्ज्ञांनी सुद्धा केलेला आहे. त्या संबंधातील विश्वसनीय संशोधनाचा आढावा पुढीलप्रमाणे सांगता येईल.

१. **'चेरकासी मार्टीन'** (१९४९) यांनी असे म्हटले आहे की, व्यक्ती कोणत्या कारणांनी आजारी आहे हे समजणे फार महत्त्वाचे आहे. त्याच्या कुटुंबाचा समाज कोणता आहे, तो कोठे राहतो, तो कोणत्या प्रकारचे कपडे घालतो, तो कोणत्या प्रकारचे अन्न खातो, तो कोणते काम करतो हे माहीत असणे अत्यंत महत्त्वाचे आहे. या सर्व घटकांना तो कशाप्रकारे प्रतिसाद देतो हे सुद्धा महत्त्वाचे असते. वैद्यकीय ध्येय, व्यक्तिगत मूल्य, दृष्टिकोन, जीवनपद्धती यासोबतच समाज आणि संस्कृतीचा वैद्यकीय उद्दिष्टाने केलेला अभ्यास तसेच आरोग्य व आजारपणाच्या अनुभवात कोणते बदल घडून येतात इत्यादींचा अभ्यास होणे हे गरजेचे असते.[१]

२. **'मुदलीयार आणि मुखर्जी'** (१९६२) समितीने म्हटल्याप्रमाणे प्राथमिक आरोग्य केंद्रातील कर्मचाऱ्यांच्या आरोग्य सेवा कार्यात बदल करून दुसऱ्यास जबाबदार असणारी कर्मचारी पद्धत अमलात आणण्यात आली होती. या समितीने प्राथमिक आरोग्य केंद्रावरील आरोग्य सेवेबाबत सांगितलेल्या कार्यात वैद्यकीय मदत, कुटुंबकल्याण कार्यक्रम राबविणे, आई व बाळाच्या आरोग्याची काळजी घेणे, संसर्गजन्य आजारांवर नियंत्रणात्मक उपाय, आरोग्य रक्षणार्थ पर्यावरणाचे संतुलन राखण्यासाठी खबरदारी घेणे, पोषक अन्नाचा पुरवठा होण्याकरिता साहाय्यकृत घटक म्हणून कार्य करणे आणि शाळेतील विद्यार्थ्यांची आरोग्य तपासणी करणे, ग्रामीण किंवा आदिवासी

भागात प्राथमिक आरोग्य केंद्राच्या कार्यामध्ये तत्परता येण्याकरिता राष्ट्रीय आरोग्य विषयक कार्यक्रम राबविणे, ही राज्य सरकारची जबाबदारी असल्याचे प्रतिपादन केले आहे.

औषधोपचार केवळ वैद्यकीय शाखांचा प्रांत नसून औषधाचे समाजशास्त्र समजून घेणे फार महत्त्वाचे असल्याची भावना काही अभ्यासकांच्या लिखाणात आढळते. सामाजिक शास्त्राने सामाजिक घटक म्हणून मानवाच्या आरोग्य विषयक समस्यांवर प्रकाश टाकलेला आहे. विशिष्ट समाजात, संस्कृतीमध्ये एक सामाजिक घटक म्हणून मानवाच्या आरोग्य कल्याणाकडे सामाजिक शास्त्र प्रकाश टाकते. वर्तमान स्थितीत लोकांच्या माहितीमध्ये वाढ होत आहे. त्यांच्या मनाचा कल आणि विश्वास, स्वतःची तसेच कुटुंबातील सदस्यांच्या आरोग्यासाठी त्यांची ऐच्छिक भूमिका लक्षात घेऊन कुटुंबाची सुरक्षितता व दक्षता यावर परिणाम घडवून येतो. लोकांच्या कृतीतून आणि समजण्यातून सुरुवात झाली आहे की, शरीर हे फक्त जीवनासाठी नसून जगण्यासाठी सुद्धा आहे. शरीर आणि व्यक्ती हे समाजाचे पर्यावरण आहे म्हणून समाज, व्यक्ती हे शरीराचे पर्यावरण बनते.[२]

३. ''**कोए रॉडनी आणि वेसेन**'' **(१९६५)** यांनी रुग्णांच्या प्रथमावस्थेत आजारावर उपचार घेण्यासाठी दिरंगाई होण्याचे कारण दुर्लक्ष होणे, माहिती नसणे तसेच उपचारांसाठी लागणारा फार मोठा खर्च इत्यादी बाबी आढळतात असे स्पष्ट केले.[३]

४. **गोऊल्ड (१९६५)** यांनी केलेल्या अभ्यासानुसार आदिवासी भागात (ग्रामीण भाग) डॉक्टर आणि रुग्ण यांच्यामधील वैयक्तिक विश्वासाचे संबंध, त्यांची स्थानिक डॉक्टरांवर असलेली श्रद्धा उपचारात महत्त्वाची भूमिका बजावते. आदिवासी भागात, आरोग्य केंद्रावरील डॉक्टरांना स्वीकारणे आणि त्यांच्याकडून आजारावर उपचार चालू ठेवणे हे डॉक्टर वेळेवर उपलब्ध असतात की नाही यावर अवलंबून असते.[४]

५. **सचमन (१९६५)** यांनी केलेल्या अभ्यासानुसार, वैद्यकीय सेवा ही जीवन जगण्यासाठी आवश्यक बनली आहे आणि आरोग्याबाबत कोणत्याही कार्यक्रमाचा आवश्यक भाग आहे. लोकांनी वैद्यकीय सेवेबाबत मोठ्याप्रमाणावर सहकार्य दिले तर त्याचा संपूर्ण उपभोग घेतला जातो.[५]

६. **वाळुंजकर आणि चतुर्वेदी (१९६७)** यांनी केलेल्या अभ्यासानुसार ग्रामीण भागात आजारांच्या कारणांच्या प्रकारांची ओळख त्यासोबतच बदलत्या उपचार पद्धतीमध्ये आदिवासी भागात आजारावरील उपचारात धार्मिक संस्कारांची भूमिका महत्त्वाची असते.[६]

७. **पी. बर्धन (१९७४)** यांनी लिंगात्मक घटकांचा प्रभाव स्पष्ट करताना मृत्यूमध्ये स्त्री व पुरुषांच्या प्रमाणात फरक आहे. तो पूर्व आणि दक्षिण भारतापेक्षा उत्तर आणि उत्तर पश्चिम प्रदेशांमध्ये जास्त दिसून येतो. कारण दोन प्रदेशांमधील शेतीतील पिकांच्या पद्धती आणि स्त्रियांकडून काम करून घेण्याच्या पद्धती यांचा संबंध मृत्युदराशी आहे. स्त्रिया घरातील काम करून घराच्या उत्पन्नामध्ये मजुरी करून महत्त्वपूर्ण योगदान देऊनसुद्धा घरातील अन्न व आरोग्याची काळजी, यामध्ये पुरुषांनाच प्राधान्य दिले जात असल्याचे दिसून येते. लिंगानुसार अन्नाचे वाटप हे गरीब घराशी नेहमीच संबंधित जरी नसले तरी गरीब परीस्थितीमुळे लिंगानुसार अन्नाची विभागणी याचे प्रमाण अधिक दिसून येते. परिणामत: स्त्रियांमध्ये न्यूनपोषण व मृत्यूचे प्रमाण अधिक असते असे म्हणता येईल.[७]

८. **हेरॉल्ड लुप्ट (१९७४)** यांनी असे म्हटले की, समाजातील लोकांच्या आजारपणाबाबत प्रतिक्रिया ही बरेचदा आर्थिक घटकांशी निगडित असते. गरीब मनुष्य डॉक्टरांची सेवा घेऊ शकत नाही आणि आजारावरील उपचाराच्या शोधात फार जास्त दूर प्रवास करू शकत नाही. त्याचा भर स्थानिक उपचार सेवा आणि स्वस्त आरोग्य सेवेवर समाधानी राहणे याच्यावरच असतो. त्यांच्या मते, समाजामध्ये पुरविण्यात येणारी व उपयोगात आणली जाणारी डॉक्टरी सेवा या समाजातील सर्वच घटकांना उपलब्ध होत नाही.[८]

९. **'डरफिल्ड आणि लिंडबर्ज' (१९७५)** यांनी तमिळनाडूमध्ये केलेल्या अभ्यासावरून असे स्पष्ट केले की, तेथील लोक आजार बरा होण्यासाठी देवाच्या मदतीवर विशेष भर देतात. आजारातून सुटका होण्यासाठी देव हा सर्वात सोपा उपाय आणि सरळ मार्ग आहे असा तेथील लोकांचा समज असल्याचे दिसून येते. आदिवासी भागात प्राथमिक आरोग्य केंद्रावरील डॉक्टरांकडून आजारावर उपचार चालू ठेवणे हे डॉक्टर वेळेवर उपलब्ध असतात की नाही यावर अवलंबून असते. जागतिक आरोग्य संघटनेच्या निरीक्षणास असे आढळून आले की वैद्यकीय सेवांची नियमित उपलब्धता डॉक्टरांच्या वर्तणुकीतून दिसून येते. आपण जेवढी आशा करतो त्यापेक्षा उपलब्ध सेवांचा कमी उपयोग आदिवासी लोक घेत असतात.[९]

१०. **'के. एल. व्हाईट' (१९७७)** म्हणतात की, जगभर पसरलेल्या या आरोग्य सेवांशी लोकांचा संबंध फार मोठ्या प्रमाणात येऊ शकत नाही, त्यामुळे आरोग्याबाबत काळजी घेणाऱ्या पद्धतीकडून संपूर्ण लोकसंख्येच्या आरोग्यासंबंधात असणाऱ्या पातळीमध्ये सुधारणा व्हायला हवी, याबाबत यश मिळणे अपेक्षित आहे. तसेच आरोग्य सेवांच्या संदर्भात लोकांचा (आदिवासी रुग्णांचा) प्रतिसाद अत्यंत

महत्त्वाचा आहे. आरोग्याची काळजी घेण्यासाठी गरजेनुसार लोकांच्या चालीरीती तसेच लोकांच्या दैनंदिन सवयींची सुद्धा काळजी घ्यायलाच हवी. आंतरराष्ट्रीय अध्ययनात असे आढळून आले की सामाजिक वर्तणूक आणि सामाजिक घटकांमुळे वैद्यकीय सेवांच्या सर्व पद्धतीवर सहजपणे परिणाम घडून येतो, असे प्रतिपादन व्हाईट यांनी केले.[१०]

११. जागतिक आरोग्य संघटनेच्या W.H.O. (१९७८) मध्ये प्रसिद्ध झालेल्या अहवालानुसार, आरोग्य सेवांचा उद्देश लोकांच्या आरोग्याचा दर्जा वाढविणे हा आहे. उदा. बालकांना सुरक्षिततेच्या दृष्टीने आनुषंगिक आजारांवर परिणाम घडवून आणणे, तसेच शुद्ध पिण्याच्या पाण्याची उपलब्धता ही पाण्यापासून उद्भवणाऱ्या आजारांपासून होणारे रोग आणि त्यामुळे वाढत असलेली मृत्युसंख्या कमी करू शकते. गर्भवती माता तसेच मुलांची काळजी, मातेचा व मुलांचा आजार, तसेच त्यांचा मृत्यूदर कमी करण्यास मदत करते. आरोग्य सेवांची सामाजिक वर्तुळात समान विभागणी व्हायलाच पाहिजे, कारण ते परिणामकारक असते. हे सर्व प्राथमिक आरोग्य सेवांचे घटक महत्त्वाचे आहेत. ही बाब संघटनेने मांडली.[११]

१२. 'मिलर' (१९८१) यांनी केरळमध्ये केलेल्या अभ्यासानुसार असे आढळले की शेतकी मजुरीमध्ये दैनिक आहार हा पुरुषांच्या रोजगारापेक्षा स्त्रियांच्या रोजगाराशी अधिक संबंधित असल्यामुळे स्त्रियांचा रोजगार वाढवून स्त्री अधिक स्वतंत्र होत गेली. त्यामुळे अन्न आणि आरोग्याची काळजी यामधील लिंगभेद कमी होत गेल्यामुळे केरळमधील लिंगप्रमाण आणि नवजात बालकाचे मृत्यूचे प्रमाण कमी झाल्याचे दिसून येते.[१२]

१३. हॅडली, जे (१९८३) यांच्या मते, वैद्यकीय महाविद्यालयाची (Medical Collage) सेवा किंमत ही प्राथमिक आरोग्य केंद्राच्या सेवा किमतीपेक्षा जास्त असते. कारण वैद्यकीय महाविद्यालयातील प्रशिक्षण खर्चाचा समावेश सेवा किमतीमध्ये असतो. त्यामानाने प्राथमिक आरोग्य केंद्रातील सेवा किमतीमध्ये हा समावेश नसल्यामुळे सेवा किंमत कमी असते.[१३]

१४. 'पनिकर' (१९८४) यांनी असे सांगितले की, प्रतिव्यक्ती उत्पन्न हे आरोग्य दर्जा सुधारण्यामध्ये महत्त्वाची भूमिका बजावते. त्याकरिता आर्थिक वाढ आणि गरिबी या दोन मुद्याबाबत धोरणे ठरविली पाहिजेत. या योजनांचे तंत्रामध्ये सामाजिक न्याय आणि गरिबांकरिता वास्तविक उत्पन्नात वाढ करणे अशी असायला पाहिजे, तसेच आरोग्य दर्जात स्त्रियांच्या शिक्षणाची मुख्य भूमिका असल्यामुळे देशात स्त्रीशिक्षणाच्या खर्चावर जास्त लक्ष देण्याची गरज आहे, याशिवाय मानवी

भांडवल, उत्पादकता आणि पर्यायाने आर्थिक वाढ ही चांगल्या आरोग्याचे दर्शक म्हणता येईल. त्याचबरोबर सरकारचा प्रतिव्यक्ती आरोग्य खर्च जास्त प्रभाव पाडू शकत नसल्यामुळे गरिबांकरिता रोजगाराच्या माध्यमातून आवश्यक गरजांची पूर्तता होणे आवश्यक असून त्या व्यतिरिक्त आरोग्यावर होणारा खर्च भागविला गेला पाहिजे. त्यातून आरोग्याची काळजी घेतली जावी असे मत मांडले.

गरिबी ही उत्पन्नाच्या संबंधातून पाहिली पाहिजे. गरिबी ही उत्पन्नामध्ये घट वाढविते आणि आरोग्य दर्जा कमी करते. दुसऱ्या शब्दांत असे म्हणता येईल की उत्पन्न गरिबीच्या माध्यमातून आरोग्य दर्जा प्रभावित करते, याकरिता उपाययोजना म्हणून गरिबी निर्मूलन कार्यक्रम, उत्पन्न वाढविणे इत्यादींना आरोग्यात सुधारणा तसेच राहणीमानाचा दर्जा सुधारण्याकरिता प्राधान्य दिले गेले पाहिजे. ग्रामीण भागात (आदिवासी) आरोग्य सेवांच्या परिणामकारतेच्या अनुषंगाने काही लेखकांनी आपले विचार मांडले. इ.स. १९७५ मध्ये राष्ट्रीय आरोग्य प्रशासन आणि शिक्षण संस्थेने केलेल्या अभ्यासात असे आढळून आले की सामाजिक बांधिलकी आणि शारीरिक कमजोरी ही बाब आदिवासी लोकांसाठी कठीण होते. या भागात प्राथमिक आरोग्य केंद्राचे कार्य असमाधानकारक होते. या भागात महागड्या आरोग्य सेवांचा उपयोग करणे मर्यादित होते. आरोग्य सेवा व सुविधांची उपलब्धता कमी पडत होती. या कारणामुळे आदिवासी लोकांना उपलब्ध आरोग्य सेवांचा उपयोग करून घेता आला नाही.[१४]

१५. **जेन्सस, जि. ए. आणि ओनिसे, एम. ए. (१९८६)** यांच्या अभ्यासात त्यांनी उपचार सेवांच्या किंमतीचा विचार केला आहे. दवाखान्याच्या वर्तणुकीचा सिद्धांत असे स्पष्ट करतो की, विशिष्ट क्षेत्रात वैद्यकीय कर्मचाऱ्यांची एकूण सेवा व किंमत वाढते. दवाखान्याचा आकार आणि आरोग्य सेवेचा दर्जा यामुळे ही किंमत वाढते. दळणवळण व माहितीची देवाणघेवाण वैद्यकीय सेवेतील उच्चतत्परतेला मोठा वाव असतो. त्याचप्रमाणे रुग्णांच्या आरोग्य सेवेच्या किमतीमध्ये एकूण भरती रुग्ण व त्यांचा विविध दवाखान्यात थांबण्याचा कालावधी याचा परिणाम होतो. असे त्यांनी स्पष्ट केले आहे.[१५]

१६. **'अकीन' (१९८७)** यांनी आरोग्य क्षेत्रातील सुधारणांबाबत विकसनशील देशात खालील चार मुद्द्यांवर विचार करणे योग्य व आवश्यक मानले आहे. १) शासकीय आरोग्य सुविधा या उपयोगिता खर्चावर आधारित पुरविल्या गेल्या पाहिजेत. २) आरोग्य हमी कार्यक्रम सुरू केले गेले पाहिजेत. ३) सामान्य लोक ज्याकरिता पैसे देण्यास तयार असतात त्या सुविधा खाजगी क्षेत्रांना देण्यासाठी

प्रोत्साहित केले पाहीजे. ४) निवडक आधारावर सरकारच्या स्वास्थ सुविधा विकेंद्रित केल्या गेल्या पाहिजेत इत्यादी.

जर गरिबांना महाग औषधी सुविधांकरिता लागणाऱ्या शुल्कातून सुट दिली तर गरिबांशिवाय जे इतर लोक आहेत त्यांच्याकरिता शुल्क वाढविले जाऊ शकते. यामुळे आरोग्य सेवेचा मूळ खर्च भागविला जाऊ शकतो. तसेच आरोग्य सुविधा वापरण्यावरील शुल्काच्या प्रभावी धोरणाकरिता जोपर्यंत सेवेच्या गुणवत्तेमध्ये सुधार, महसुलामध्ये बचत आणि सरकारी निधी पुरवठा कार्यक्रम यांचा समावेश केल्याशिवाय गरिबांना आरोग्यविषयक सुविधांकरिता लागणाऱ्या शुल्कातून सूट देता येणार नाही. आरोग्य सेवांवरील खर्च करण्याची पद्धती ही सर्व प्रकारच्या आरोग्य समस्येकरिता योग्य वाटत नाही. या पद्धतीला प्रभावी करण्यासाठी योग्य आरोग्य हमी योजना सुरू करण्याची आवश्यकता आहे, असे मत अफिन यांनी प्रतिपादित केले आहे.[१६]

१७. **'सेन आणि रॉय' (१९८८)** यांनी भारताच्या दृष्टीने असे प्रतिपादन केले की आरोग्य क्षेत्रातील सर्व समस्या भारतात आहेत व या समस्या इतर विकसनशील देशांच्या तुलनेत जास्त आहेत. भारतामध्ये आरोग्य क्षेत्रातील अंदाजपत्रकामधील एक मोठा खर्चाचा भाग हा ग्रामीण तसेच आदिवासी भागातील सुरक्षात्मक उपयांपेक्षा जास्त प्रमाणात शहरी भागातील उपचारांकरिता खर्च केला जात असतो.[१७]

१८. **'रॉय आणि राजकुमार सेन' (१९९४)** यांनी प्रसिद्ध केलेल्या लेखात असे सांगितले की, आरोग्य चांगले नसणे हे अपुऱ्या मानवी उत्पादकतेचे कारण आहे. काम करणाऱ्या मजुराचे आरोग्य सुदृढ असेल तर कामात वेळ कमी लागतो. मजुराचे आरोग्य कसे आहे याचा परिणाम काम पूर्ण करण्याकरिता लागणाऱ्या वेळेवर आणि श्रमावर होतो. आरोग्यातील उदासीनतेमुळे उत्पन्नाची कमी पातळी आणि कमी उत्पन्न असणाऱ्या अर्थव्यवस्थेच्या विकासामधील अडचणी यांचा अभ्यास करणे अधिक महत्त्वाचे आहे. आरोग्यावरील खर्चामुळे मानवी संसाधनाची गुणवत्ता आणि संख्या वाढण्याची शक्यता असते. तसेच लोकांची काम करण्याची वयोमर्यादासुद्धा वाढण्याची अपेक्षा असते. आरोग्य गुंतवणुकीतील प्रतिफल हे शिक्षणातील गुंतवणुकीच्या प्रतिफलापेक्षा अंदाज बांधण्यास कठीण आहे. आरोग्यातील सुधारामुळे उत्पादकता वाढीस लागते. आरोग्य खर्चाचे गुणात्मक प्रभाव हे मोजमाप करण्यास कठीण असतात. कारण देशातील लोकसंख्येचा आरोग्य दर्जा हा आरोग्यावर होणाऱ्या खर्चाशी संबंधित आहे. वाढत्या गुणात्मक आणि संख्यात्मक मानवी संसाधनाशिवाय आरोग्यावरील खर्चामुळे मानवेतर घटकांची उत्पादकता, आरोग्यावरील देशाच्या पातळीवर राष्ट्रीय उत्पन्नातून होणारा खर्च, भारत आणि चीन देशांचा अभ्यास केल्यानंतर अभ्यासानुसार

एकूण व प्रतिव्यक्ती उत्पन्न पद्धतीने चीनपेक्षा भारत हा आरोग्यावर अधिक खर्च करतो. हा खर्च जी.डी.पी.च्या प्रतिशतानुसार जास्त आहे तो चीनपेक्षा जास्त असून, आफ्रिका आणि आशियातील इतर देशापेक्षाही जास्त आहे.

भारतात जी.डी.पी. मधील खाजगी क्षेत्राच्या आरोग्यावरील खर्चाचा हिस्सा हा सार्वजनिक क्षेत्राच्या आरोग्यावरील खर्चापेक्षा साधारणत: जास्त असतो तर चीनमध्ये आरोग्यावरील खर्चाबाबत खाजगी क्षेत्र एक महत्त्वपूर्ण भूमिका पार पाडते. चीनच्या तुलनेत भारतात आरोग्यावरील मदतीची रक्कम जास्त आहे. तसेच आशियातील इतर देश, उपसहारा, आफ्रिका या दोन देशांपेक्षाही भारतात मदतीची रक्कम जास्त प्राप्त होते. तज्ज्ञांनी काढलेल्या माहितीवरून असे दिसून येते की जास्त खर्च केल्यामुळेच अधिक चांगले आरोग्य प्राप्त होते असे नाही तर पैसा खर्च करताना दाखविण्यात येणारी तत्परता आणि प्रभावीपणा व कार्यक्रमांची योग्य प्रकारे आखणी यावर चांगले आरोग्याचे परिणाम दिसून येतात. चीनचे यश हे बऱ्याच प्रमाणात अमौद्रिक घटकांमुळेच आहे असे दिसून येते.[१८]

१९. **'भारद्वाज' पांडे व महाजन' (१९९४)** यांनी प्रसिद्ध केलेल्या लेखातून असे म्हटले आहे की आदिवासी भागात आरोग्य दर्जा अनेक गोष्टींवर अवलंबून असतो. ज्यामध्ये पिण्याच्या पाण्याचा पुरवठा, आरोग्य व्यवस्था, आरोग्याबाबत जागरूकता, शिक्षणाची पातळी, पौष्टिक आहार, उत्पन्नाची पातळी, कुटुंबाचा आकार, घरातील स्थिती आणि आरोग्य सेवेवरील खर्च इत्यादींचा समावेश होतो. या भागातील निवडक गावांच्या अभ्यासावरून कुटुंबातील आजारी व्यक्तींचे प्रमाण, साक्षरता दर, प्रतिव्यक्ती उत्पन्न, अन्न पदार्थांमध्ये डाळी, तेल व साखर यावर प्रतिव्यक्ती खर्च तसेच आरोग्य सेवा काळजी यावरील प्रतिव्यक्ती खर्च इत्यादी माहितीनुसार हे स्पष्ट होते की उच्च उत्पन्न पातळीवर प्रजोत्पादन दर कमी असतो तर शिक्षण व आरोग्याची पातळी उच्च असते यावरून आरोग्याची काळजी ही उच्च कॅलरीजचे (पोषक आहार) अन्न पदार्थ आरोग्यावरील प्रतिव्यक्ती खर्च तसेच कुटुंबातील आजारी पडणाऱ्या व्यक्तींचे प्रमाण यावरून स्पष्ट होते.[१९]

२०. **सुमन जैन (१९९४)** यांनी केरळ आणि हरियाणातील व्यक्तींचे लिंग आणि जगणे याचे तुलनात्मक विश्लेषण आपल्या लेखातून स्पष्ट केले आहे. त्यांच्या मते, स्त्रियांच्या स्वायत्ततेचे महत्त्व एक घटक म्हणून त्यांचे शिक्षण आणि आरोग्य सुविधा, याद्वारे आरोग्यावर परिणाम होत आहे आणि अशा प्रकारे मृत्यूदर जास्त व उत्पादकता कमी असे स्पष्ट करते की, उत्तर भारतीय राज्यांची दक्षिण व पूर्व राज्यांशी तुलना करताना तेथील कुंटुंबाची रचना, लग्नाचे वय आणि आनुवंशिकता

यामधील फरक याचा परिणाम उत्तरेकडील राज्यातील स्त्रियांची स्वायत्ता कमी असल्यावर होतो. ज्यामुळे स्त्रियांची स्वत:च्या आरोग्याबाबतची निर्णयक्षमता कमी होऊन मृत्युदर व उत्पादकता कमी होते असे आढळून आले आहे.[२०]

२१. **गोयल आणि शर्मिला, ए. (१९९४)** यांनी भारतातील आरोग्य सेवेतील आर्थिक अडचण आणि रचनात्मक बांधणी या कार्यक्रमांमुळे भारतातील आरोग्य सेवेतील वित्तीय साहाय्यतेमध्ये नवीन मार्ग निर्माण होतात. कारण आरोग्यसेवेची उद्दिष्टे आणि त्यांना वित्तीय साहाय्यता निर्माण करण्याकरिता आवश्यक स्त्रोत, यामध्ये दरी निर्माण होते. भारतात लोकसंख्येच्या वाढीमुळे स्वास्थ किंवा आरोग्य सेवांच्या मागणीत वाढ होते. त्यामुळे भारतीय अर्थव्यवस्थेतील आरोग्य क्षेत्रामधील प्रतिव्यक्ती आर्थिक साहाय्यता कमी होते.[२१]

२२. **दास आणि चौधरी (१९९४)** यांनी ओरिसामधील आरोग्य सेवेच्या मागणी व पुरवठ्याबाबत विवेचन केले आहे. त्यांच्यामते आरोग्य सेवा ही सार्वजनिक वस्तू आहे आणि म्हणूनच बाजार आणि सरकार या दोन्ही बाबी एकत्र असणे लोकांच्या आरोग्य गरजेकरिता आवश्यक आहे. वस्तूच्या गुणात्मकतेच्या अनुषंगाने काही घातक आजारांवर प्रभावी नियंत्रण करणे आवश्यक आहे. या अभ्यासाच्या उद्दिष्टांमध्ये मागणी आणि पुरवठा बाजूमध्ये ओरिसामधील आरोग्य सेवेबाबत समानता आणणे आणि कोणत्या मर्यादेपर्यंत सार्वजनिक वस्तू आणि गुणात्मक गरज या दोन्ही बाबींवर कसा प्रभाव टाकतात त्यासाठी पुढील निष्कर्ष काढलेले आहेत. अ) आरोग्य सेवेतील संसाधनांचा वापर अपुरा आहे. ब) उत्तम व्यवस्था नाही. क) सामाजिक न्याय व्यवस्था असूनही ती सर्व वर्गापर्यंत (आदिवासींपर्यंत) पोहोचत नाही. ड) आरोग्य व्यवस्थेतील अनियमिततेमुळे आरोग्यक्षेत्रातील वस्तूंची किंमत वाढते.[२२] इत्यादी निष्कर्ष त्यांच्या अभ्यासातून प्राप्त झालेले आहेत.

२३. **रेड्डी (१९९४)** यांच्या अभ्यासानुसार आरोग्य काळजीमधील आर्थिक आधार, संसाधनांचा वापर आणि संघटना इत्यादींमधून आरोग्याचे अर्थशास्त्र, हा अभ्यास भारतात दोन दशक जुना आहे; परंतु विकसित देशात मात्र पाच दशकांपेक्षाही जास्त जुना आहे. फार पूर्वीपासून भारत सरकारकडून आरोग्यावरील खर्च एक उपभोग खर्च म्हणून न धरता तो गुंतवणूक खर्च म्हणूनच विचारात घेतला गेला. निष्कर्षाअंती आरोग्य सेवांवरील खर्चाबाबत व उपयोगितेबाबत विशेष लक्ष दिले गेले नाही. असे मत स्पष्ट केले आहे.[२३]

२४. **पार्क, के. (२००२)** भारत सरकारच्या आरोग्य विषयक माहितीनुसार साक्षरता आणि आरोग्य यांचा घनिष्ट संबंध आढळून येतो. सन १९९९ मध्ये केरळ

या राज्यात बालकांचा मृत्यूदर अंदाजे पूर्ण भारतातील बालकांच्या मृत्यूदराच्या प्रमाणात १४% होता. केरळमध्ये बालकांचा मृत्यूदर कमी असण्याचे कारण तेथील स्त्रियांची साक्षरता जास्त आहे. म्हणजेच ८७.८६% इतकी आहे त्याचवेळी संपूर्ण भारतात स्त्रियांचे साक्षरतेचे प्रमाण फक्त ५४.१६% एवढेच होते.[२४]

आदिवासी क्षेत्रात आरोग्यविषयक सेवांबाबतचे मूल्यमापन तसेच यामध्ये आदिवासींच्या आरोग्याचे विविध पैलू समोर आलेले नाहीत. त्यापैकी केलेल्या अभ्यासातून अभ्यास क्षेत्रातील स्थानिक पातळीवर योजनांच्या माध्यमातून मिळणाऱ्या निधीचा उपयोग योग्य प्रमाणात होत नाही.

वरील सर्व संशोधकांच्या आढाव्यावरून असा निष्कर्ष निघतो की, बहुतांश संशोधकांनी मांडलेल्या मतांमध्ये साम्यता आहे. जसे लाभार्थी व्यक्तींचा अशिक्षितपणा, त्यांचे उत्पन्न, कुटुंबाचा आकार याचा संबंध आरोग्याशी आहे. आरोग्य सुदृढ ठेवण्याची जबाबदारी आरोग्य केंद्राची आहे. आरोग्य सेवा केंद्राचा फायदा आदिवासी लोकांपेक्षा इतर लोक घेतात. आरोग्य सुदृढ राहण्यासाठी आरोग्य सेवा केंद्रे, त्यांची कार्यप्रणाली, त्यांच्या योजना, त्यांची आर्थिक स्थिती चांगली असणे आवश्यक असून त्याचा फायदा तळागाळापर्यंत पोहचेल. या पैलूंवर संशोधकांनी मोठ्या प्रमाणात भर दिलेला नाही. यादृष्टीने वरील विभिन्न पैलूंवर अभ्यास करण्यासाठी ''अमरावती जिल्ह्यातील आदिवासी क्षेत्रातील आरोग्य सेवा विभागाची आर्थिक स्थिती–एक चिकित्सक अध्ययन'' यावर अभ्यास करण्यात आलेला आहे आणि नवीन माहिती उजेडात आणण्याचा संशोधकाने प्रयत्न केला आहे. जसे आदिवासी लाभार्थींची अज्ञानी वृत्ती असल्यामुळे शासनाच्या योजनांचा संबंधित लोक लाभ घेत नाहीत. तसेच स्थानिक पातळीवर निकृष्ट वितरण व्यवस्था असल्यामुळे योजनांबाबत सक्षम अंमलबजावणी होत नाही. याला कारणीभूत असणाऱ्या अडचणी कोणत्या? याचा अभ्यास होणे गरजेचे आहे.

संदर्भ

१. मार्टीन चेरकासी : American journal of public health volume. 39, P.P. 163-166 (1949)

२. मुदलीयार ए.सी. आणि मुखर्जी : "Report of the helth survey and planning committee.", Govt. of India. P. 174 (1962)

३. रॉडनी कोए आणि अलबर्ट वेसेन : "Social-psychological factors

influencing the use of community health resources." American journal of public health. volume. 55, no. 7 pp. 1024-1030 (1965)
४. गोऊल्ड, एच. ए. : "Modern Medicine and folk cognition Rural India." Human organization, Vol.243, P.P. 201-208. (1965)
५. सचमन, ई. ए. : "Social Patterns of Illness and medical care" Journal of Health and Human Behaviour. PP. 6 (1965)
६. वाळुंजकर, टि. एन. आणि चतुर्वेदी, एच. आर. : "Religion and Illness in Hindu Society." Journal of M.S. University of baroda. No.2 P.P. 45-52 (1967)
७. बर्धन पी. : "On life and death questions." Economic and political weekly, Aug. 9, P. no. 32, 34. (1974)
८. लुप्ट, एच : "Factors affecting the use of physicians services in a Rural Community". American Journal of Public Health, Vol. No. 66, pp 865-870. (1976)
९. डरफिल्ड जी. आणि लिंडबर्ज : "Pills against poverty. A study of the Information of western medicine in a Tamilnadu village," Asian studies monograph series no. 23, curzon press ltd. London. (1975)
१०. व्हाईट के. एल. : Health services : "Concepts and information for national planning and management "W.H.O." geneva no. 67. (1977)
११. वर्ल्ड हेल्थ ऑर्गनायझेशन : "Financeing of health services" Technical Report no. 625. (1978)
१२. मिलर : "The endangered sex, gender and survival - A comparative analysis of kerala and Hariyana". I.E.A. conference volume. P.No. 38. (1981)
१३. हॅडली, जे. : "Teaching and Hospital Costs", Journal of Health Economics, Vol. 2, pp 75. (1983)
१४. पनिकर : "Health status of kerala : The paradox of economic backwardness and health development" centre for development studies, Trivendrum. P. No. 32 conferance volume. (1984)
१५. जेन्सन, जि. ए. आणि ओनिसे, एम. ए. : "Medical Staff Speciality mix

and Hospital producation" Journal of Health Economic, Vol. 5, pp 253-276. (1986)

१६. अकिन, एन. : "Financing of health service in L.D.C.S." finance and development, 24 (2). P.No. 49 confrance volume. (1987)

१७. सेन, राजकुमार आणि रॉय : "Decentralised planning and primary health care in L.D.C.S. with reference to India" conference volume P.No. 50 (1988)

१८. रॉय आणि सेन, राजकुमार : "Provision of public health in low income countries : problems, reforms and lession for India." Indian economic association conforance volume P.No. 46. (1994)

१९. भारद्वाज, एस. पी., पांडे आणि व्ही. के. महाजन : "Economics of Health status in ruralareas - A micro level studies." I.E.A. conference volume P.No. 67. (1994)

२०. जैन, सुमन : "Gender and Survivnal-A Comparative analysis of Kerala and Hariyana" The Indian Economic Association Conference Vol.P.P. 37-39. (1994)

२१. गोयल, एम. एम. आणि शर्मिला, ए. : "Pricing Policy for Health services in India". I.E.A. Conference Vol. pp 56. (1994)

२२. दास, बि आणि अमिता चौधरी : "Supply and Demand for Health Servicesin orissa." I.E.A. Conference Vol. pp 61. (1994)

२३. रेड्डी, के. एन. : "Economic foundations of Health care Issues in Resource allocation and Resource mobilization" I.E.A. Conference Vol. pp 3-4 (1994)

२४. पार्क, के. : "Preventive and Social Medicine." Text book, messers Banrasidas Bhanot, Publishers Sabalpur. PP 18. (2002)

प्रकरण

३

आरोग्य सेवा विभागाचे प्रशासन व व्यवस्थापन

३.१ प्रास्ताविक

शासनाच्या निरनिराळ्या विभागांमार्फत कल्याणकारी व सार्वजनिक आवश्यक गरजा पुरविण्याकरिता समाजासाठी शासन कटिबद्ध असते. त्यासाठी सरकार पंचवार्षिक योजनांमध्ये धोरणे आखून कार्यक्रमांचे कार्यान्वियन करीत असते. समाजातील लोकांना त्यांच्या अत्यंत निकडीच्या गरजांमध्ये आरोग्य, पाणी, शिक्षण, वीज, वाहतुकीची साधने, ग्रामस्वच्छता व समान न्याय इत्यादींकरिता कल्याणकारी योजनांची अंमलबजावणी प्रशासकीय स्तरावर व्यापक प्रमाणात व तळागळापर्यंत पोहोचण्याच्या उद्देशाने कार्यक्रमाची आखणी केली जात असते. हे कार्यक्रम राबवीत असताना प्रशासन, व्यवस्थापन व संघटन या त्रिसूत्रींचा महत्त्वपूर्ण उपयोग शासन दरबारी होत असतो.

प्रशासन हे समाजासाठी आवश्यक भाग आहे. तसेच आधुनिक काळात समाज जीवनाचे प्रशासन हे प्रमुख तत्त्व म्हणून रुजलेले आहेत. कारण सुज्ञ समाजासाठी प्रशासन आवश्यक असून त्याद्वारे प्रशासकीय यंत्रणा कार्यरत होत असते. ज्याचा उद्देश मानवाचे कल्याण करणे हेच असते. समाजासाठी आवश्यक असलेल्या गरजा उदा. शिक्षण, आरोग्य, मनोरंजन, पाणी, स्वच्छता, सामाजिक सुरक्षितता, समान न्याय इत्यादी सेवा पुरविणे हा हेतू असतो. या सकारात्मक कार्यातून समाजामध्ये शांती आणि सुव्यवस्था कायम राखण्यास सहकार्य होते. म्हणूनच प्रशासन हे आधुनिक

सरकारी व्यवस्थेचा केंद्रबिंदू म्हणून ओळखले जाते. एफ. एम. मार्क्स यांच्या मते, ''प्रशासन हे लोकांसाठी करण्यात येणाऱ्या कार्याची क्रमबद्ध व्यवस्था तसेच साधनांचा योग्य प्रयोग आहे, ज्याचा उद्देश ठरविलेले कार्य संपन्न करणे आणि सोबतच येणाऱ्या अडचणींवर मात करणे हे होय.''[१]

प्रशासनाची सामान्य व पूर्वनिर्धारित उद्दिष्टे गाठण्यासाठी जेव्हा अनेक व्यक्ती एकत्र येतात, त्या व्यक्तींनी परस्परांशी केलेले सहकार्य यामुळे ज्यावेळेस संघटनेचे स्वरूप धारण करते. तेव्हा या संघटनेला योग्य दिशा दाखविण्यासाठी कार्य किंवा व्यवहार प्रभावी रीतीने करवून घेण्याकरिता व्यवस्थापन यंत्रणेचा उपयोग करण्यात येतो. मिलेट यांच्या मते, ''व्यवस्थापन हे ठरविलेले उद्देश प्राप्त करण्याच्या हेतूने औपचारिकरीत्या दोन किंवा अधिक व्यक्तिंच्या समूहाद्वारे व्यवस्थित कार्य हे चांगल्या पद्धतीने पार पाडण्याकरिता योग्य निर्देश देण्याची प्रक्रिया होय.''[२]

व्यवस्थापन हे प्रत्येक विभागाच्या संचालनाशी संबंधित असलेले महत्त्वाचे कार्य असून व्यवस्थापनामध्ये विभागाची स्थापना करणे, धोरणे ठरविणे, आवश्यक ते उपकरण उपलब्ध करून देणे, संघटनेचे स्वरूप निश्चित करणे, तसेच कर्मचाऱ्यांकडून आवश्यक तेवढे प्रयत्न करवून घेण्याची जबाबदारी व्यवस्थापनाची असते. प्रशासनात कोणतेही विशेष उद्दिष्ट प्राप्तीसाठी व्यक्तींना समूह करून प्रयत्न करावे लागतात. म्हणजेच या व्यक्तींना विशिष्ट उद्देश प्राप्त करण्यासाठी संघटन करणे आवश्यक असते. त्याद्वारे या कार्यामध्ये परस्परांना सहयोग किंवा सहकार्य करावे लागते व सर्व शक्तीनिशी उद्देश प्राप्त करावे लागतात. म्हणूनच कोणतेही प्रशासकीय कार्य हे संघटन करूनच पूर्ण करावे लागते. जे. एम. गाऊस यांच्या मते, ''संघटन हे कर्मचाऱ्यांची अशी व्यवस्था आहे की जे कार्य किंवा जबाबदारी विभागून त्याद्वारे ठरविलेल्या उद्देशाची प्राप्ती यासाठी सोईस्कर असते. त्याकरिता या कार्यात कार्यरत व्यक्ती किंवा समूहाचे प्रयत्न आणि सामर्थ्य एकत्र करून त्यातून अधिक समाधानपूर्वक उद्देश प्राप्त केला जातो.''[३] या सर्व तत्त्वांचा संबंध आरोग्य सेवा विभागाद्वारे पुरविल्या जाणाऱ्या सेवेशी आहे.

३.२ आरोग्य सेवा विभागाचे प्रशासन व व्यवस्थापन

महाराष्ट्र राज्यात आरोग्य सेवा व सुविधा पुरविण्याकरिता शासनामार्फत आरोग्य धोरण ठरविले जाते व त्याची अंमलबजावणी करण्याकरिता आरोग्य सेवा विभाग रचनात्मक कार्यक्रम तयार करतात, त्याद्वारे उच्चस्तरीय आरोग्य सेवा विभागाकडून या धोरणांची अंमलबजावणी होत असते. त्यामध्ये आरोग्य सचिव व आयुक्त आरोग्य सेवा विभाग

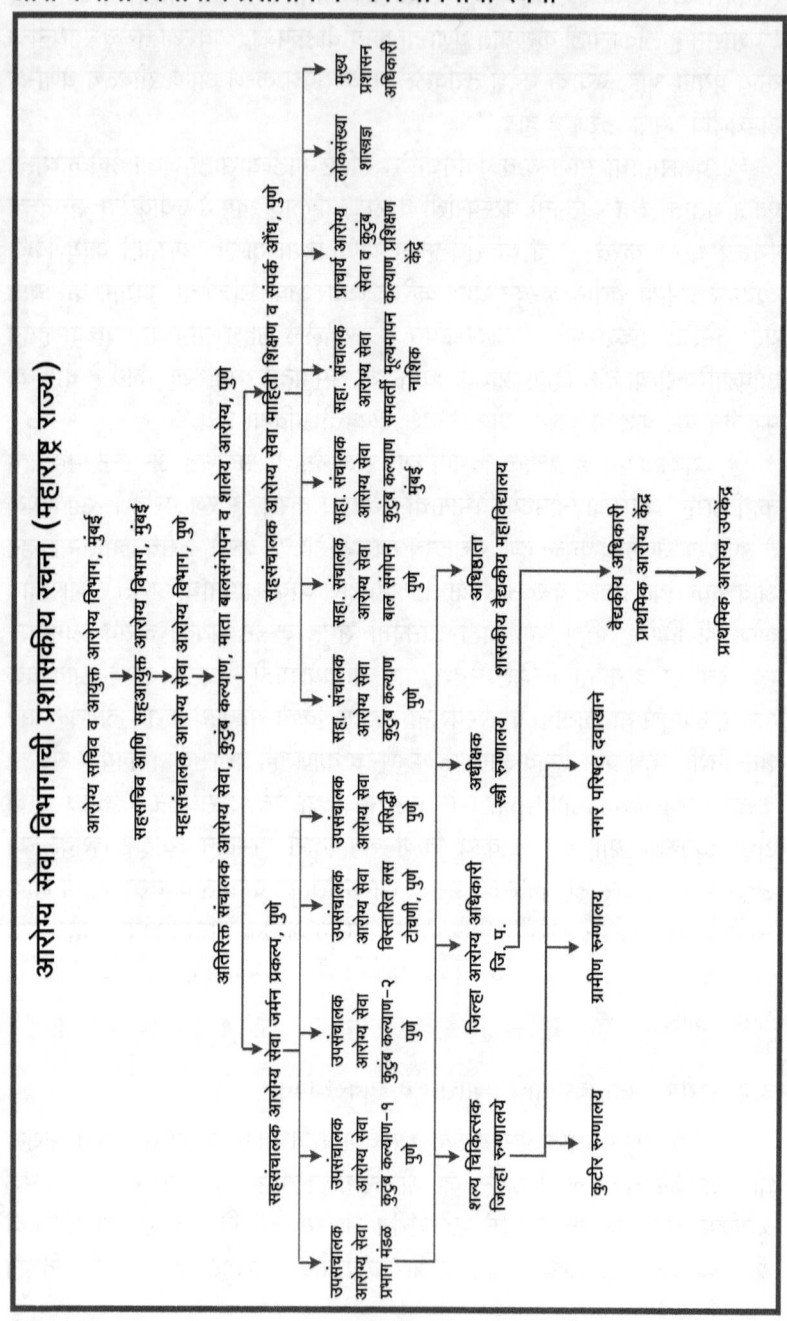

आरोग्य सेवा विभागाचे प्रशासन व व्यवस्थापनाची रचना

मुंबई, सहसचिव आणि सहआयुक्त आरोग्य सेवा विभाग मुंबई, महासंचालक आरोग्य सेवा विभाग पुणे, अतिरिक्त संचालक आरोग्य सेवा व कुटुंबकल्याण व माताबाल संगोपन, शालेय आरोग्य विभाग पुणे, यांचा समावेश होतो. उपसंचालक आरोग्य सेवा प्रभाग मंडळ यांच्याद्वारे शल्य चिकित्सक जिल्हा रुग्णालय, जिल्हा आरोग्य अधिकारी, जिल्हापरिषद यांच्या निर्देशाने आदिवासी क्षेत्रात ग्रामीण रुग्णालय, वैद्यकीय अधिकारी प्राथमिक आरोग्य केंद्र व उपकेंद्र इत्यादींकडून आरोग्य सेवा पुरविण्यात येते. आजारी आदिवासी रुग्णांपर्यंत आरोग्य सेवा व सुविधा पुरविण्यासाठी महाराष्ट्र शासन आरोग्य सेवा विभागासाठी स्वतंत्र प्रशासकीय व व्यवस्थापकीय रचना ठरवीत असते. याची विस्तृत माहिती पुढील प्रशासकीय तक्त्यावरून स्पष्ट होते.

अमरावती जिल्ह्यातील आरोग्य सेवा विभागाची प्रशासकीय रचना

अमरावती जिल्ह्यातील आदिवासी क्षेत्रात आरोग्य सेवा व सुविधा पुरविण्याकरिता शासनाने आरोग्य धोरण ठरविले आहे व त्याची अंमलबजावणी होण्याकरिता आरोग्य सेवा विभाग रचनात्मक कार्यक्रम तयार करतात. त्याद्वारे उच्चस्तरीय आरोग्य सेवा विभागापासून तर स्थानिक पातळीवरील आदिवासी क्षेत्रातील प्राथमिक आरोग्य व उपकेंद्रापर्यंत कार्यपद्धती आखली आहे; यामध्ये प्राथमिक आरोग्य केंद्रावर असणारे वैद्यकीय अधिकारी, डॉक्टर, आरोग्य कर्मचारी, परिचारिका, औषधी निर्माता, दाया, पाडा स्वयंसेवक, सुईणी इत्यादींद्वारे आदिवासी क्षेत्रात आरोग्य सेवा दिली जात आहे.

अमरावती जिल्ह्यातील आदिवासी क्षेत्रातील आरोग्य सेवा विभागाला विभिन्न कार्यनिहाय विभागणी वेगवगळ्या विभागात करावी लागते. ती आरोग्य सेवा विभागाची प्रशासकीय रचना पुढील तक्त्यावरून अधिक स्पष्ट होईल.

३.३ आरोग्य सेवा विभागाच्या योजनांची प्रशासकीय रचना

मानवीसंपत्तीच्या उपयोगासाठी माणसांचे स्वास्थ (आरोग्य) चांगले असणे आवश्यक आहे. पंचवार्षिक योजनांमध्ये योजनासमितीने आरोग्यविषयक कार्यक्रमांवर विशेष महत्त्व दिले आहे. योजनांच्या पूर्ततेसाठी अमरावती जिल्ह्यातील आदिवासी क्षेत्रातील आरोग्य विभाग हा पुढील उपविभागांमध्ये विभागण्यात आला आहे.

१. पाणीपुरवठा आणि साफसफाई यंत्रणा.
२. संसर्गजन्य रोगावरील नियंत्रण.
३. वैद्यकीय शिक्षण, प्रशिक्षण आणि संशोधन.
४. वैद्यकीय देखभाल अंतर्भूत इस्पितळे, दवाखाने आणि प्राथमिक आरोग्य केंद्रे.

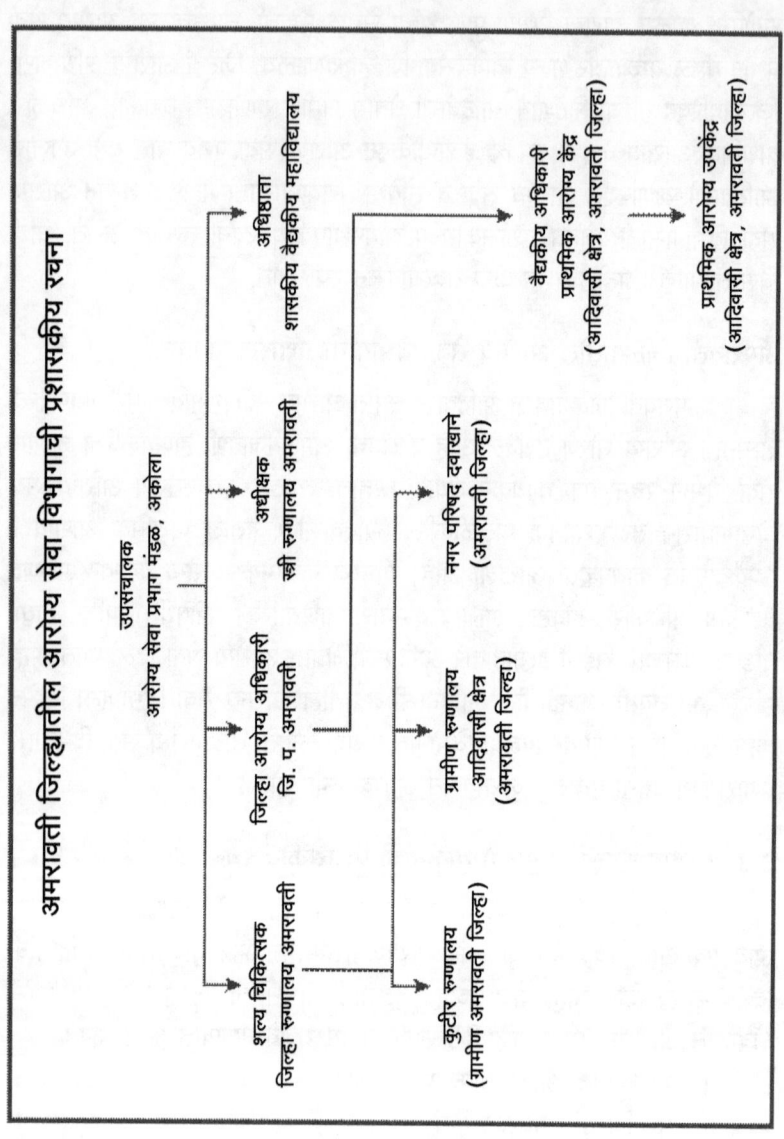

अमरावती जिल्ह्यातील आरोग्य सेवा विभागाची प्रशासकीय रचना

उपसंचालक
आरोग्य सेवा प्रभाग मंडळ, अकोला

शल्य चिकित्सक
जिल्हा रुग्णालय अमरावती

जिल्हा आरोग्य अधिकारी
जि. प. अमरावती

अधीक्षक
स्त्री रुग्णालय अमरावती

अधिष्ठाता
शासकीय वैद्यकीय महाविद्यालय

कुटीर रुग्णालय
(ग्रामीण अमरावती जिल्हा)

ग्रामीण रुग्णालय
आदिवासी क्षेत्र
(अमरावती जिल्हा)

नगर परिषद दवाखाने
(अमरावती जिल्हा)

वैद्यकीय अधिकारी
प्राथमिक आरोग्य केंद्र
(आदिवासी क्षेत्र, अमरावती जिल्हा)

प्राथमिक आरोग्य उपकेंद्र
(आदिवासी क्षेत्र, अमरावती जिल्हा)

५. सार्वजनिक आरोग्य सुविधा.

६. कुटुंब नियोजन.

७. आरोग्याबाबत अंतर्गत यंत्रणा.

वरील सर्व विभाग पंचवार्षिक योजनेमध्ये आरोग्य सेवा विभागाची उद्दिष्टे लक्षात घेऊन करण्यात आलेले आहेत. आरोग्य संघटनेमध्ये लोकांचे तांत्रिक विचार आणि आवश्यक गरजा यावर अवलंबून असणाऱ्या सर्व बाबींचा या योजनांमध्ये भर पडत असतो. केंद्रशासन आणि राज्यशासन यांच्यातील सुसूत्रतेवर परिणाम करण्यासाठी योजनेच्या आरोग्य संघटनेची स्थापना १९६५ मध्ये आरोग्य प्रशासन भारत सरकार यांनी केली. याद्वारे राष्ट्रीय आरोग्य पंचवार्षिक योजनांचे संकलन करणे हे या संघटनेचे मुख्य कार्य आहे. आरोग्य योजना ही विविध पातळीवर कार्यान्वित करण्यात येते. उदा. केंद्र, राज्य, जिल्हा, तालुका आणि ग्रामीण व आदिवासी भाग इत्यादी प्रत्येक पंचवार्षिक योजना समितीने आरोग्यविषयक कार्यक्रमांना विशेष महत्त्व दिले आहे. पंचवार्षिक योजनांमध्ये आरोग्य विषयक कार्यक्रमाचे प्रमुख उद्दिष्ट निश्चित केले आहे ते पुढीलप्रमाणे–

१. मोठ्या संसर्गजन्य रोगांचे नियंत्रण आणि निवारण करणे.

२. प्राथमिक आरोग्य केंद्राद्वारे पायाभूत आरोग्य सुविधेला कार्यक्षम करणे.

३. लोकसंख्या नियंत्रण करणे.

४. चांगले आरोग्य ही संकल्पना वास्तवतेत आणणे.

इत्यादींबाबत दृष्टिकोन ठरविण्यात येऊन त्याचा अंमल दरवेळी केला जात आहे. अमरावती जिल्ह्यामध्ये शासकीय आणि खाजगी आरोग्य संघटनांचे मोठे जाळे आहे. दहाव्या पंचवार्षिक योजनेनुसार अमरावती जिल्ह्यातील आदिवासी क्षेत्रातील लोकांच्या आरोग्याचा दर्जा सुधारण्यासाठी खूप जास्त प्रयत्न करावे लागणार असे निश्चित केले आहे. या योजनेत प्राथमिक आरोग्य केंद्राचा, ग्रामीण तसेच आदिवासी आणि शहरी भागातील आरोग्य दर्जा सुधारण्यासाठी आवश्यक ती मदत उपलब्ध व्हावी यासाठी सुधारणा करण्यात आली आहे. त्याकरिता पुढील उद्दिष्टे निश्चित केली आहे.

१. २००७ साली दारिद्र्य गुणोत्तरामध्ये ५% घट आणि २०१२ साली १५% घट करणे अपेक्षित.

२. सर्व मुले २००३ पर्यंत शाळेत दाखल झाली पाहिजेत.

३. २००७ पर्यंत लिंगभेदामधील दरी ५०% कमी करणे.

४. २००१ ते २०११ मधील लोकसंख्या वाढीच्या वेगामध्ये घट करणे.

५. योजनेच्या काळामध्ये साक्षरतेच्या प्रमाणात ७५% वाढ करणे.

६. नवजात मुलांच्या मृत्यू प्रमाणामध्ये दरहजारी ४५ एवढी घट २००७ पर्यंत करणे आणि २०१२ पर्यंत ही घट प्रतिहजारी २८ एवढी करणे.

७. गर्भवतींच्या मृत्यूप्रमाणामध्ये प्रतिहजारी २ एवढी घट २००७ पर्यंत करणे आणि २०१२ पर्यंत १ एवढी घट करणे.

८. योजनाकाळात सर्व अतिदुर्गम खेड्यांना शुद्ध पिण्याचे पाणी उपलब्ध करणे इत्यादी.

अशा प्रकारे पंचवार्षिक योजनांमध्ये आरोग्य संघटन सक्षम ठेऊन त्याद्वारे उद्दिष्टानुरूप कार्यक्रम आखणे व तीव्रतेने अंमलबजावणीवर मोठ्या प्रमाणात भर देण्यात येतो. शासनाने आरोग्य विषयक राष्ट्रीय धोरण २००२ मध्ये निश्चित केले. इ.स.२०१५ पर्यंत ठरविलेल्या उद्दिष्टांची पूर्तता व्हावी याकरिता पुढील कार्यक्रम राबविण्याचे ठरविण्यात आले आहे.

१) पोलिओ आणि संसर्गजन्य रोगांचे निर्मूलन इ.स.२००५.

२) कुष्ठरोगाचे निर्मूलन २००५.

३) काळा आजाराचे निर्मूलन कार्यक्रम २०१०.

४) एड्सची वाढ थांबविणे – २००७.

५) टी.बी., मलेरिया आणि पाण्यापासून निर्माण होणाऱ्या आजाराचे ५०% पर्यंत मृत्यूचे प्रमाण कमी करणे–२०१०.

६) आय.एम.आर. (अर्भक मृत्यूदर) आणि एम.एम.आर. (माता मृत्युदर) प्रमाण कमी करणे–२०१०.

७) आरोग्य सेवेचा वापर वाढविणे (२०% वरून ७५% पर्यंत) – २०१०

८) आरोग्य सांख्यिकीय एकरूपतेसाठी राष्ट्रीय आरोग्य खाते स्थापना करणे–२००५.

९) आरोग्यासंबंधीच्या तरतुदींमध्ये वाढ करणे (जी.डी.पी. ०.०९% वरून २.००% पर्यंत) – २०१०.

१०) आरोग्यासंबंधीच्या निधीमध्ये वाढ करणे – इ.स. २०१०.

११) बजेटमध्ये (अंदाजपत्रक) आरोग्यासाठी ५.०५% वरून ७.०१% पर्यंत वाढ करणे–सन २००५.

१२) आरोग्यासाठी अंदाजपत्रकात २०१० पर्यंत ८% तरतूद करणे इत्यादी सर्व ध्येये गाठण्याकरिता योग्य निर्देशनाद्वारे तसेच आरोग्य कर्मचाऱ्यांच्या समन्वयातून आरोग्य सेवा व सुविधा कार्यक्रम यशस्वीरीत्या पार पाडला जातो.

स्थानिक स्वराज्य संस्था व जिल्हा आरोग्य अधिकारी यांच्या संगनमताने योजनांची अंमलबजावणी.

आरोग्य विषयक योजनांच्या सनियंत्रणामध्ये घटक कार्यक्रमांची प्रभावी अंमलबजावणी होण्यासाठी कृती नियोजन आराखडा तयार करणे, अंमलबजावणी करताना उद्भवणाऱ्या अडचणी लक्षात घेऊन त्वरित उपाययोजना करणे, वेळोवेळी सर्व स्तरांवर आढावा बैठकीचे आयोजन करणे, त्याचे इतिवृत्त तयार करणे व संबंधितांकडे पाठविणे, महत्त्वाच्या बाबींचे नियोजन करणे. उदा. पुरेशी तरतूद प्राप्त करून घेणे, आवश्यकतेनुसार योग्य ते आदेश देऊन नियम अटी इत्यादी बाबी शिथिल करणे, प्रकल्प अधिकारी एकात्मिक आदिवासी विकास प्रकल्प यांनी क्षेत्रातील सर्व घटक कार्यक्रमांची अंमलबजावणी करणाऱ्या अधिकाऱ्यांसमवेत समन्वय ठेवावा व त्याबाबत सनियंत्रण ठेवण्यात यावे. तसेच संबंधित जिल्हाधिकारी व त्यांच्या जिल्ह्यातील जिल्हा परिषदेचे मुख्य कार्यकारी अधिकारी, जिल्ह्याचे संबंधित इतर अधिकारी व प्रकल्प अधिकारी, एकात्मिक आदिवासी विकास प्रकल्प यांच्या कार्यावर नियंत्रण ठेऊन संबंधितांना मार्गदर्शन करतात. अशा रीतीने जिल्ह्याचे जिल्हाधिकारी हे नवसंजीवन योजनेबाबत मुख्य अंमलबजावणी अधिकारी म्हणून काम पाहत असतात.

अप्पर आयुक्त, आदिवासी विकास हे त्यांच्या कार्यक्षेत्रातील जिल्ह्याबाबत नियंत्रणात्मक माहिती प्राप्त करून संबंधित जिल्हाधिकाऱ्याशी सातत्याने संपर्क ठेवत असतात आणि संबंधित विभागीय आयुक्त आणि आयुक्त, आदिवासी विकास विभाग नाशिक, यांच्याशी सतत संपर्क ठेवतात. त्याचबरोबर आयुक्त आदिवासी विकास विभाग, नाशिक हे सर्व मुख्य नियंत्रित अधिकाऱ्यांकडून प्राप्त माहितीचे संकलन करून आणि घटक कार्यक्रमाशी निगडित असलेल्या मंत्रालयीन प्रशासकीय विभाग आणि आदिवासी विकास विभाग यांच्याशी समन्वय ठेवत असते.

सचिव आदिवासी विकास, सार्वजनिक आरोग्य, अन्न व नागरी पुरवठा, ग्रामविकास व जलसंधारण (रो.ह.यो.) विभाग हे राज्यामध्ये वेळोवेळी दौरा करून स्थानिक अधिकाऱ्यांना मार्गदर्शन करतात, आवश्यकता वाटल्यास, नवसंजीवन योजना ज्या गावामध्ये लागू आहे अशा गावांना प्रत्यक्ष भेटी देतात व कामाची पाहणी करतात. योजनेच्या प्रभावी अंमलबजावणीकरिता सेवाभावी संघटना आणि उद्योजक यांनी तयारी दर्शविल्यास शासन त्यांच्यात सहभाग घेते व त्यासाठी प्रयत्नही करते.

योजनांना महाराष्ट्र राज्यामध्ये अत्यंत प्रभावीपणे राबविण्यासाठी सर्व अंमलबजावणी अधिकारी व समन्वय अधिकारी आपआपली कामे जबाबदारीने पार

पाडतात. आरोग्य विभागासाठी स्थानिक पातळीवर व प्राथमिक आरोग्य केंद्रातील सोयी सुविधा पुरविण्यात येतात. त्यामध्ये औषधांचा साठा दुपटीने वाढविण्यात आला आहे. आजारी माणसाची माहिती मिळण्यासाठी स्थानिक पातळीवर व्यवस्था करण्यात आली आहे. स्वस्त धान्याच्या दुकानांची संख्या दुपटीने वाढवून स्थानिक आदिवासींना ही दुकाने देण्यात आली आहेत. पिण्याच्या पाण्यात जंतु–नाशके टाकण्याची व शुद्ध पाणीपुरवठा करण्याची जिल्हा परिषदेने व्यवस्था केली आहे. लहान मुले आणि गरोदर स्त्रिया यांना सकस आहार मिळावा यासाठी अंगणवाडी, मिनी अंगणवाडीची संख्या वाढवून कोणतीही वस्ती, गाव वंचित राहू नये यांची दक्षता घेण्यात आली आहे. कुपोषित बालकांच्या आरोग्याची व आहाराची चांगली व्यवस्था व्हावी यासाठी आरोग्य आणि महिला व बाल कल्याण विभागाने खेडोपाडी सुविधा पुरविल्या आहेत.

एकात्मिक बालविकास सेवा योजनेचे नियोजन व त्याच्या अंमलबजावणीकरिता गावपातळीवर समिती स्थापन करणे

एकात्मिक बालविकास सेवा योजना परिणामकारकरीत्या व प्रभावीपणे राबविण्यासाठी योजनेच्या नियोजन, अंमलबजावणी व संनियत्रणाकरिता गावपातळीवर खालील समिती गठित करण्यात येते.सरपंच हा समितीचा अध्यक्ष असतो तर ग्रामसेवक, साहाय्यक परिचारिका हे समितीचे सदस्य असतात तसेच अंगणवाडी सेविका ही समितीची सचिव असते. या समितीच्या कार्यशैलीमध्ये पुढील बाबी हाताळल्या जात असतात.

१) एकात्मिक बालविकास सेवायोजनेचे नियोजन व अंमलबजावणी परिणामकारकरीत्या व प्रभावीपणे करणे.

२) पूरक पोषक आहार कार्यक्रम तयार करणे, या योजनेअंतर्गत अंगणवाडी केंद्रांना पुरविण्यात येणाऱ्या अन्नधान्य मालाचा व इतर साधनांचा पुरवठा अखंडपणे सुरळीतरीत्या सुरू राहील व आहाराची गुणवत्ता राहील याची काळजी घेणे.

३) अंगणवाडी मुलांचे कुपोषण निर्मूलन करण्याकरिता कार्यवाही करणे.

४) श्रेणी ३ व ४ च्या कुपोषित बालकांना सामान्य श्रेणीमध्ये आणण्यासाठी वेळोवेळी परिणामकारक उपाययोजना करणे.

५) गर्भवती महिला व स्तनदा माता यांना आवश्यक पूरक पोषण आहार तसेच आरोग्यविषयक सेवा उपलब्ध होतील याबद्दल नियोजन करणे.

६) सध्याचा जन्म तसेच मृत्यूदर कमी करण्यासाठी आवश्यक उपाय योजना करून त्याची अंमलबजावणी करणे इत्यादी बाबी कार्यक्षमरीत्या हाताळणे या समितीची जबाबदारी असते. या समितीची बैठक दर महिन्याच्या पहिल्या आठवड्यात घेण्यात येत असते. बैठकीमध्ये योजनेचा आढावा घेऊन अहवाल दरमहा प्रकल्प कार्यालयास सादर करावा लागतो.

प्राथमिक आरोग्य केंद्राकडून नेमून दिलेल्या आरोग्य साहाय्यकांना विशेष जबाबदारी दिली जाते. पूरक पोषण आहार देत असताना आहार शिजवण्याची जागा तसेच इतर सुविधा व स्वच्छता यांची काळजी घेतली जात असते. मातांना नियमितपणे बालकांचे वजन वाढीबाबत सांगितले जाते, तसेच बालकांच्या जन्म-मृत्यूबाबत नोंदणी रजिस्टरमध्ये करून घ्यावी लागते, त्यासोबतच आरोग्यदायी कार्यक्रमाच्या यशस्वितेकरिता गावातील लोकांचा सहभाग असणे अत्यंत आवश्यक असते.

अशा प्रकारे आरोग्य विभागाकडून आदिवासी भागात विविध कार्यक्रमांअंतर्गत त्याची पडताळणी व्हावी या दृष्टीने राबविलेल्या योजनांवर शासनाचे, स्थानिक स्वराज्य संस्थांचे व जिल्हा आरोग्य अधिकारी यांचे संनियंत्रण असते असे दिसून येते.

३.४ आदिवासी क्षेत्रातील आरोग्य सेवा केंद्राची कार्यपद्धती

आदिवासी क्षेत्रात आरोग्य सेवा कार्यक्रम विस्तृत व्हावा म्हणून शासनाने १९७६ सालापासून आदिवासी उपयोजन क्षेत्रात आरोग्य सेवा कार्यक्रम स्वतंत्रपणे राबविण्याचा निर्णय घेतला आहे. त्यात अमरावती जिल्ह्यातील आदिवासी क्षेत्राचा सुद्धा समावेश आहे. यानुसार सामाजिक क्षेत्रात काम करणाऱ्या संस्थांना व कार्यकर्त्यांना प्रोत्साहनपर माहिती देण्यात येऊन सार्वजनिक कार्यक्रम हाती घेतले गेले आहेत. यापासून आदिवासी लोकांचे जीवनमान सुधारणे, आदिवासी विभाग व इतर विभाग यातील विकासात्मक सुधारणांमधील तफावत कमी करणे इत्यादी करिता निकष ठरविण्यात आले आहेत. यात प्रत्येक चौथ्या प्राथमिक आरोग्य केंद्रामागे एक असे ३० खाटा असलेले ग्रामीण रुग्णालय स्थापन करणे, दर २०,००० आदिवासी लोकसंख्येमागे एक प्राथमिक आरोग्य केंद्र स्थापन करणे, दर ३००० आदिवासी लोकसंख्येमागे एक प्राथमिक आरोग्य उपकेंद्र स्थापन करणे तसेच दर ६००० आदिवासी लोकसंख्येमागे एक वैद्यकीय अधिकारी (डॉक्टर), एक आरोग्य मार्गदर्शक याची नेमणूक करणे व प्रत्येक खेड्यास एक दाईची व एका पाडा स्वयंसेवकाची नेमणूक करणे व त्याला प्रशिक्षण देणे, या आदिवासी भागात प्रत्येक आश्रमशाळा व

अंगणवाडीद्वारे पोषक आहार पुरवठा व आरोग्य तपासणी कार्यक्रम सुरू आहे. तसेच फिरती आरोग्य पथके व प्राथमिक आरोग्य पथके पावसाळ्यात या भागात कार्यरत आहेत.

आरोग्य केंद्राच्या कार्यपद्धतीमध्ये मलेरिया रोगाचे निर्मूलन करणे, आदिवासी विद्यार्थ्यांना क्ष–किरण व प्रयोगशाळा याचे प्रशिक्षण देणे. खरुज, हगवण अशा रोगांचे निर्मूलन करणे, आश्रमशाळेतील विद्यार्थ्यांची वैद्यकीय तपासणी करणे, आरोग्य मार्गदर्शकाची नेमणूक करून त्यांना प्रशिक्षण देणे इत्यादी.

जनस्वास्थ आणि स्वच्छता याअंतर्गत प्राथमिक आरोग्य केंद्राचे रूपांतर ग्रामीण रुग्णालयात करणे, सामूहिक कामगार आरोग्य सेवा, प्राथमिक आरोग्य उपकेंद्रांची बांधकामे इत्यादींकरिता जिल्हापरिषदांना अनुदान देणे. रोगप्रतिबंधक आणि रोग नियंत्रण उपयोजना अंतर्गत बी.सी.जी. व क्षयरोग नियंत्रण कार्यक्रम, राष्ट्रीय हिवताप नियंत्रण कार्यक्रम, राष्ट्रीय हत्तीरोग नियंत्रण कार्यक्रम, पटकी, कुपोषण, नारू इत्यादी आजारांवर नियंत्रणात्मक कार्यक्रम, तसेच विशेष केंद्रीय अनुदान साहाय्यतेअंतर्गत वैद्यकीय तपासणी शिबिरे घेणे, सर्वेक्षण, प्रशिक्षण व उपचार केंद्र चालविणे.

आदिवासी भागात आरोग्य सेवा कार्यपद्धतीमध्ये महत्त्वाचे कार्यक्रम प्रस्तुत केले आहे. उदा. फिरती आरोग्य पथके, याद्वारे छोटी क्षेत्र शिबिरे भरविणे, शालेय आरोग्य कार्यक्रम राबविणे आणि इतर आरोग्य दक्षतेचे कार्यक्रम राबविणे त्यासोबतच आदिवासी विभागात प्राथमिक आरोग्य पथके, प्राथमिक आरोग्य केंद्रे व ग्रामीण रुग्णालये इत्यादींद्वारे आरोग्यसेवा उपलब्ध होत आहेत. ही आरोग्य केंद्रे जिल्हा परिषदेच्या निर्देशानुसार व नियंत्रणाखाली कार्य करीत आहेत. या जिल्हा परिषदेच्या आरोग्य विभागावर संचालक, आरोग्य सेवा मुंबई यांचे नियंत्रण असते. उपरोक्त आरोग्य सुविधांव्यतिरिक्त आदिवासी उपयोजनेखाली हिवताप, हत्तीरोग, पटकी, नारू, कुष्ठरोग व कुपोषण इत्यादी रोगांच्या नियंत्रणासाठी प्रतिबंधात्मक उपायांची अंमलबजावणी व रोगोत्तर सेवा उपलब्ध करून दिल्या जात आहेत. यात राष्ट्रीय हिवताप निर्मूलन कार्यक्रम, पटकी नियंत्रण कार्यक्रम, नारूविषयक कार्यक्रम, राष्ट्रीय कुष्ठरोग नियंत्रण कार्यक्रम, शालेय आरोग्य कार्यक्रम तसेच किमान गरजांविषयक कार्यक्रमांची अंमलबजावणी आदिवासी भागात होत आहे. अमरावती जिल्ह्यातील आदिवासी क्षेत्रात आरोग्याच्या काळजीसंबंधी मार्गदर्शन देणे व आरोग्य सेवा पुरविणे यासाठी आरोग्य सेवक हे गरोदर स्त्रियांची माहिती घेऊन नियमित आरोग्य तपासणे व आवश्यक त्या औषधी पुरवीत आहेत. तसेच कुटुंब नियोजनाबाबत सल्लाही देत आहेत.

अमरावती जिल्ह्यातील आदिवासी क्षेत्रात प्राथमिक आरोग्य केंद्रावर भरती असणाऱ्या आजारी रुग्णांना आहार सुविधा दिल्या जात आहेत. कारण या रुग्णांनी आंतररुग्ण म्हणून त्यांचा आजार पूर्ण बरा होईपर्यंत उपचार करून घ्यावा, तोपर्यंत आरोग्य केंद्रात भरती राहावे, हा आहार सुविधा कार्यक्रमाचा मुख्य उद्देश आहे. अमरावती जिल्ह्यातील आदिवासी क्षेत्र असलेल्या सहा तालुक्यातील एकूण १५ प्राथमिक आरोग्य केंद्रांची नमुना म्हणून निवड केली आहे.

३.५ वैद्यकीय अधिकारी (डॉक्टर) व आरोग्य कर्मचारी यांच्यामार्फत दिली जाणारी आरोग्य सेवा

अमरावती जिल्ह्यातील आदिवासी भागात संशोधकाने संशोधन करत असताना या अध्ययन क्षेत्रातील १५ प्राथमिक आरोग्य केंद्रांवरील वैद्यकीय अधिकारी किंवा डॉक्टर आणि आरोग्य कर्मचारी यांची नमुना म्हणून निवड केली आहे. या निवड केलेल्या डॉक्टरांकडून व कर्मचाऱ्यांकडून अनुसूचीच्या माध्यमातून व मुलाखत कोष्टकानुसार माहिती प्राप्त केली आहे ती पुढील तालिकेवरून स्पष्ट होते.

तक्ता क्र. ३.१ नुसार असे दिसून येते की, अमरावती जिल्ह्यातील आदिवासी क्षेत्रात आरोग्य सेवा विभागाकडून प्राथमिक आरोग्य केंद्राद्वारे आरोग्य सेवा व सुविधा पुरविल्या जात आहेत. प्रस्तुत विषयाकरिता संशोधकाने केलेल्या सर्वेक्षणामध्ये एकूण १५ प्राथमिक आरोग्य केंद्रे नमुना म्हणून निवडली आहेत. या १५ प्राथमिक आरोग्य केंद्रांवर कार्यरत वैद्यकीय अधिकारी, डॉक्टर, परिचारिका, तंत्रज्ञ, भांडारपाल आणि चतुर्थ श्रेणी कर्मचारी इत्यादी कार्यरत आहेत. तक्त्यामध्ये दर्शविल्याप्रमाणे प्रत्येक प्राथमिक आरोग्य केंद्राला एका वैद्यकीय अधिकाऱ्यांची नियुक्ती केलेली आहे. तसेच प्राथमिक आरोग्य केंद्राशी निगडित असलेल्या लोकसंख्येच्या प्रमाणानुसार डॉक्टर, परिचारिका, तंत्रज्ञ, भांडारपाल आणि चतुर्थ श्रेणी कर्मचारी इत्यादी पदे भरली जात असतात; परंतु या सर्वेक्षणामध्ये असे निदर्शनास आले की, आदिवासी भागात ६००० लोकसंख्येला १ डॉक्टर, १ कर्मचारी, १ चतुर्थ श्रेणी कर्मचारी असे प्रमाण शासनाच्या निकषानुसार दिलेले आहेत. परंतु वास्तवत: प्रति प्राथमिक आरोग्य केंद्रानुसार येणारी लोकसंख्या ही ४९००० पर्यंत असून तेथील आरोग्य कर्मचारी संख्या ही १ वैद्यकीय अधिकारी, २ डॉक्टर, १ तंत्रज्ञ, २ परिचारिका, १ भांडारपाल आणि २ चतुर्थ श्रेणी कर्मचारी असे एकूण ९ कर्मचारी पदे कार्यरत आहेत. या प्राथमिक आरोग्य केंद्राचे (कळमखार) लोकसंख्येच्या तुलनेत (४९२०५) फक्त ९ कर्मचारी कार्यरत असून त्याचे

तक्ता क्रमांक ३ .१ आरोग्य केंद्रावर स्थायी स्वरुपातील एकूण कर्मचारी व वैद्यकीय अधिकारी

अ.क्र.	प्राथमिक	लोकसंख्या	कार्यरत पदांचे स्वरूप						एकूण कर्मचारी संख्या	लोकसंख्येशी एकूण कर्मचाऱ्यांचे प्रमाण
			वैद्यकीय अधिकारी	डॉक्टर	परिचारिका	तंत्रज्ञ	भांडार पाल	चतुर्थ श्रेणी कर्मचारी		
१	कलमखार	४९२०५	०१	०२	०२	०१	०१	०२	०९	०.०१८
२	साद्राबाडी	३९५५३	०१	०२	०४	०१	०१	०२	११	०.०२८
३	धुळघाट रेल्वे	१७७२४	०१	०१	०४	०१	०१	०२	१०	०.०५६
४	हरिसाल	२१६९८	०१	०२	०४	०१	०१	०२	११	०.५१
५	बिजू धावडी	२१२०७	०१	०२	०४	०१	०१	०१	१०	०.४७
६	बैरागड	२००८२	०१	०२	०३	०१	०१	०१	०९	०.०४५
७	सलोना	२१५३५	०१	०१	०२	०१	०१	०१	०७	०.०३३
८	सेमाडोह	११४५१	०१	०२	०२	०१	०१	०२	०९	०.०७९
९	चुर्णी	११९५६	०१	०१	०३	०१	०१	०२	०९	०.०७५
१०	टेंब्रुसोंडा	२८४७०	०१	०२	०२	०१	०१	०१	०८	०.०२८
११	हतरू	८०१८	०१	०१	०३	०१	०१	०२	०९	०.११२
१२	खोलापूर	४०८९१	०१	०२	०४	०१	०१	०२	११	०.०२७
१३	नेरपींगळाई	३८८९७	०१	०२	०२	०१	०१	०२	०९	०.०२३
१४	वरुड	७७३१४	०१	०२	०४	०१	०१	०२	११	०.०१४
१५	धामणगाव गडी	११२२६	०१	०२	०४	०१	०१	०२	११	०.०९८
	एकूण	४,१९,२२४	१५	२६	४७	१५	१५	२६	१४४	
		१००%	०.००३६%	०.००६२%	०.०११२%	०.००३६%	०.००३६%	०.००६२%	०.०३४%	

आधार :– क्षेत्रीय भेटीद्वारे संकलित माहितीच्या आधारे (वर्ष २००४–०५)

लोकसंख्येशी प्रमाण ०.०१८% इतके कमी दिसून येते. असेच थोड्याफार फरकाने इतर प्राथमिक आरोग्य केंद्राशी निगडित असलेल्या लोकसंख्येच्या तुलनेत कार्यरत आरोग्य कर्मचाऱ्यांचे प्रमाण कमी दिसून येते.

यावरून असे स्पष्ट होते की, प्रति प्राथमिक आरोग्य केंद्राशी निगडित मोठी लोकसंख्या असतांना शासकीय निकषानुसार आरोग्य सेवा पुरविणाऱ्या कर्मचाऱ्यांची पदे पूर्णपणे भरलेली नाहीत. त्यामुळे या आदिवासी भागात आरोग्य सेवा आदिवासी लोकांपर्यंत पोहचविल्या जात नाहीत. त्यामुळे सातत्याने संसर्गजन्य आजार या भागात राहतात. असे दिसून येते.

तक्ता क्रमांक ३.२

प्राथमिक आरोग्य केंद्रावरील वैद्यकीय अधिकारी/डॉक्टर यांच्या पदांचे स्वरूप

अ.क्र.	प्राथमिक आरोग्य केंद्र	पदांचे स्वरूप			एकूण
		स्थायी	अस्थायी	रिक्त	
१	कळमखार	००	०३	००	०३
२	साद्राबाडी	०१	०२	००	०३
३	धुळघाट रेल्वे	००	०३	००	०३
४	हरिसाल	००	०२	०१	०३
५	बिजूधावडी	०१	०२	००	०३
६	बैरागड	०१	०२	००	०३
७	सलोना	०१	०२	००	०३
८	सेमाडोह	००	०२	०१	०३
९	चूर्णी	००	०३	००	०३
१०	टेंब्रुसोंडा	००	०२	०१	०३
११	हतरू	०१	०२	००	०३
१२	खोलापूर	००	०२	०१	०३
१३	नेरपींगळाई	००	०३	००	०३
१४	वरुड	०१	०२	००	०३
१५	धामगणगाव गढी	०१	०२	००	०३
	एकूण	०७	३४	०४	४५
		१५.५६%	७५.५६%	८.८८%	१००%

आधार :- क्षेत्रीय भेटीद्वारे संकलित माहितीच्या आधारे (वर्ष २००४-०५)

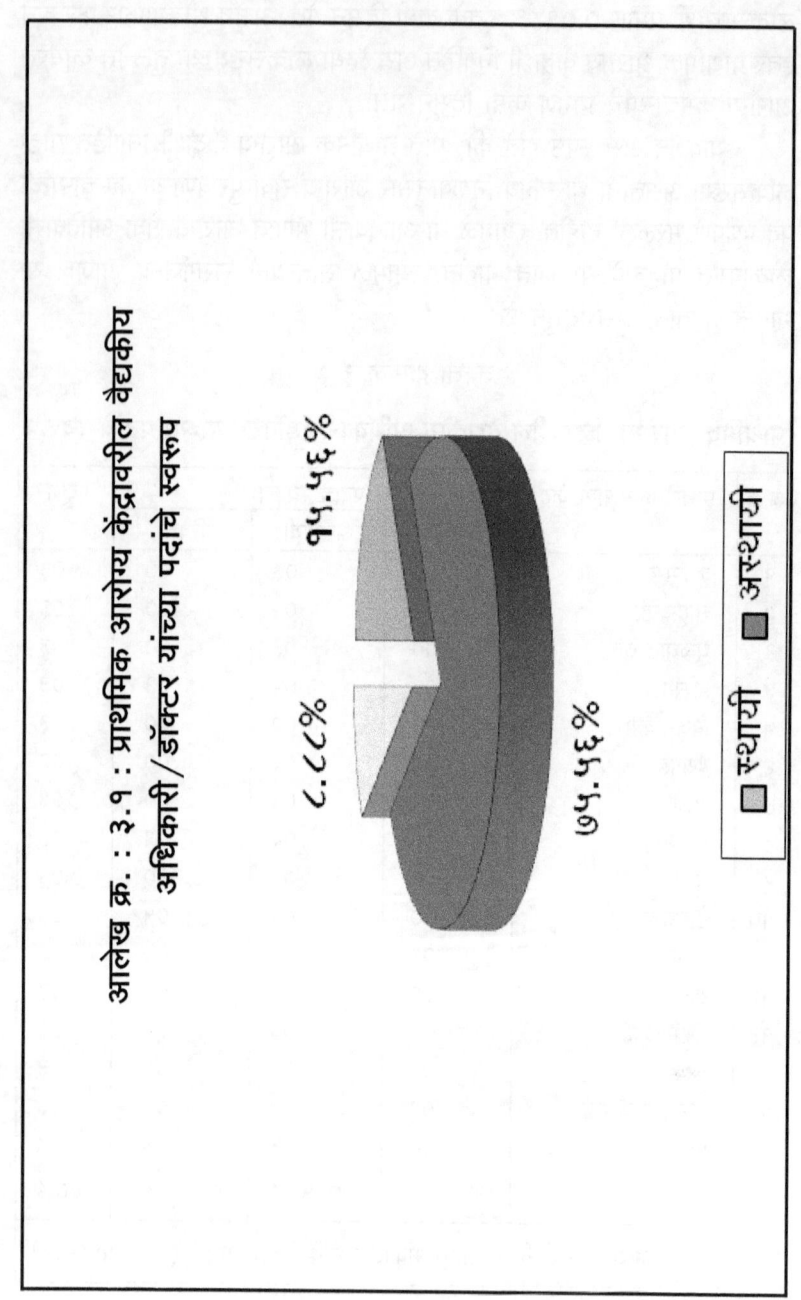

आलेख क्र. : ३.१ : प्राथमिक आरोग्य केंद्रावरील वैद्यकीय अधिकारी/डॉक्टर यांच्या पदांचे स्वरूप

८.८८%
७५.५६%
स्थायी
अस्थायी

तक्ता क्रमांक ३.२ नुसार प्राथमिक आरोग्य केंद्रावरील वैद्यकीय अधिकारी किंवा डॉक्टर यांच्या पदांच्या स्वरूपाबाबत असे स्पष्ट होते की, स्थायी स्वरूपाचे ०७ डॉक्टरांची पदे असून त्यांचे एकूण प्रमाण १५.५६% आहे. अस्थाई डॉक्टरांची संख्या ३४ आहे. त्याचे एकूण पदाशी प्रमाण ७५.५६% इतके जास्त आहे, तर फक्त ४ पदे रिक्त आहेत त्याचे एकूण पदांशी प्रमाण ८.८८% आहे. यावरून असे स्पष्ट होते की, अस्थायी स्वरूपाची पदे ही स्थायी व रिक्त पदांपेक्षा जास्त आहे. परंतु, अस्थायी ७५.५६% व रिक्त पदे ८.८८% ही बाब या आदिवासी भागात कार्यरत प्राथमिक आरोग्य केंद्रासाठी अडचणीची आहे. याचा परिणाम असा होतो की, या आदिवासी भागात आजाराचे प्रमाण नेहमीच जास्त आढळते. डॉक्टरांच्या पदांचा भरणा शासकीय निकष प्रति ६००० आदिवासी लोकसंख्येला १ डॉक्टर याप्रमाणे असायला पाहिजे. मात्र, एका प्राथमिक आरोग्य केंद्राला कमीत कमी ५ व जास्तीत जास्त ८ डॉक्टरांची गरज असते. परंतु, या भागातील प्राथमिक आरोग्य केंद्रावर कार्यरत डॉक्टरांची संख्या कमीत कमी २ व जास्तीत जास्त ३ असलेली स्पष्ट होते. त्यामुळे या भागात इतक्या मोठ्या आदिवासी लोकसंख्येला तुटपुंजी डॉक्टरांची संख्या ही अत्यंत कमकुवत अशी आहे. त्यामुळे आवश्यक ते उपचार न झाल्यामुळे आदिवासी भागात विविध आजारांचे प्रमाण वाढत आहे. त्यामुळे आजारातून मृत्यूची संख्याही वाढत आहे.

यावरून असा निष्कर्ष निघतो की, शासनाच्या अपुऱ्या मानवीय घटकांचे सेवा कार्य हे आरोग्यविषयक सोयी व सुविधा देण्यासाठी नाममात्र ठरते. आदिवासी भागात आदिवासींना चांगली आरोग्य सेवा मिळत नाही व त्यामुळे या भागात आजारांचा प्रादुर्भाव सातत्याने होतो. प्राथमिक आरोग्य केंद्रावर आरोग्य सेवा पुरविणाऱ्या कर्मचाऱ्यांच्या नोकरीचे स्वरूप पुढीलप्रमाणे आहे.

नमुना आरोग्य केंद्रावरील कर्मचाऱ्यांचे नोकरीचे स्वरूप

आदिवासी भागात शासनाने आरोग्य कर्मचाऱ्यांची नियुक्ती प्राथमिक आरोग्य केंद्रावर स्थायी व अस्थायी या स्वरूपात केली आहे. तसेच शासनाने मंजूर केलेल्या एकूण पदांपैकी काही पदे रिक्त असल्याचेही दिसून येते ते पुढीलप्रमाणे–

तक्ता क्रमांक ३.३

आरोग्य कर्मचाऱ्यांचे नोकरीचे स्वरूप

अ.क्र.	प्राथमिक आरोग्य केंद्र	पदांचे स्वरूप			एकूण
		स्थायी	अस्थायी	रिक्त	
१	कळमखार	०६	००	०२	०८
२	साद्रावाडी	०८	००	००	०८
३	धुळघाट रेल्वे	०८	००	००	०८
४	हरिसाल	०८	००	००	०८
५	बिजूधावडी	०७	००	०१	०८
६	बैरागड	०६	००	०२	०८
७	सलोना	०५	००	०३	०८
८	सेमाडोह	०६	००	०२	०८
९	चुरणी	०७	००	०१	०८
१०	टेंब्रुसोंडा	०५	००	०३	०८
११	हतरू	०७	००	०१	०८
१२	खोलापूर	०८	००	००	०८
१३	नेरपिंगळाई	०६	००	०२	०८
१४	वरूड	०८	००	००	०८
१५	धामणगाव गढी	०८	००	००	०८
	एकूण	१०३	००	१७	१२०
		(८५.८३)%	(००.००)%	(१४.१७)%	(१००)%

आधार :- क्षेत्रीय भेटीद्वारे संकलित माहितीच्या आधारे

तक्ता क्रमांक ३.३ वरून असे लक्षात येते की १२० मंजूर आरोग्य कर्मचाऱ्यांच्या पदापैकी केवळ १०३ पदे स्थायी स्वरूपाचे असून त्याचे एकूण प्रमाण ८५.८३% इतके आहे तसेच उर्वरित १७ पदे रिक्त असल्याचे स्पष्ट होते. याचे एकूण १२० आरोग्य कर्मचाऱ्यांच्या पदाशी प्रमाण १४.१७% इतके आहे.

यावरून असे लक्षात येते दुर्गम आदिवासी भागात आरोग्याची समस्या गंभीर असून शासनाने या भागात आरोग्य सुधारण्यासाठी विविध प्रकारच्या योजना राबविल्या आहेत. तसेच यावर मोठा खर्चही केला जात आहे. तरी सुद्धा स्थानिक पातळीवर आरोग्य सेवा पुरविण्याचे कार्य करणाऱ्या कर्मचाऱ्यांच्या मंजूर पदांमध्ये १४.१७%

इतकी कमी कार्यरत पदसंख्या आहे. पर्यायाने या भागात कर्मचारी संख्या अत्यंत कमी असून त्यामुळे आदिवासी भागात आरोग्य सेवा व सुविधा आवश्यक तेवढ्या पुरविल्या जाऊ शकत नाहीत. त्यामुळे शासनाने याकडे लक्ष देऊन रिक्त जागांचा भरणा ताबडतोब करणे आणि अस्थायी स्वरूपाची पदे स्थायी स्वरूपात करणे अत्यंत आवश्यक आहे.

आदिवासी भागातील डॉक्टरांचे शिक्षण

तज्ज्ञ वैद्यकीय अधिकारी (डॉक्टर) यांचे शिक्षण पुढील तक्त्यानुसार स्पष्ट होते.

तक्ता क्रमांक ३.४

वैद्यकीय अधिकारी/डॉक्टर यांची शैक्षणिक स्थिती

अ.क्र.	प्राथमिक आरोग्य केंद्र	शिक्षण		एकूण
		बी.ए. एम.एस.	एम.बी.बी.एस.	
१	कळमखार	०२	०१	०३
२	साद्राबाडी	०२	०१	०३
३	धुळघाट रेल्वे	०३	००	०३
४	हरिसाल	०२	००	०२
५	बिजूधावडी	०३	००	०३
६	बैरागड	०२	०१	०३
७	सलोना	०३	००	०३
८	सेमाडोह	०२	००	०२
९	चूर्णी	०३	००	०३
१०	टेंब्रुसोंडा	०२	००	०२
११	हतरू	०२	०१	०३
१२	खोलापूर	०२	००	०२
१३	नेरपींगळाई	०२	०१	०३
१४	वरूड	०३	००	०३
१५	धामगणगाव गढी	०३	००	०३
	एकूण	३६	०५	४१
		(८७.८०%)	(१२.२०%)	(१००%)
	आधार :- क्षेत्रीय भेटीद्वारे संकलित माहितीच्या आधारे			

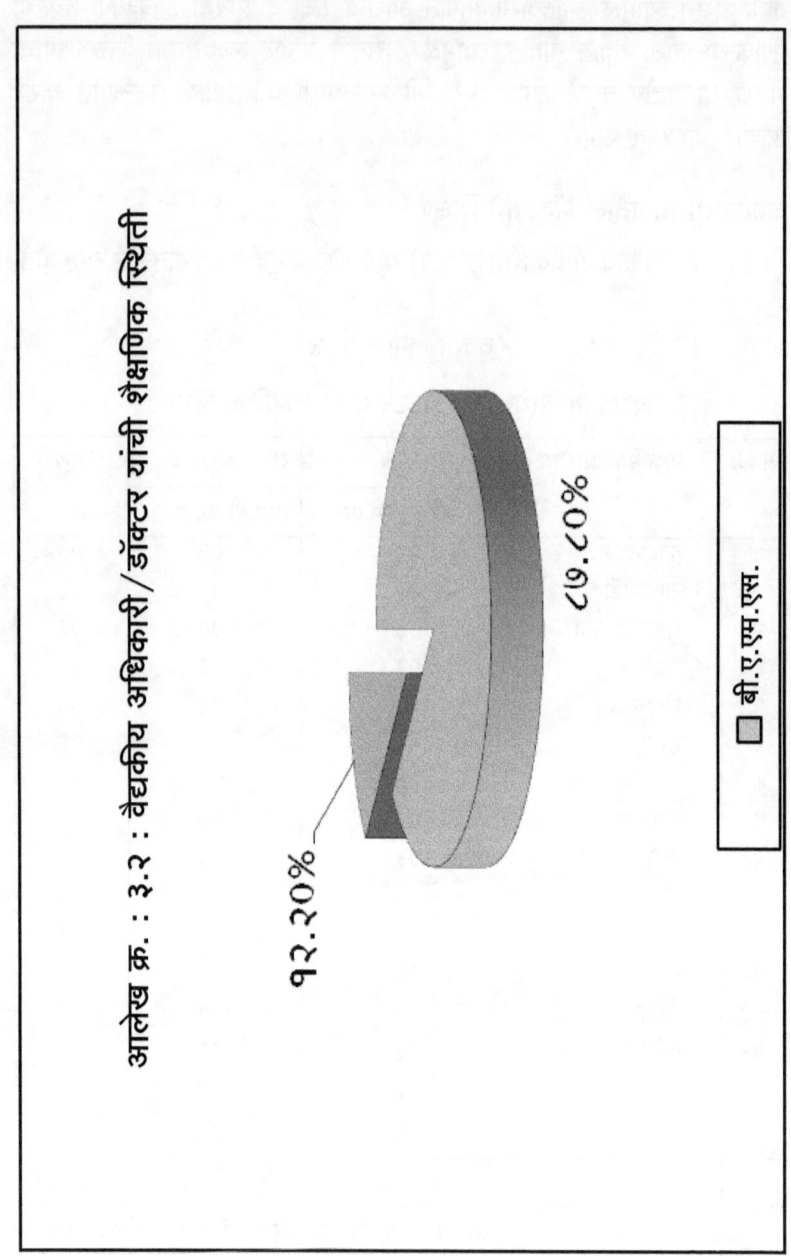

आलेख क्र. : ३.२ : वैद्यकीय अधिकारी/डॉक्टर यांची शैक्षणिक स्थिती

बी.ए.एम.एस.

८७.८०%

१२.२०%

तक्ता क्रमांक ३.४ नुसार एकूण ४५ मंजूर वैद्यकीय अधिकारी पदे असून त्यापैकी ४ पदे पूर्णपणे रिक्त आहेत, त्यामुळे उर्वरित ४१ वैद्यकीय अधिकाऱ्यांचा (डॉक्टरांचा) विचार केला गेला आहे. प्राप्त माहितीनुसार ३६ वैद्यकीय अधिकाऱ्यांचे (डॉक्टर) बी.ए.एम.एस. हे शिक्षण असून अशांचे एकूण ४१ पदांशी प्रमाण ८७.८०% इतके आहे, तर ०५ वैद्यकीय अधिकाऱ्यांचे शिक्षण एम.बी.बी.एस. असून यांचे एकूण प्रमाण केवळ १२.२०% इतके आहे. यावरून असे म्हणता येईल की या आदिवासी दुर्गम भागात एम.बी.बी.एस. शैक्षणिक पात्रता असणाऱ्यांचे प्रमाण आरोग्य सेवा पुरविण्याकरिता नियुक्त डॉक्टरांमध्ये अत्यल्प आहे म्हणजेच शासन उच्चशिक्षित किंवा तज्ज्ञ डॉक्टरांची कायमस्वरूपी नियुक्ती करण्याकडे दुर्लक्ष करतात, असे म्हणता येईल. कारण सर्वाधिक गंभीर आजारी रुग्ण याच भागात असून या आजारांचे उच्चाटन करण्यासाठी शासन भरपूर निधीची तरतूद करीत आहे; परंतु स्थानिक पातळीवर कार्यक्षम व तज्ज्ञ डॉक्टरांची नियुक्ती होणे अत्यंत गरजेचे असते; परंतु प्राप्त माहितीनुसार ही बाब असमाधानकारक आहे.

प्राथमिक आरोग्य केंद्रावर कार्यरत असलेल्या आरोग्य कर्मचाऱ्यांचे शिक्षण :-

अध्ययन क्षेत्रातील आदिवासी भागात कार्यरत प्राथमिक आरोग्य केंद्रावरील कर्मचाऱ्यांचे शिक्षण पुढील तक्त्यानुसार आहे.

तक्ता क्रमांक ३.५

आदिवासी भागातील आरोग्य कर्मचाऱ्यांचे शिक्षण

अ.क्र.	प्राथमिक आरोग्य केंद्र	शिक्षण		एकूण
		बी.एच.एस.सी. व पदविका	पदविका	
१	कळमखार	०६	००	०६
२	साद्रावाडी	०६	०२	०८
३	धुळघाट रेल्वे	०७	०१	०८
४	हरिसाल	०७	०१	०८
५	बिजूधावडी	०६	०१	०८
६	बैरागड	०६	००	०८
७	सलोना	०५	००	०८
८	सेमाडोह	०५	०१	०८
९	चुरणी	०७	००	०८

१०	टेंब्रुसोंडा	०५	००	०८
११	हतरू	०६	०१	०८
१२	खोलापूर	०७	०१	०८
१३	नेरपिंगळाई	०६	००	०८
१४	वरूड	०७	०१	०८
१५	धामणगाव गढी	०६	०२	०८
	एकूण	९२	११	१०३
		(८९.३२)%	(१०.६८)%	(१००)%
आधार :- क्षेत्रीय भेटीद्वारे संकलित माहितीच्या आधारे				

तक्ता क्रमांक ३.५ नुसार १०३ आरोग्य सेवा पुरविणाऱ्या कर्मचाऱ्यांपैकी ९२ कर्मचारी बी.एच.एस.सी. व पदविकाधारक शिक्षण घेतलेले आहेत. त्यांचे एकूण प्रमाण सर्वात जास्त ८९.३२% इतके आहे तर ११ आरोग्य कर्मचारी हे पदवीधर असून त्यांचे एकूण १०३ कर्मचाऱ्यांच्या पदांशी प्रमाण १०.६८% आहे व ते कमी आहे.

यावरून असे स्पष्ट होते की या भागात जास्तीत जास्त आरोग्य कर्मचारी हे एच.एस.सी. व पदविका शिक्षण घेतलेले आहेत; परंतु काही वर्षापर्यंत या कर्मचाऱ्यांमध्ये आरोग्य सेवेबाबत टप्प्याटप्प्याने प्रशिक्षण देण्याचे कार्य शासन करीत असते. परिणामत: या भागात आरोग्य कर्मचारी कार्यानुभव घेतलेले असे आहेत. एवढे असूनही हे कर्मचारी आदिवासी भागात योग्य सेवा देत नाहीत. असे निरीक्षणातून दिसून येते.

निकषाप्रमाणे उपलब्ध वैद्यकीय अधिकाऱ्यांचे (डॉक्टरांचे) प्रमाण

शासनाच्या निकषाप्रमाणे आदिवासी भागात प्रत्येकी ६००० लोकसंख्येला १ वैद्यकीय अधिकारी असे प्रमाण आहे. तर अध्ययन क्षेत्र असलेले अमरावती जिल्ह्यातील आदिवासी भागात उपलब्ध वैद्यकीय अधिकाऱ्यांची संख्या ही ६४ (ग्रामीण रुग्णालयाचे वैद्यकीय अधिकाऱ्यांसह) असून त्यांचे लोकसंख्येशी प्रमाण ५५७८ आदिवासी लोकसंख्या : १ डॉक्टर असे आहे निकषाच्या तुलनेत आदिवासी भागातील आरोग्य केंद्रावर कार्यरत वैद्यकीय अधिकाऱ्याचे प्रमाण समाधानकारक नाही, म्हणून या अतिदुर्गम आदिवासी भागात वैद्यकीय अधिकाऱ्यांची संख्या वाढविणे आवश्यक असून प्राथमिक आरोग्य केंद्राव्यतिरिक्त आदिवासी गावात/पाड्यात जाऊन आरोग्य शिबिरे घेणे, तसेच आश्रम शाळांच्याद्वारे घराघरापर्यंत आरोग्य सेवा पुरविण्याचे कार्य शक्य होत नाही.

या आदिवासी भागात आरोग्य सेवा पुरविणाऱ्या डॉक्टरांची संख्या अत्यंत कमी आहे असे स्पष्ट होते.

योजनात्मक आरोग्य सुविधांची वैद्यकीय अधिकाऱ्यांद्वारे अंमलबजावणी

अध्ययनक्षेत्र असलेल्या आदिवासी भागात वैद्यकीय अधिकाऱ्याद्वारे प्राथमिक आरोग्य केंद्रनिहाय शासनाने घोषित केलेल्या योजना, उदा. पाडा स्वयंसेवक योजना, दाईबैठक योजना मान्सूनपूर्व उपचार, फिरते आरोग्य पथक योजना, मातृत्व अनुदान योजना, कुपोषणश्रेणी ३ व ४ च्या भरती असलेल्या बालकांच्या पालकांना मजुरी योजना, तसेच बालकांना व मातांना मोफत आहार योजना, इत्यादींबाबत १५ नमुना वैद्यकीय अधिकाऱ्यांकडून अनुसूचीद्वारे माहिती मिळविली आहे, याचे विवेचन पुढील तक्त्यानुसार केले आहे.

पूर्णपणे आदिवासी गावाशी जोडलेल्या प्राथमिक आरोग्य केंद्राची माहिती

अध्ययन क्षेत्र असलेले अमरावती जिल्ह्यातील आदिवासी भागात प्राथमिक आरोग्य केंद्र हे पूर्णपणे आदिवासी गावाशी जोडलेले आहे काय? यासंबंधी प्राथमिक आरोग्य केंद्रावरील वैद्यकीय अधिकाऱ्यांनी पुढीलप्रमाणे माहिती दिली.

तक्ता क्रमांक ३.६

पूर्णपणे आदिवासी गावाशी जोडलेले प्राथमिक आरोग्य केंद्र

अ.क्र.	पर्याय	वैद्यकीय अधिकारी संख्या	प्रतिशत प्रमाण
१	होय	११	७३.३४%
२	नाही	०४	२६.६६%
	एकूण	१५	१००%
आधार :- क्षेत्रीय भेटीद्वारे संकलित माहितीच्या आधारे			

तक्ता क्र. ३.६ नुसार एकूण १५ नमुना प्राथमिक आरोग्य केंद्रांवरील १५ नमुना वैद्यकीय अधिकाऱ्यांपैकी ११ वैद्यकीय अधिकाऱ्यांनी कार्यरत असावे, अशा प्रकारे प्राथमिक आरोग्य केंद्रे ही पूर्णपणे आदिवासी गावांशी जोडलेली आहेत. त्यांचे एकूण १५ वैद्यकीय अधिकाऱ्यांशी प्रमाण ७३.३४% इतके आहे तर केवळ ४ नमुना वैद्यकीय अधिकाऱ्यांनी असे सांगितले की, प्राथमिक आरोग्य केंद्र पूर्णपणे आदिवासी

गावांशी जोडलेली नाहीत. यांचे एकूण प्रमाण २६.६६% इतके आहे यावरून असे दिसून येते की, अमरावती जिल्ह्यातील ११ प्राथमिक आरोग्य केंद्रे ही पूर्णपणे आदिवासी गावांशी जोडलेली असून त्याद्वारे संपूर्णपणे आदिवासी लोकांनाच आरोग्य सेवा पुरविली जाते, तर ०४ प्राथमिक आरोग्य केंद्रे ही ५०% पेक्षा कमी आदिवासींची लोकसंख्या असलेल्या गावांशी जोडलेली असून या केंद्रांकडून गैरआदिवासी लोकांना सुद्धा आरोग्य सेवा पुरविली जात असते, असे वैद्यकीय अधिकाऱ्यांच्या नमुना माहितीनुसार स्पष्ट होते.

आदिवासी रुग्णांना होणाऱ्या सामान्य आजाराबाबत माहिती

अमरावती जिल्ह्यातील आदिवासी भाग अती दुर्गम व जंगलांनी वेढलेला असून आदिवासी लोक या भागात दूर दूर अंतरावर वस्ती करून राहतात. सर्वसामान्य सोयींचा अभाव, शुद्ध पिण्याच्या पाण्याचा अभाव, प्राथमिक आरोग्य केंद्राचे गावापासून असणारे जास्त अंतर, तसेच वाहतुकीच्या साधनांचा अभाव या परिस्थितीमध्ये बहुतांश आदिवासींना विविध आजार असल्याचे दिसून येते. वैद्यकीय अधिकाऱ्यांनी दिलेल्या माहितीप्रमाणे सामान्यतः होणारे आजार पुढीलप्रमाणे आहेत.

तक्ता क्रमांक ३.७

आदिवासी रुग्णांना होणारे आजार

अ.क्र.	आजार	एकूण वैद्यकीय अधिकाऱ्यांची संख्या	वैद्यकीय अधिकारी संख्या	प्रतिशत प्रमाण
१	ताप	१५	०९	६०%
२	न्यूमोनिया	१५	११	७३.३३%
३	अतिसार	१५	१३	८६.६७%
४	मलेरिया	१५	१४	९३.३३%
५	कुपोषण	१५	१५	१००%
		आधार : क्षेत्रीय भेटींद्वारे संकलित माहितीच्या आधारे		

तक्ता क्र. ३.७ नुसार तापापासून आरोग्य केंद्रावर येणारे आजारी लाभार्थी रुग्णांबाबत माहिती देणारे ९ वैद्यकीय अधिकारी असून त्यांचे एकूण १५ नमुना वैद्यकीय अधिकाऱ्यांशी प्रमाण ६०% इतके आहे तर न्यूमोनिया, अतिसार, मलेरिया व कुपोषण यापासून आजारी असणाऱ्या लाभार्थ्यांवर उपचार होतात असे सांगणारे

अनुक्रमे ११, १३, १४ व १५ असे वैद्यकीय अधिकारी असून यांचे एकूण १५ नमुना वैद्यकीय अधिकाऱ्यांशी प्रमाण ७३.३३%, ८६.६७%, ९३.३३% व 100% इतके आहे. यामध्ये कुपोषण (100%) या आजाराचे प्रमाण सर्वाधिक दिसून येते तर मलेरिया, अतिसार व न्यूमोनिया या आजाराचे प्रमाण ७0% च्या वर राहते, असे नमुना वैद्यकीय अधिकाऱ्यांचे मत दिसून येते.

यावरून असे म्हणता येईल की, आदिवासी भागात मलेरिया, न्यूमोनिया व कुपोषण या आजारांपासून त्रस्त असणारे लाभार्थी रुग्ण सर्वात जास्त प्रमाणात प्राथमिक आरोग्य केंद्रावर उपचारासाठी येतात व त्यांच्यावर होणाऱ्या उपचारात दुर्लक्ष होत असल्याचे स्पष्ट होते.

प्राथमिक आरोग्य केंद्रामुळे नियंत्रित होणाऱ्या आजारांची माहिती

आदिवासी भागात आदिवासी लोक मुख्यत: मलेरिया, हिवताप, हगवण व कुपोषण यापासून आजारी असताना दिसून येतात या आजारांवर प्राथमिक आरोग्य केंद्रामुळे काही प्रमाणात यश मिळविण्यात आले आहे, असे वैद्यकीय अधिकारी उपलब्ध आकडेवारी वरून सांगतात.

तक्ता क्रमांक ३.८

प्राथमिक आरोग्य केंद्रामुळे नियंत्रित होणारे आजार

अ.क्र.	आजार	एकूण वैद्यकीय अधिकाऱ्यांची संख्या	वैद्यकीय अधिकारी संख्या	प्रतिशत प्रमाण
१	मलेरिया	१५	०२	१३.३३%
२	हिवताप	१५	०३	२0%
३	हगवण	१५	०२	१३.३३%
४	कुपोषण	१५	०२	१३.३३%
आधार :- क्षेत्रीय भेटीद्वारे संकलित माहितीच्या आधारे				

तक्ता क्रमांक ३.८ नुसार असे स्पष्ट होते की, २ वैद्यकीय अधिकाऱ्यांनी अनुसूचीद्वारे असे सांगितले की मलेरिया सारख्या आजारांवर प्राथमिक आरोग्य केंद्राकडून नियंत्रणात्मक उपाय केले गेले आहेत. त्यांचे एकूण १५ वैद्यकीय अधिकाऱ्यांशी (डॉक्टर) प्रमाण १३.३३% आहे तसेच ३ वैद्यकीय अधिकारी असे सांगतात,

हिवताप या आजारावर नियंत्रण आणण्यात आले आहे, असे सांगणाऱ्यांचे एकूण १५ डॉक्टरांशी प्रमाण २०% आहे. तर हगवण व कुपोषण या आजारांवर चांगले उपचार करण्यात आले व लाभार्थी रुग्ण या आजारापासून दुरुस्त झाले असे सांगणारे २ (हगवण) व २ (कुपोषण) इतके वैद्यकीय अधिकारी होते, त्यांचे एकूण १५ वैद्यकीय अधिकाऱ्यांशी प्रमाण १३.३३% व १३.३३% आहे.

यावरून असे स्पष्ट होते की, मलेरिया निर्मूलन कार्यक्रमांतर्गत प्राथमिक आरोग्य केंद्राकडून नियंत्रणात्मक उपाययोजना करण्यात येत आहे. तर हगवण, हिवताप यांच्या साथी अजूनही असून या आजारापासून रुग्ण मोठ्या प्रमाणावर उपचारासाठी प्राथमिक आरोग्य केंद्रावर येत आहे, तर या भागातील गंभीर बाब कुपोषण असून या कुपोषणाला थांबविण्याचे किंवा त्यापासून आदिवासी बालकांना नियंत्रणात्मक दृष्टीने करण्यात आलेले सर्व उपाय फोल ठरले आहे. त्यामुळे कुपोषित बालमृत्यूची मोठी संख्या या भागात आहे व ही समस्या सातत्याने दिसून येत आहे.

प्राथमिक आरोग्य केंद्रामध्ये उपलब्ध औषधाबाबत माहिती

अध्ययन क्षेत्र असलेल्या आदिवासी भागात कार्यरत असणाऱ्या १५ नमुना प्राथमिक आरोग्य केंद्रामध्ये उपलब्ध औषधांबाबतची माहिती १५ नमुना वैद्यकीय अधिकाऱ्यांनी पुढीलप्रमाणे सांगितली आहे.

तक्ता क्रमांक ३.९

प्राथमिक आरोग्य केंद्रावर उपलब्ध औषधींबाबत तपशील

अ.क्र.	पर्याय	वैद्यकीय अधिकारी संख्या	प्रतिशत प्रमाण
१	होय	०४	२६.६७%
२	नाही	११	७३.३३%
	एकूण	१५	१००%
			आधार :- क्षेत्रीय भेटीद्वारे संकलित माहितीच्या आधारे

तक्ता क्रमांक ३.९ नुसार एकूण नमुना १५ प्राथमिक आरोग्य केंद्रावर औषधींची उपलब्धता किती प्रमाणात राहते हे १५ नमुना वैद्यकीय अधिकाऱ्यांनी सांगितले त्यापैकी ०४ वैद्यकीय अधिकाऱ्यांनी असे सांगितले की, गरजेइतकी औषधींची उपलब्धता प्राथमिक आरोग्य केंद्रावर असते, असे सांगणाऱ्यांचे प्रमाण २६.६७% इतके आहे, तर ११ वैद्यकीय अधिकाऱ्यांच्या मते, प्राथमिक आरोग्य केंद्रात आवश्यक

तेवढ्या औषधींची उपलब्धता होत नाही असे सांगितले गेले; त्यांचे एकूण १५ नमुना वैद्यकीय अधिकाऱ्यांशी प्रमाण ७३.३३% इतके आहे.

यावरून असा निष्कर्ष निघतो की, आदिवासी दुर्गम भागात प्राथमिक आरोग्य केंद्रावर औषधींची उपलब्धता जवळ जवळ ७३.३३% इतकी नसते. म्हणजेच शासनाने या भागाकरिता उत्कृष्ट आरोग्य सेवा पुरविण्याकरिता विविध प्रकारचे उपक्रम राबविणे व मोठ्या प्रमाणात खर्च करूनही जिल्हा आरोग्य विभागाकडून आदिवासी भागात आरोग्य केंद्रांवर औषधांच्या पुरवठ्याबाबत दिरंगाई होते. परिणामत: आदिवासी लाभार्थी रुग्णांना औषधांविना राहावे लागते व शेवटी आजाराचे प्रमाण कमी न होता ते वाढतच जाते.

आदिवासींना कुटुंब नियोजनाबाबत करण्यात येणारी प्रबोधनात्मक माहिती

अमरावती जिल्ह्यातील आदिवासी भागात कुटुंबनियोजनाला सहकार्य मिळत नाही असे आरोग्य केंद्रावरील आरोग्य सेवा पुरविणाऱ्या वैद्यकीय अधिकारी यांनी सांगितले आहे. आदिवासी लोकांमध्ये सामाजिक पगडा, मुले ही देवाची देणगी आहे, मुलगा म्हातारपणाचा आधार आहे इत्यादी कारणांमुळे कुटुंबनियोजनाला हे लोक सहकार्य करत नाहीत. यासंबंधातील विवेचन तक्त्यातील आकडेवारीच्या आधारावर पाहता येईल.

तक्ता क्रमांक ३.१०

कुटुंबनियोजनाबाबत आदिवासी रुग्णांना करण्यात येणाऱ्या प्रबोधनाची माहिती

अ. क्र.	पर्याय	वैद्यकीय अधिकारी संख्या	प्रतिशत प्रमाण
१	होय	०६	४०%
२	नाही	०९	६०%
	एकूण	१५	१००%
	आधार :– क्षेत्रीय भेटीद्वारे संकलित माहितीच्या आधारे		

तक्ता क्रमांक ३.१० नुसार आदिवासी रुग्णांमध्ये सामाजिक पगडा, रीतिरिवाज इत्यादी अनेक पुरातन संस्कृतीनुसार या भागात कुटुंबनियोजनाला सहकार्य मिळत नाही. परंतु, प्रबोधनाच्या माध्यमातून अशा आदिवासी लोकांना कुटुंबनियोजनाद्वारे फायदे होतात. त्याचबरोबर शासनाकडून काही पैसेही मिळतात इत्यादी माहिती देणारे ६ वैद्यकीय अधिकारी असून त्यांचे एकूण प्राथमिक आरोग्य केंद्राशी ४०%

प्रमाण आहे. तर कुटुंबनियोजनाबाबत आदिवासी रुग्णांना प्रबोधनात्मक माहिती देत नाही असे ९ नमुना वैद्यकीय अधिकारी असून त्यांचे प्रमाण ६०% आहे.

यावरून असे म्हणता येईल की, प्राथमिक आरोग्य केंद्रावर कार्यरत असणारे वैद्यकीय अधिकाऱ्यांमध्ये (डॉक्टर) कुटुंबनियोजनाबाबत आदिवासी रुग्णांना करण्यात येणाऱ्या प्रबोधनाबाबत दिरंगाई होत आहे.

आरोग्याच्या प्राथमिक काळजीबाबत प्रबोधनात्मक सूचना

अमरावती जिल्ह्यातील आदिवासी भागात आरोग्य सेवा विभागाकडून आरोग्याच्या प्राथमिक काळजीबाबत विविध उपक्रम राबविले जातात त्यात आरोग्य सुरक्षिततेबाबत पथनाट्य, आरोग्य शिबिरे आणि गावागावात एका व्यक्तीची निवड करून त्याच्याकडून आदिवासींना आरोग्य सुरक्षिततेकरिता कशी काळजी घेतली जावी याबाबत माहिती पुरविली जाते. तसेच प्राथमिक आरोग्य केंद्रावर येणाऱ्या आदिवासी लाभार्थी रुग्णांना उपचारादरम्यान वैद्यकीय अधिकाऱ्यांकडून प्राथमिक काळजीबाबत प्रबोधनात्मक सूचना देण्यात येत असते. हे कार्य किती प्रमाणात होते याची माहिती पुढीलप्रमाणे–

तक्ता क्रमांक ३.११

आरोग्य केंद्रावर प्राथमिक काळजीबाबत प्रबोधनात्मक सूचना

अ. क्र.	पर्याय	वैद्यकीय अधिकारी संख्या	प्रतिशत प्रमाण
१	होय	०३	२०%
२	नाही	१२	८०%
	एकूण	१५	१००%

आधार :- क्षेत्रीय भेटीद्वारे संकलित माहितीच्या आधारे

तक्ता क्रमांक ३.११ नुसार असे स्पष्ट होते की, ०३ वैद्यकीय अधिकारी हे आरोग्य केंद्रावर उपचार करते वेळी आरोग्याच्या प्राथमिक काळजीबाबत आदिवासी रुग्णांना प्रबोधनात्मक सूचना करत असतात. अशांचे एकूण १५ नमुना वैद्यकीय अधिकाऱ्यांशी प्रमाण २०% आहे. तर १२ वैद्यकीय अधिकारी उपचार करतेवेळी प्राथमिक काळजीबाबत कुठल्याच प्रकारच्या सूचना देत नाहीत. त्यांचे प्रमाण ८०% इतके आहे.

यावरून असा निष्कर्ष निघतो की, ज्या अतिदुर्गम आदिवासी भागात विविध आजार सातत्याने राहात असून अशा भागात आरोग्याच्या प्राथमिक काळजीबाबत प्रबोधनात्मक सूचना वैद्यकीय अधिकाऱ्यांनी आदिवासी लाभार्थी रुग्णांना करावी ही आरोग्य सेवा पुरविण्यामधील प्राथमिक जबाबदारी आहे. तरीसुद्धा ८०% वैद्यकीय अधिकारी (डॉक्टर) याबाबत प्रबोधनात्मक सूचना करत नाहीत असे दिसते. ही बाब आरोग्य विभागाकरिता लाजिरवाणी आहे.

कुटुंब कल्याण योजनेला आदिवासी रुग्णांचा प्रतिसाद

अमरावती जिल्ह्यातील आदिवासी भागात आदिवासी लोकांवर सामाजिक पगडा मोठा असून पुरातन संस्कृती यामुळे तसेच मुले देवाची देणगी आहे, म्हातारपणाचा आधार आहे, या कारणामुळे या भागात कुटुंबनियोजनाला विशेष प्रतिसाद मिळत नाही हे पुढील तक्त्यावरून स्पष्ट करता येईल.

तक्ता क्रमांक ३.१२

कुटुंब कल्याण योजनेला आदिवासी रुग्णांचा प्रतिसाद

अ. क्र.	पर्याय	वैद्यकीय अधिकारी संख्या	प्रतिशत प्रमाण
१	अल्पसा	११	७३.३३%
२	नाही	०४	२६.६७%
३	पूर्णपणे	००	००.००%
	एकूण	१५	१००.००%

आधार :- क्षेत्रीय भेटीद्वारे संकलित माहितीच्या आधारे

तक्ता क्रमांक ३.१२ नुसार असे सांगता येईल की कुटुंबकल्याण योजनेला आदिवासी रुग्णांचा प्रतिसाद हा अल्पसा असतो. असे सांगणारे ११ नमुना वैद्यकीय अधिकारी असून त्यांचे एकूण १५ वैद्यकीय अधिकाऱ्यांशी प्रमाण ७३.३३% इतके आहे. तर सर्वसाधारणपणे या भागात कुटुंबकल्याण योजनेला प्रतिसाद मिळतो असे सांगणारे केवळ ०४ नमुना वैद्यकीय अधिकारी (डॉक्टर) आहेत त्याचे एकूण प्रमाण २६.६७% आहे.

यावरून असे म्हणता येईल की, आदिवासी भागात कुटुंबकल्याण योजनेला अल्पसा प्रतिसाद मिळतो ही बाब समाधानकारक नाही. कारण या योजनेला दिवसेंदिवस जास्तीत जास्त प्रतिसाद मिळणे आवश्यक आहे. परंतु या भागात कुटुंबकल्याण योजनेला अत्यंत कमी प्रतिसाद मिळतो.

आदिवासी रुग्ण प्राथमिक आरोग्य केंद्रात येत नसल्यास केले जाणारे प्रयत्न

आदिवासी भागात आदिवासी लोक बहुतांश आजारावर घरगुती उपचार करणे, तसेच वैदू व जडीबुटी या मार्फत उपचार करून घेणे यावर अधिक विश्वास ठेवतात, त्यामुळे प्राथमिक आरोग्य केंद्रावर उपचाराकरिता येणाऱ्यांची संख्या कमी असते त्यासाठी याबाबत पुढीलप्रमाणे विश्लेषण करता येईल.

तक्ता क्रमांक ३.१३

आदिवासी रुग्ण प्राथमिक आरोग्य केंद्रात येत नसल्यास केले जाणारे प्रयत्न

अ.क्र.	माध्यम	वैद्यकीय अधिकारी संख्या	प्रतिशत प्रमाण
१	प्रबोधन माध्यम	०७	४६.६७%
२	प्रत्यक्ष गावांना भेटी	०३	२०.००%
३	आरोग्य शिबिरे	०५	३३.३३%
	एकूण	१५	१००.००%
आधार :- क्षेत्रीय भेटीद्वारे संकलित माहितीच्या आधारे			

तक्ता क्रमांक ३.१३ नुसार असे म्हणावे लागेल की, वैद्यकीय अधिकाऱ्यांकडून केल्या जाणाऱ्या प्रयत्नामध्ये प्रबोधनात्मक माध्यमाचा ०७ नमुना वैद्यकीय अधिकारी उपयोग करतात अशांची संख्या सर्वात अधिक असून ती ४६.६७% आहे. तसेच ३ वैद्यकीय अधिकारी असे सांगणारे होते की, प्रत्यक्ष गावांना भेटी देऊन आदिवासी रुग्ण प्राथमिक आरोग्य केंद्रात उपचाराकरिता यावे, यासाठी प्रयत्न करत होते अशांचे प्रमाण २०.००% आहे तर ०५ वैद्यकीय अधिकारी हे आरोग्य शिबिरे घेऊन प्राथमिक आरोग्य केंद्रात उपचाराकरिता येण्यासाठी आदिवासी रुग्णांना प्रेरित करत होते त्यांचे एकूण १५ नमुना वैद्यकीय अधिकाऱ्यांशी प्रमाण ३३.३३% आहे.

यावरून असे स्पष्ट होते की, वैद्यकीय अधिकारी हे आदिवासी रुग्ण उपचाराकरिता प्राथमिक आरोग्य केंद्रात यावे यासाठी करण्यात येणाऱ्या प्रयत्नांमध्ये प्रत्यक्ष गावांना भेटी देणे व आरोग्य शिबिरे भरविणे याकडे दुर्लक्ष करतात असे अनुसूचीतील माहितीनुसार दिसून येते. ही बाब आरोग्य सेवा पुरविण्यामध्ये तसेच आरोग्याबाबत प्रबोधन करण्यामध्ये अडचणीची आहे.

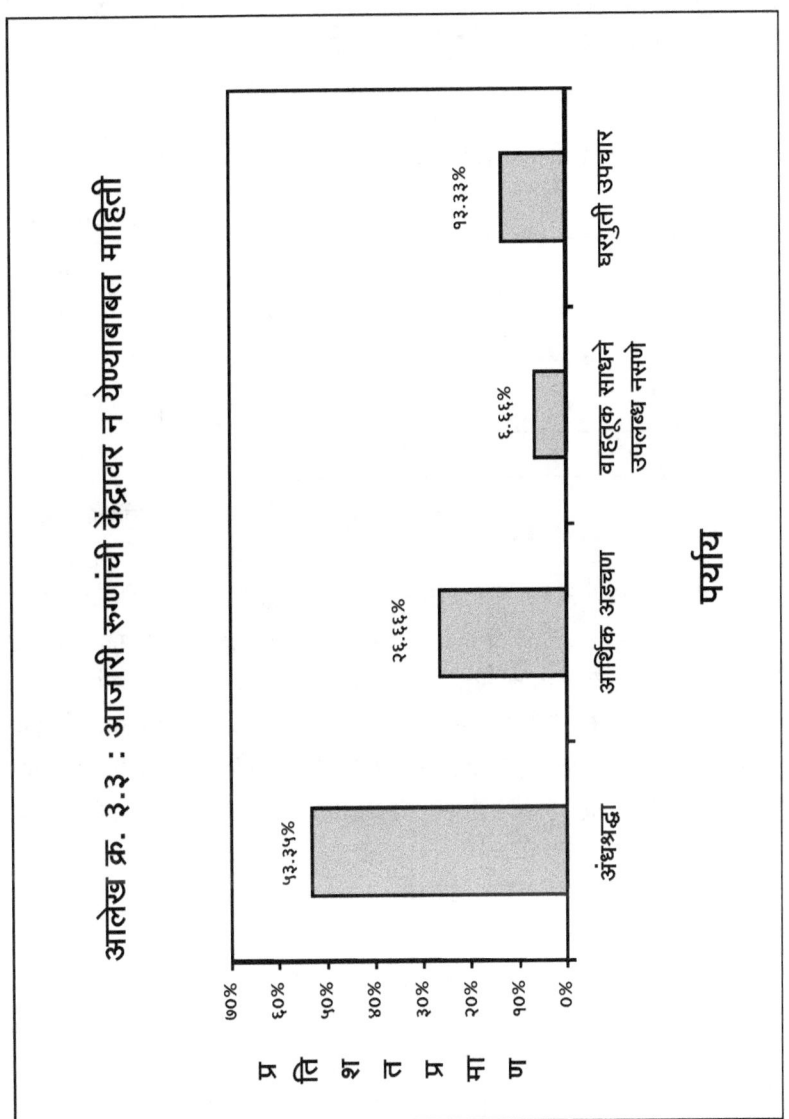

आलेख क्र. ३.३ : आजारी रुग्णांची केंद्रावर न येण्याबाबत माहिती

आदिवासी रुग्ण आजारी असून केंद्रावर न येण्याची कारणे

अमरावती जिल्ह्यातील आदिवासी भागात आदिवासी रुग्ण बहुतेक वेळी प्राथमिक आरोग्य केंद्रावर येण्यास इच्छुक नसतात. याबाबत केंद्रावरील वैद्यकीय अधिकाऱ्यांना प्रश्न केला असता पुढीलप्रमाणे मत दिले.

तक्ता क्रमांक ३.१४

आजारी रुग्णांची केंद्रावर न येण्याबाबत माहिती

अ. क्र.	पर्याय	वैद्यकीय अधिकारी संख्या	प्रतिशत प्रमाण
१	अंधश्रद्धा	०८	५३.३५%
२	आर्थिक अडचण	०४	२६.६६%
३	वाहतूक साधने उपलब्ध नसणे	०१	६.६६%
४	घरगुती उपचार	०२	१३.३३%
	एकूण	१५	१००.००%
			आधार :- क्षेत्रीय भेटीद्वारे संकलित माहितीच्या आधारे

तक्ता क्रमांक ३.१४ नुसार असे स्पष्ट होते की, ०८ नमुना वैद्यकीय अधिकारी असे सांगतात की, आदिवासींमध्ये अंधश्रद्धा असल्यामुळे ते प्राथमिक आरोग्य केंद्रावर उपचारांकरिता येत नाहीत. अशांचे एकूण १५ वैद्यकीय अधिकाऱ्यांशी प्रमाण ५३.३५% आहे. ०४ नमुना वैद्यकीय अधिकाऱ्यांनी आर्थिक अडचणींमुळे आदिवासी रुग्ण प्राथमिक आरोग्य केंद्रात उपचार घेण्यास येत नाहीत. अशांचे एकूण प्रमाण २६.६६% इतके आहे. आदिवासी भागात प्राथमिक आरोग्य केंद्रावर पोहोचू शकत नाही. असे मत ०१ नमुना वैद्यकीय अधिकाऱ्यांनी दिले, त्यांचे एकूण प्रमाण ६.६६% इतके आहे. तर आदिवासी रुग्ण आजारांवर घरगुती उपचार करतात त्याकारणाने प्राथमिक आरोग्य केंद्रावर उपचाराकरिता येत नाहीत, असे सांगणारे केवळ ०२ नमुना वैद्यकीय अधिकारी असून त्याचे प्रमाण १३.३३% इतके आहे.

यावरून असा निष्कर्ष निघतो की, आदिवासी भागात आदिवासी लोकांवर अंधश्रद्धेचा मोठा पगडा आहे. त्याकारणाने आजारी असताना प्राथमिक आरोग्य केंद्रात ते उपचारांकरिता येत नाहीत. अशांची संख्या सर्वात जास्त दिसून येते, ही वस्तुस्थिती आहे. परिणामत: या भागात आजाराने मृत्यू झाल्याचे प्रमाण अधिक असल्याचे दिसून येते. ही परिस्थिती या भागाकरिता शाप असल्याचे म्हणावे लागेल.

प्रभावी अंमलबजावणीकरिता कर्मचाऱ्यांच्या संख्येत वाढ करण्याची आवश्यकता

आरोग्य सेवा विभागाकडून आरोग्य सेवा पुरविण्याच्या दृष्टीने मानवी घटक हा महत्त्वपूर्ण असतो. त्यामध्ये डॉक्टर व कर्मचाऱ्यांची नियुक्ती, त्यांच्या संख्येत होणारी वाढ, विविध योजनांतर्गत प्रभावी अंमलबजावणी व्हावी व त्याचा फायदा सर्वसामान्यांना व्हावा यासाठी नव्याने आरोग्य कर्मचाऱ्यांची नियुक्ती करावी की नाही याबाबत वैद्यकीय अधिकाऱ्यांकडून पुढील माहिती प्राप्त झाली.

तक्ता क्रमांक ३.१५

अतिरिक्त आरोग्य कर्मचाऱ्यांची आवश्यकता

अ. क्र.	पर्याय	वैद्यकीय अधिकारी संख्या	प्रतिशत प्रमाण
१	होय	१३	८६.६७%
२	नाही	०२	१३.३३%
	एकूण	१५	१००.००%

आधार :- क्षेत्रीय भेटीद्वारे संकलित माहितीच्या आधारे

तक्ता क्रमांक ३.१५ नुसार १३ वैद्यकीय अधिकाऱ्यांनी आरोग्य सेवा पुरविण्यासाठी प्रभावी अंमलबजावणी व्हावी या दृष्टीने कर्मचाऱ्यांच्या संख्येत वाढ करण्यात यावी असे सांगितले, एकूण १३ नमुना वैद्यकीय अधिकाऱ्यांशी त्यांचे प्रमाण ८६.६७% इतके आहे.

यावरून असे म्हणता येईल की, आदिवासी भागात आरोग्यसेवा पुरविण्यासाठी कर्मचाऱ्यांच्या संख्येत वाढ केली गेल्यामुळे शासनाने राबविलेल्या आरोग्यविषयक विविध योजनांची प्रभावी अंमलबजावणी होण्यास मदत होईल.

प्राथमिक आरोग्य केंद्राकडून आदिवासी रुग्णांना आकारण्यात येणारे शुल्क

आदिवासी भागात उपचाराकरिता येणाऱ्या आदिवासी लाभार्थी रुग्णांना प्राथमिक आरोग्य केंद्राकडून शुल्काची आकारणी होते किंवा नाही असा प्रश्न वैद्यकीय अधिकाऱ्यांना विचारला असता त्यांनी पुढीलप्रमाणे माहिती दिली.

तक्ता क्रमांक ३.१६

प्राथमिक आरोग्य केंद्राकडून आदिवासी रुग्णांना शुल्काची आकारणी

अ. क्र.	पर्याय	वैद्यकीय अधिकारी संख्या	प्रतिशत प्रमाण
१	होय	–	00.00%
२	नाही	–	00.00%
३	नाममात्र (२ रुपये)	१५	१००.००%
	एकूण	१५	१००.००%
			आधार : क्षेत्रीय भेटीद्वारे संकलित माहितीच्या आधारे

तक्ता क्रमांक ३.१६ नुसार १५ नमुना वैद्यकीय अधिकाऱ्यांनी असे सांगितले की, उपचाराकरिता येणाऱ्या आदिवासी रुग्णांना नाममात्र रुपये २ इतके शुल्क आकारण्यात येते परंतु या शुल्काबाबत कुठल्याही प्रकारची जबरदस्ती करण्यात येत नाही, कारण शासनाने आदिवासी भागात विविध आजारांनी आदिवासी लोकांचा होणारा मृत्यू पाहता तसेच या आजारांवर प्रभावी नियंत्रण आणावे यासाठी नि:शुल्क आरोग्य सेवा द्यावी व या भागात आरोग्याबाबत प्रकर्षाने सुधारणा व्हावी असे ठरविले आहे. त्यामुळे नाममात्र शुल्क आकारण्यात येते, असे १००% वैद्यकीय अधिकाऱ्यांनी सांगितले.

प्राथमिक आरोग्य केंद्राकडून पिण्याच्या पाण्याच्या नमुन्याची तपासणी

आदिवासी भागात पिण्याच्या पाण्यामुळे विविध आजारांचा आदिवासी लोकांवर प्रादुर्भाव होत आहे. त्यामुळे या भागात उपलब्ध पिण्याचे पाणी हे शुद्ध असावे. त्याकरिता शासनाने प्राथमिक आरोग्य केंद्रातील वैद्यकीय अधिकाऱ्यांना पिण्याकरिता वापरण्यात येणाऱ्या पाण्याचा नमुना नियमित तपासणी केली जावी असे निर्देश दिले आहेत. त्यानुसार वैद्यकीय अधिकारी महिन्यातून दोन वेळा पिण्याच्या पाण्याची तपासणी करत आहेत त्याचा तपशील पुढीलप्रमाणे–

तक्ता क्रमांक ३.१७

प्राथमिक आरोग्य केंद्राद्वारे पिण्याच्या पाण्याची तपासणी

अ. क्र.	पर्याय	वैद्यकीय अधिकारी संख्या	प्रतिशत प्रमाण
१	महिन्यातून दोन वेळा	१५	१००%
	एकूण	१५	१००%
आधार :- क्षेत्रीय भेटीद्वारे संकलित माहितीच्या आधारे			

तक्ता क्रमांक ३.१७ नुसार आदिवासी भागात आदिवासी लोकांकरिता पिण्याचे उपलब्ध पाणी शुद्ध असावे यासाठी प्राथमिक आरोग्य केंद्रावरील वैद्यकीय अधिकारी महिन्यातून दोन वेळा पिण्याकरिता वापरण्यात येणाऱ्या पाण्याची तपासणी करतात. असे नमुना म्हणून निवडलेल्या १५ वैद्यकीय अधिकाऱ्यांनी सांगितले. त्याचे प्रमाण १००% आहे.

वैद्यकीय अधिकाऱ्यांनी तपासणी केलेल्या पाण्याची सूचना ग्रामपंचायतींना दिली असून सुद्धा स्थानिक पातळीवर ग्रामपंचायतीतून याबाबत मोठ्या प्रमाणात दुर्लक्ष केले जात आहे कारण अतिदुर्गम आदिवासी भागातील गावात अजूनही अशुद्ध पाण्याचा पिण्यासाठी वापर केला जात आहे. म्हणून या भागात पाण्यापासून विविध आजारांचा प्रादुर्भाव सातत्याने होत आहे.

आरोग्य कर्मचाऱ्यांनी चांगली आरोग्य सेवा देण्यासाठी अतिरिक्त आरोग्य सुविधेची आवश्यकता

प्राथमिक आरोग्य केंद्रावर आदिवासी रुग्णांना चांगली आरोग्यसेवा पुरविण्याच्या दृष्टीने काही अतिरिक्त आरोग्य सुविधांची आवश्यकता आहे. याबाबत पुढीलप्रमाणे माहिती प्राप्त झाली.

तक्ता क्रमांक ३.१८

चांगली आरोग्य सेवा देण्यासाठी अतिरिक्त आरोग्य सुविधेची आवश्यकता

अ. क्र.	पर्याय	वैद्यकीय अधिकारी संख्या	प्रतिशत प्रमाण
१	होय	१०	६६.६७%
२	नाही	०५	३३.३३%
	एकूण	१५	१००%
आधार :- क्षेत्रीय भेटीद्वारे संकलित माहितीच्या आधारे			

तक्ता क्र. ३.१८ नुसार १० नमुना वैद्यकीय अधिकाऱ्यांनी अतिरिक्त आरोग्य सुविधेबाबत होकारार्थी उत्तरे दिलीत. त्यांचे एकूण १५ नमुना वैद्यकीय अधिकाऱ्यांशी प्रमाण ६६.६७% आहे तर अतिरिक्त आरोग्य सुविधेची आवश्यकता नाही, असे म्हणणारे ०५ नमुना वैद्यकीय अधिकारी होते त्यांचे एकूण प्रमाण ३३.३३% आहे.

यावरून असे म्हणता येईल की, आदिवासी भागात उत्कृष्ट आरोग्य सेवा पुरविण्याच्या दृष्टीने आरोग्य कर्मचाऱ्यांना अतिरिक्त आरोग्य सुविधात्मक साधनांची आवश्यकता असल्याचे स्पष्ट होते.

शिबिराद्वारे आरोग्य सुविधा व शस्त्रक्रिया कार्यक्रम

अध्ययन क्षेत्र असलेल्या आदिवासी भागात प्राथमिक आरोग्य केंद्राद्वारे शिबिराच्या माध्यमातून आदिवासी रुग्णांपर्यंत आरोग्य सुविधा पोहचविणे व गंभीर आजारावर शस्त्रक्रिया करणे या सेवा वैद्यकीय अधिकारी किती प्रमाणात राबवितात हे पुढीलप्रमाणे.

तक्ता क्रमांक ३.१९

प्राथमिक आरोग्य केंद्राद्वारे शिबिरामार्फत आरोग्य सुविधा व शस्त्रक्रिया कार्यक्रमाची माहिती

अ. क्र.	पर्याय	वैद्यकीय अधिकारी संख्या	प्रतिशत प्रमाण
१	होय	०४	२६.६७%
२	नाही	११	७३.३३%
	एकूण	१५	१००%

आधार :- क्षेत्रीय भेटीद्वारे संकलित माहितीच्या आधारे

तक्ता क्र. ३.१९ नुसार केवळ ०४ नमुना वैद्यकीय अधिकारी प्राथमिक आरोग्य केंद्राद्वारे शिबिराच्या माध्यमातून आरोग्य सुविधा व शस्त्रक्रिया कार्यक्रम राबवितात. असे स्पष्ट होते त्यांचे एकूण १५ नमुना वैद्यकीय अधिकाऱ्यांशी प्रमाण २६.६७% कमी आहे. तर ११ नमुना वैद्यकीय अधिकारी या कार्यक्रमाची प्रभावीपणे अंमलबजावणी करत नाहीत असे सांगितले त्यांचे एकूण प्रमाण ७३.३३% हे जास्त आहे. म्हणजेच शासनाने जरी असे उपक्रम राबविले असले तरी स्थानिक पातळीवर अशा कार्यक्रमांना वैद्यकीय अधिकाऱ्यांकडून विशेष प्रतिसाद मिळत नाही असे म्हणावे लागेल.

आदिवासी रुग्णांसोबत येणाऱ्या नातेवाईकांच्या राहण्याची व्यवस्था

अमरावती जिल्ह्यातील आदिवासी भागात प्राथमिक आरोग्य केंद्रावर उपचारासाठी येणाऱ्या आदिवासी रुग्णांसोबत असणाऱ्या नातेवाईकांच्या राहण्याच्या व जेवणाच्या व्यवस्थेबाबत वैद्यकीय अधिकाऱ्यांनी पुढीलप्रमाणे माहिती दिली.

तक्ता क्रमांक ३.२०

प्राथमिक आरोग्य केंद्रामध्ये आदिवासी रुग्णांच्या नातेवाईकांची राहण्याची व्यवस्था

अ. क्र.	पर्याय	वैद्यकीय अधिकारी संख्या	प्रतिशत प्रमाण
१	होय	०६	४०.००%
२	नाही	०९	६०.००%
	एकूण	१५	१००%

आधार :– क्षेत्रीय भेटीद्वारे संकलित माहितीच्या आधारे

तक्ता क्र. ३.२० नुसार ०९ वैद्यकीय अधिकाऱ्यांनी रुग्णांसोबत येणाऱ्या नातेवाईकांच्या राहण्याची व्यवस्था केली जात नाही. असे सांगितले त्यांचे एकूण १५ नमुना वैद्यकीय अधिकाऱ्यांशी प्रमाण ६०.००% आहे असे सांगितले तर ०६ नमुना वैद्यकीय अधिकाऱ्यांच्या मते अशी व्यवस्था होते. असे सांगितले त्यांचे एकूण प्रमाण केवळ ४०% आहे.

यावरून असे स्पष्ट होते की, प्राथमिक आरोग्य केंद्रात भरती असलेल्या रुग्णांच्या नातेवाईकांची राहण्याची व जेवणाची व्यवस्था केली जात नाही असे दिसून येते.

आदिवासी गावांना नियमित भेटी देणाऱ्या वैद्यकीय अधिकाऱ्यांची माहिती

अध्ययन क्षेत्र असलेल्या दुर्गम आदिवासी भागात राहणाऱ्या आदिवासी लोकांच्या गावात किंवा पाड्यात आजारी असणाऱ्या रुग्णांची माहिती घेणे व तपासणी करण्यासाठी प्राथमिक आरोग्य केंद्रावरील वैद्यकीय अधिकारी किती प्रभावीपणे कार्यशील असतात हे पुढील माहितीवरून दिसून येते.

तक्ता क्रमांक ३.२१

आदिवासी गावांना नियमित भेटी देणारे वैद्यकीय अधिकारी

अ. क्र.	पर्याय	वैद्यकीय अधिकारी संख्या	प्रतिशत प्रमाण
१	होय	०४	२६.६६%
२	नाही	११	७३.३४%
	एकूण	१५	१००%
			आधार :- क्षेत्रीय भेटीद्वारे संकलित माहितीच्या आधारे

तक्ता क्र. ३.२१ नुसार केवळ ०४ नमुना वैद्यकीय अधिकारी आरोग्याबाबत आजारी असणाऱ्यांची माहिती घेणे व तपासणी करण्यासंदर्भात आदिवासी गावात किंवा पाड्यात नियमित भेटी देत असतात असे सांगण्यात आले. त्यांचे एकूण १५ नमुना वैद्यकीय अधिकाऱ्यांशी प्रमाण २६.६६% आहे व हे प्रमाण कमी आहे. तर ११ नमुना वैद्यकीय अधिकारी असे सांगतात की, आदिवासी गावांना नियमित भेटी देत नाहीत. त्यांचे एकूण प्रमाण सर्वाधिक ७३.३४% इतके आहे. यावरून असे स्पष्ट होते की जास्तीत जास्त वैद्यकीय अधिकारी आदिवासी गावांना भेटी देण्यासंदर्भात आरोग्य कर्मचारी व पाडा स्वयंसेवक यांच्याकडूनच हे काम करून घेत असतात. त्यामुळे या कामात बऱ्याच प्रमाणात दिरंगाई, आजारी रुग्णांबाबत खरी माहिती लपवून खोटी माहिती सादर करणे, तसेच या भागात आजारापासून होणाऱ्या मृत्यूची संख्या लपवून ठेवणे इ. लाजिरवाणे प्रकार घडत असतात.

प्राथमिक आरोग्य केंद्रावरील आरोग्य सेवा पुरविणारे कर्मचारी

अमरावती जिल्ह्यातील आदिवासी भागात आरोग्य सेवा कार्याचे अध्ययन करण्याचे दृष्टीने नमुना प्राथमिक आरोग्य केंद्रावर आरोग्य सेवक म्हणून कार्य करणाऱ्या आरोग्य कर्मचाऱ्याकडून अनुसूचीद्वारे माहिती मिळविण्यात आली. १५ नमुना प्राथमिक आरोग्य केंद्रावरील कर्मचाऱ्यांची निवड यादृच्छीक नमुना निवड पद्धतीने करण्यात आली आहे.

आरोग्य कर्मचाऱ्यांच्या कामाचे स्वरूप याबाबत आदिवासी भागातील आरोग्य केंद्रावरील कार्यरत असणाऱ्या आरोग्य कर्मचारी आरोग्याच्या प्राथमिक काळजीबाबत मार्गदर्शक म्हणून कार्य पार पाडत असतात, तसेच या भागातील गंभीर आजारी

रुग्णाला त्याच्या घरून त्याच्या नातेवाईकांची समजूत काढून जवळच्या प्राथमिक आरोग्य केंद्रावर उपचारांकरिता भरती करतात. तसेच या भागात हे आरोग्य कर्मचारी अंधश्रद्धा निर्मूलनाबाबत आरोग्यदूत म्हणून कार्य करतात. त्यामुळे या भागात आरोग्याच्या काळजीबाबत स्वच्छता अभियान, शुद्ध पिण्याच्या पाण्याची व्यवस्था करणे, तसेच नशा करणे शरीरास कसे घातक आहे, याबाबत आदिवासींना प्रबोधन करणे, आहाराबाबत काळजी घेणे, गर्भवती मातांना प्रसूती होतेवेळी प्राथमिक आरोग्य केंद्रात भरती करणे, तसेच नवजात बालकाच्या आरोग्याची कशी काळजी घ्यावी याबाबत बालकाच्या पालकांना माहिती देणे, इत्यादींबाबत महत्त्वपूर्ण कार्य आरोग्य कर्मचारी नेहमी करत असतात.

प्राथमिक आरोग्य केंद्रावर स्वतःहून न येणाऱ्या आदिवासी रुग्णांची मानसिकता

अमरावती जिल्ह्यातील आदिवासी भागात आदिवासींची लोकसंख्या जास्त असून ती अतिदुर्गम व जंगली भागात व गावागावांत विभागली गेली आहे. त्यामुळे या भागात विविध आजार सातत्याने राहात असून या आजारांवर नियंत्रण आणण्याच्या दृष्टीने शासनाने आरोग्यसेवेवर मोठा खर्च केला आहे. त्यासोबत अतिदुर्गम भागापर्यंत प्राथमिक आरोग्य केंद्र निर्माण केले आहे. आदिवासी गावांच्या जवळ असणाऱ्या प्राथमिक आरोग्य केंद्रावर स्वतःहून आदिवासी रुग्ण उपचारांकरिता न येणे व या संदर्भात त्यांचे मत वळवण्याचा प्रयत्न करणे, त्यासाठी कुठल्या कारणास्तव आरोग्य केंद्रावर हे आदिवासी रुग्ण येत नाहीत याबाबत पुढीलप्रमाणे तपशील देता येईल.

तक्ता क्रमांक ३.२२

उपचारासाठी स्वतःहून न येणाऱ्या आदिवासी रुग्णांची मानसिकता

अ. क्र.	पर्याय	वैद्यकीय अधिकारी संख्या	प्रतिशत प्रमाण
१	अंधश्रद्धा	११	७३.३६%
२	घर ते केंद्राचे अंतर	०१	६.६६%
३	वाहतुकीच्या सोयींचा अभाव	०१	६.६६%
४	पैशांचा अभाव	०२	१३.३२%
	एकूण	१५	१००.००%
आधार :– क्षेत्रीय भेटीद्वारे संकलित माहितीच्या आधारे			

तक्ता क्रमांक ३.२२ नुसार आदिवासी दुर्गम भागात प्राथमिक आरोग्य केंद्रावर उपचारांसाठी स्वत:हून येणाऱ्या आदिवासी रुग्णांची मानसिकता पुढील कारणाने स्पष्ट होते.

एकूण १५ नमुना आरोग्य कर्मचाऱ्यांनी दिलेल्या माहितीनुसार त्यापैकी ११ नमुना आरोग्य कर्मचाऱ्यांनी असे सांगितले की, अंधश्रद्धेमुळे हे रुग्ण प्राथमिक आरोग्य केंद्रावर स्वत:हून येत नाहीत. *त्यांचे एकूण प्रमाण ७३.३६% आहे. तर घर ते केंद्राचे अंतर, वाहतुकीच्या सोयींचा अभाव तसेच पैशांचा अभाव इत्यादी कारणामुळे हे आदिवासी रुग्ण प्राथमिक आरोग्य केंद्रात येत नसतात असे सांगणारे एकूण ४ आरोग्य कर्मचारी असून त्यांचे एकूण प्रमाण अनुक्रमे ६.६६%, ६.६६% व १३.३२% आहे.*

यावरून असा निष्कर्ष काढता येईल की, आरोग्य कर्मचाऱ्यांच्या मते आदिवासी भागात अंधश्रद्धा हा महत्त्वपूर्ण घटक असून त्यामुळे स्वत:च्या आरोग्याबाबत दुर्लक्ष करणे अशा प्रवृत्तीमुळे आदिवासी लोक मोठ्या प्रमाणात मागास राहतात.

आदिवासी रुग्णांना स्वच्छतेबाबत असणारी जाणीव

आदिवासी भागात स्वच्छतेबाबत जाणीव नसणे ही बाब येथील लोकांमध्ये विशेषत्वाने जाणवते ती पुढीलप्रमाणे दर्शविण्यात आली आहे.

तक्ता क्रमांक ३.२३

आदिवासी रुग्णांना स्वच्छतेबाबत असणारी जाणीव

अ. क्र.	पर्याय	वैद्यकीय अधिकारी संख्या	प्रतिशत प्रमाण
१	जाणीव नाही	११	७३.३६%
२	जाणीव आहे	०१	६.६६%
३	५० टक्के	०२	१३.३२
४	७५ टक्के	०१	६.६६%
	एकूण	१५	१००.००%

आधार : क्षेत्रीय भेटीद्वारे संकलित माहितीच्या आधारे

तक्ता क्रमांक ३.२३ नुसार ११ नमुना आरोग्य कर्मचाऱ्यांनी असे सांगितले की, प्राथमिक आरोग्य केंद्रावर उपचाराकरिता येणाऱ्या आदिवासी लाभार्थी रुग्णांना स्वच्छतेबाबत जाणीव नसते यांचे एकूण १५ नमुना आरोग्य कर्मचाऱ्यांशी प्रमाण

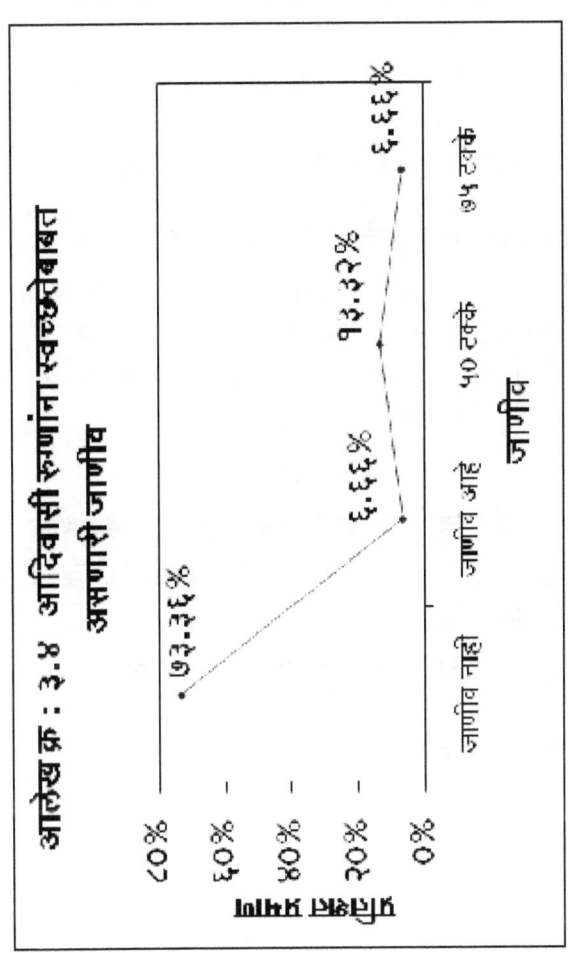

आलेख क्र : ३.४ आदिवासी रूग्णांना स्वच्छतेबाबत
असणारी जाणीव

७३.३६% आहे. तर या भागात आदिवासी रुग्णांना स्वच्छतेबाबत जाणीव आहे असे सांगणारा फक्त १ आरोग्य कर्मचारी असून त्याचे एकूण प्रमाण ६.६६% आहे तर ५०% आदिवासी रुग्णांना स्वच्छतेबाबत जाणीव असते असे सांगणारे २ आरोग्य कर्मचारी होते. त्यांचे प्रमाण १३.३२% आहे तर ७५% आदिवासी रुग्णांना स्वच्छतेबाबत जाणीव आहे असे सांगणारा १ आरोग्य कर्मचारी आहे. त्याचे प्रमाण ६.६६% आहे.

यावरून असे स्पष्ट होते की, प्राथमिक आरोग्य केंद्रावर उपचारांकरिता येणाऱ्या आदिवासी रुग्णांना स्वच्छतेबाबत जाणीव नाही, असे ७३.३६% आरोग्य कर्मचाऱ्यांना वाटते. ही वास्तविकता आदिवासी भागामध्ये सर्वत्र दिसून येते.

आदिवासी रुग्णांमधील कुटुंबनियोजनाबाबत गैरसमज दूर करण्याचे माध्यम

अमरावती जिल्ह्यातील आदिवासी भाग हा अतिदुर्गम व डोंगरपायथ्याशी तसेच जंगलात आहे या भागात राहणाऱ्या आदिवासी लोकांवर पुरातन संस्कृतीचा मोठा प्रभाव दिसून येतो. या लोकांमध्ये कुटुंब नियोजनाबाबत बरेच गैरसमज असल्याचे दिसून येतात ते पुढीलप्रमाणे.

तक्ता क्रमांक ३.२४

कुटुंबनियोजनाबाबत गैरसमज दूर करण्याचे माध्यम

अ.क्र.	माध्यम	आरोग्य कर्मचारी संख्या	प्रतिशत प्रमाण
१	वित्तीय अभिप्रेरणा	०९	६०.०४%
२	कुटुंब नियोजनाबाबत फायद्याचे प्रबोधन	०२	१३.३२%
३	पुरस्कार	०२	१३.३२%
४	शैक्षणिक सुविधा	०२	१३.३२%
	एकूण	१५	१००.००%
आधार :- क्षेत्रीय भेटीद्वारे संकलित माहितीच्या आधारे			

तक्ता क्रमांक ३.२४ वरून स्पष्ट होते की आदिवासी रुग्णांमध्ये कुटुंबनियोजनाबाबत काही गैरसमज असून ते दूर करण्यासाठी शासनाने प्रभावी माध्यमांची निवड केली आहे. त्यातील ९ नमुना आरोग्य कर्मचाऱ्यांच्या मते, वित्तीय अभिप्रेरणा या माध्यमाद्वारे आदिवासी रुग्णांमध्ये असणारे कुटुंबनियोजनाबाबतचे गैरसमज दूर करण्याचा प्रयत्न केला जातो. अशा कर्मचाऱ्यांचे एकूण १५ नमुना

आरोग्य कर्मचाऱ्यांशी प्रमाण ६०.०४% असून ते अधिक आहे. तर कुटुंब नियोजनाबाबत फायद्याचे प्रबोधन करणे, पुरस्कार देणे आणि शैक्षणिक सुविधा इत्यादी माध्यमातून कुटुंब नियोजनाबाबत असणारे गैरसमज दूर केले जातात. असे सांगणारे अनुक्रमे २, २, २ आरोग्य कर्मचारी असून त्यांचे एकूण १५ आरोग्य कर्मचाऱ्यांशी प्रमाण अनुक्रमे १३.३२%, १३.३२% व १३.३२% आहे. यावरून असे लक्षात येते की, कुटुंब नियोजनास प्रेरित करण्यासाठी आदिवासींना आर्थिक प्रलोभन देऊन प्रेरित केले जाते, यासाठी वित्तीय अभिप्रेरणा हे माध्यम मोठ्या प्रमाणावर (६०.०४%) आदिवासींना प्रेरित करणारे आहे. काही भागात कुटुंबनियोजनाबाबत काही आदिवासी रुग्णांमधील गैरसमज दूर होत आहेत. त्यामुळे कुटुंबनियोजन कार्यक्रमाला काही प्रमाणात सहकार्य मिळत आहे.

कुटुंबनियोजनाला आदिवासींचा प्रतिसाद

आदिवासी भागात शासनाच्या काही प्रभावी माध्यमांच्या जोरावर कुटुंबनियोजनाला आदिवासी रुग्णांचा अल्प प्रमाणात प्रतिसाद असल्याचे दिसून येते ते पुढील तालिकेवरून स्पष्ट होते.

तक्ता क्रमांक ३.२५

कुटुंब नियोजनाला आदिवासी रुग्णांचा प्रतिसाद

अ.क्र.	प्रतिसाद	आरोग्य कर्मचारी संख्या	प्रतिशत प्रमाण
१	अल्पसा	१२	८०.०२%
२	पूर्णपणे	००	००.००%
३	५०% पर्यंत	०२	१३.३२%
४	५०% च्या वर	०१	६.६६%
	एकूण	१५	१००.००%
			आधार :– क्षेत्रीय भेटीद्वारे संकलित माहितीच्या आधारे

तक्ता क्रमांक ३.२५ नुसार १२ नमुना आरोग्य कर्मचाऱ्यांच्या मते कुटुंबनियोजनाला आदिवासी रुग्णांचा अल्पसा प्रतिसाद आहे अशांचे एकूण १५ आरोग्य कर्मचाऱ्यांशी प्रमाण ८०.०२% असून ते अधिक आहे. तसेच या कुटुंब नियोजनास ५०% आदिवासी रुग्णांचा प्रतिसाद असतो. असे सांगणारे २ आरोग्य कर्मचारी असून एकूण कर्मचाऱ्यांशी प्रमाण १३.३२% आहे, तर कुटुंब नियोजनाला

आदिवासी रुग्णांचा ५0%च्या वर प्रतिसाद असतो. असे सांगणारा फक्त १ आरोग्य कर्मचारी असून त्याचे एकूण १५ नमुना आरोग्य कर्मचाऱ्यांशी प्रमाण ६.६६% आहे.

यावरून असे निष्पन्न होते की, या आदिवासी भागात आरोग्याबाबत योजना राबविल्या जातात. तसेच कुटुंबनियोजनाच्या कार्यक्रमावर विशेष भर देण्यात येत असला तरी या भागात कुटुंबनियोजनाला आदिवासी रुग्णांचा प्रतिसाद अल्पसा मिळत आहे. कुटुंबनियोजनास १00% प्रतिसाद मिळतो असे सांगणारा एकही कर्मचारी नाही.

आदिवासी क्षेत्रातील व्यक्तींची शैक्षणिक स्थिती अत्यंत निकृष्ट असल्यामुळे त्यांच्यात आजारांचे प्रमाण जास्त आहे. याबाबत कर्मचाऱ्यांचे मत

आदिवासी भागात आदिवासी लोकांमध्ये शिक्षणाचे प्रमाण अत्यंत कमी असल्यामुळे आजाराबाबत जागरूकता दिसून येत नाही. त्यामुळे या भागात विविध आजरांनी आदिवासी लोक ग्रस्त आहे.

तक्ता क्रमांक ३.२६

आदिवासी व्यक्तींची शैक्षणिक स्थिती अत्यंत निकृष्ट असल्यामुळे त्यांच्यात आजारांचे प्रमाण जास्त आहे.

अ.क्र.	प्रतिसाद	आरोग्य कर्मचारी संख्या	प्रतिशत प्रमाण
१	होय	१४	९३.३३%
२.	नाही	0१	६.६७%
	एकूण	१५	१00%
आधार :- क्षेत्रीय भेटीद्वारे संकलित माहितीच्या आधारे			

तक्ता क्रमांक ३.२६ नुसार आदिवासी क्षेत्रातील व्यक्तींची शैक्षणिक स्थिती अत्यंत निकृष्ट असल्यामुळे त्यांच्या आजारांचे प्रमाण जास्त आहे. असे एकूण १५ आरोग्य कर्मचाऱ्यांना विचारले असता १४ कर्मचाऱ्यांनी 'होय' असे उत्तर दिले. त्यांचे एकूण १५ कर्मचाऱ्यांशी प्रमाण ९३.३३% इतके आहे. तर १ आरोग्य कर्मचाऱ्याने 'नाही' असे उत्तर दिले. त्याचे एकूण कर्मचाऱ्यांशी प्रमाण ६.६७% आहे. यावरून असे स्पष्ट होते की, आदिवासी क्षेत्रातील व्यक्तींची शैक्षणिक स्थिती ही अत्यंत निकृष्ट असल्यामुळे त्यांच्या आजाराचे प्रमाण जास्त आहे.

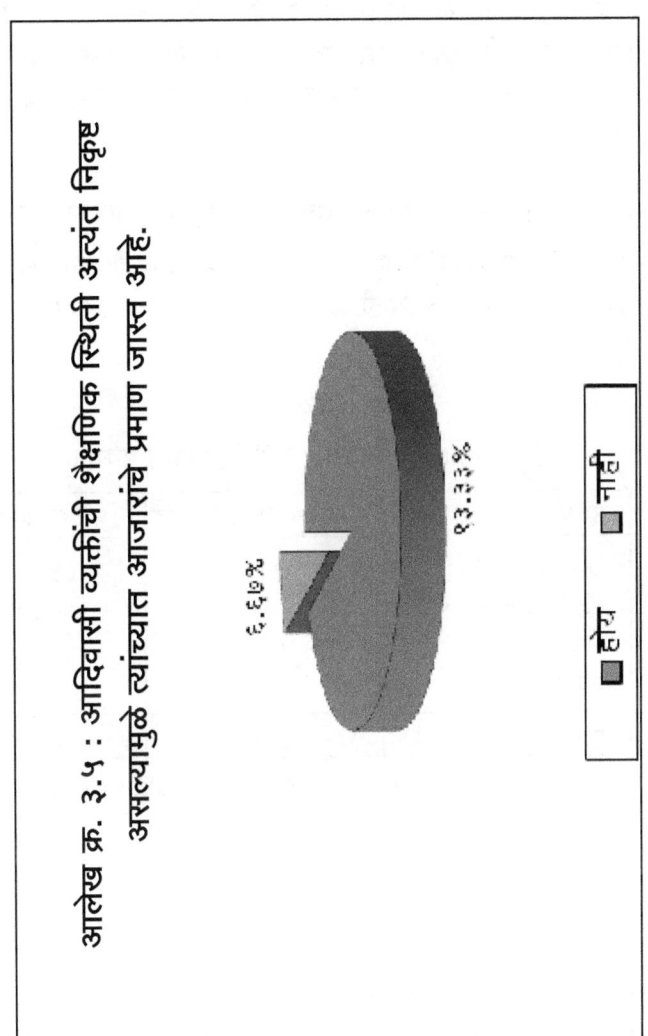

आलेख क्र. ३.५ : आदिवासी व्यक्तींची शैक्षणिक स्थिती अत्यंत निकृष्ट असल्यामुळे त्यांच्यात आजारांचे प्रमाण जास्त आहे.

तक्ता क्र. ३.२६ ला X^2 Test च्या सूत्राचा वापर केल्यानंतर प्राप्त उत्तर ११.२६ इतके आले. (परिशिष्ट क्र. १.४) X^2 चे सारणीय मूल्य ०.०५ सार्थक स्तरावर १ स्वातंत्र्याची मात्रावर मूल्य ३.८४ आहे. प्राप्त X^2 चे मूल्य सारणीय X^2 च्या मूल्यापेक्षा जास्त असल्यामुळे असा निष्कर्ष काढता येतो की, दोन्ही पर्यायामध्ये आलेल्या वारंवारितांमध्ये सार्थक अंतर आहे. याचा अर्थ आदिवासी क्षेत्रातील व्यक्तींची शैक्षणिक स्थिती अत्यंत निकृष्ट असल्यामुळे त्यांच्यात आजारांचे प्रमाण जास्त आहे हे सिद्ध होते.

आदिवासी रुग्णांना आरोग्याबाबत प्रबोधनात्मक माहिती देण्याचे माध्यम

आदिवासी भागात आदिवासी रुग्णांना आरोग्याच्या काळजीबाबत प्रबोधनात्मक माहिती देण्यात येत असते. त्यासाठी काही प्रभावी माध्यमांचा उपयोग केला जात असतो, तो पुढीलप्रमाणे–

तक्ता क्रमांक ३.२७

आरोग्याबाबत प्रबोधनात्मक माहिती देण्याचे माध्यम

अ.क्र.	माध्यम	आरोग्य कर्मचारी संख्या	प्रतिशत प्रमाण
१	प्रत्यक्ष बैठकी घेणे	११	७३.३४%
२	रेडिओ/दूरदर्शन	००	००.००%
३	पत्रके	०१	६.६६%
४	सूचना फलक	०३	२०.००%
	एकूण	१५	१००.००%

आधार :– क्षेत्रीय भेटीद्वारे संकलित माहितीच्या आधारे

तक्ता क्रमांक ३.२७ वरून असे लक्षात येते की, आरोग्य कर्मचारी आदिवासींच्या गावागावात आरोग्याबाबत प्रबोधनाकरिता प्रत्यक्ष भेटी व बैठकी घेणे या माध्यमाचा उपयोग करत असतात. असे ११ नमुना आरोग्य कर्मचाऱ्यांनी सांगितले. त्याचे एकूण १५ नमुना आरोग्य कर्मचाऱ्यांशी प्रमाण ७३.३४% इतके जास्त आहे. तर प्रबोधनात्मक पत्रके वाटणे या माध्यमाचा वापर केला जातो. असे सांगणारे फक्त १ आरोग्य कर्मचारी असून त्याचे एकूण प्रमाण ६.६६% इतके आहे. तर सूचना फलकाद्वारे आदिवासी रुग्णांना स्वत:च्या आरोग्याबाबत प्रबोधन केले जाते असे सांगणारे ३ आरोग्य कर्मचारी होते. त्याचे एकूण प्रमाण २०% इतके आहे.

यावरून असे स्पष्ट होते की, आदिवासी रुग्णांना आरोग्याच्या सुरक्षिततेबाबत करण्यात येणारे प्रबोधन हे प्रत्यक्ष भेटी व बैठकी घेणे या माध्यमातून मोठ्या प्रमाणात होत असते. परिणामत: आदिवासी रुग्णांपर्यंत प्रत्यक्ष प्रबोधनकार्य होत असल्यामुळे आरोग्याबाबत काही प्रमाणात काळजी घेतली जात असावी, असे आरोग्य कर्मचाऱ्यांच्या मतानुसार स्पष्ट होते.

प्राथमिक आरोग्य केंद्राव्यतिरिक्त अन्य प्रकारे औषधोपचार घेणारे आदिवासी लाभार्थी रुग्ण

अमरावती जिल्ह्यातील आदिवासी भागात गावागावात वस्ती करून राहणारे आदिवासी रुग्ण हे पुरातन संस्कृतीच्या प्रभावाखाली असून त्यांच्यावर वैदू, जडीबुटी, बुवाबाजी व घरगुती उपचार इत्यादींचा मोठा प्रभाव उपचारादरम्यान दिसून येतो, तो पुढीलप्रमाणे सांगता येईल.

तक्ता क्रमांक ३.२८

आदिवासी रुग्णांचे औषधोपचार घेण्याचे माध्यम

अ.क्र.	माध्यम	आरोग्य कर्मचारी संख्या	प्रतिशत प्रमाण
१	वैदू	०७	४६.६९%
२	जडीबुटी	०५	३३.३३%
३	बुवाबाजी	०२	१३.३२%
४	घरगुती उपचार	०१	६.६६%
	एकूण	१५	१००.००%
	आधार :- क्षेत्रीय भेटीद्वारे संकलित माहितीच्या आधारे		

तक्ता क्रमांक ३.२८ वरून असे म्हणता येईल की, ७ आरोग्य कर्मचाऱ्यांच्या मते आदिवासी रुग्ण उपचाराकरिता प्राथमिक आरोग्य केंद्राव्यतिरिक्त वैदूंकडे उपचार घेत असतात असे सांगणाऱ्यांचे एकूण १५ नमुना आरोग्य कर्मचाऱ्यांशी प्रमाण ४६.६९% इतके आहे. तसेच जडीबुटीचा उपचारात वापर करणारे आदिवासी रुग्ण आहेत. असे सांगणारे ०५ आरोग्य कर्मचारी आहेत त्यांचे एकूण प्रमाण ३३.३३% इतके आहे. तर बुवाबाजी या प्रकारातून उपचार घेणारे आदिवासी रुग्ण असतात. असे मत देणारे २ कर्मचारी आहेत. तर घरगुती उपचार करून औषधोपचार घेणारे आदिवासी रुग्ण

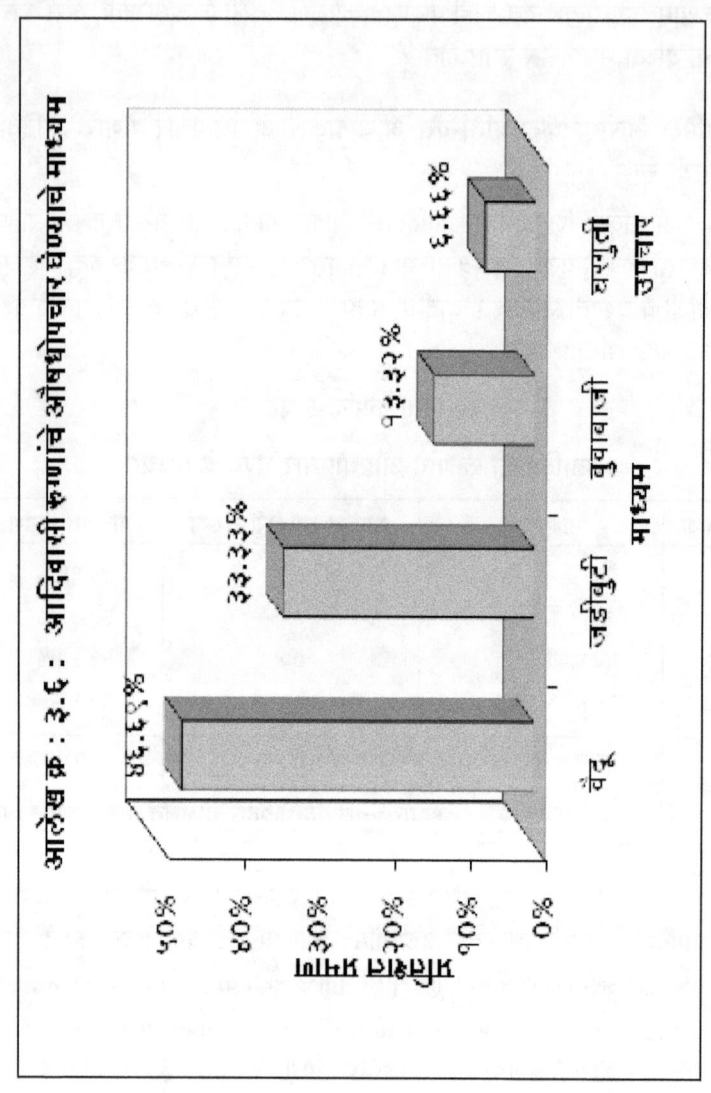

आलेख क्र : ३.६ : आदिवासी रूग्णांचे औषधोपचार घेण्याचे माध्यम
शेकडा प्रमाण
५०%
४०%
३०%
२०%
१०%
0%
४६.६६%
३३.३३%
१३.३३%
६.६६%
वैदू
जडीबुटी
बुवाबाजी
घरगुती उपचार
माध्यम

आहेत. असे सांगणारा १ आरोग्य कर्मचारी असून त्याचे प्रमाण ६.६६% इतके आहे.

यावरून असे लक्षात येते की, आदिवासी भागात आदिवासी रुग्ण प्राथमिक आरोग्य केंद्रावरील औषधोपचारासोबतच वैद्, जडीबुटी, बुवाबाजी इत्यादींचा मोठ्या प्रमाणात औषधोपचारांमध्ये वापर करतात ही बाब चांगल्या आरोग्याच्या दृष्टीने असमाधानकारक आहे.

आदिवासी भागातील आरोग्य केंद्रावर येणाऱ्या बाल रुग्णांचे कुपोषणाचे प्रमाण

अमरावती जिल्ह्यातील आदिवासी भाग (मेळघाट) महाराष्ट्रभर कुपोषणाबाबत प्रसिद्ध आहे. या भागात दरवर्षी कुपोषणामुळे होणाऱ्या बालकांचा मृत्यू हे भीषण स्वरूप दिसून येते. त्यामुळे आरोग्य कर्मचाऱ्यांना याबाबत प्रश्न विचारले असता पुढील माहिती प्राप्त झाली आहे.

तक्ता क्रमांक ३.२९

आरोग्य केंद्रावर येणाऱ्या बालरुग्णांचे कुपोषण प्रमाण

अ.क्र.	कुपोषण प्रमाण (एकूण जन्माच्या)	आरोग्य कर्मचारी संख्या	प्रतिशत प्रमाण
१	१० टक्के	०७	४६.६६%
२	२० टक्के	०६	४०.००%
३	३० टक्के	०१	६.६६%
४	४० टक्के	०१	६.६६%
	एकूण	१५	१००.००%
आधार :- क्षेत्रीय भेटीद्वारे संकलित माहितीच्या आधारे			

तक्ता क्रमांक ३.२९ वरून ७ आरोग्य कर्मचाऱ्यांनी अमरावती जिल्ह्यातील आदिवासी भागात दरवर्षी साधारणतः एकूण जन्माच्या१०% बालक कुपोषित असतात असे सांगितले. या सांगणाऱ्या कर्मचाऱ्यांचे एकूण १५ नमुना आरोग्य कर्मचाऱ्यांशी प्रमाण ४६.६८% इतके आहे, ६ आरोग्य कर्मचारी असे सांगतात की, २०% या भागात कुपोषित बालके असतात. अशांचे एकूण कर्मचाऱ्यांशी प्रमाण ४०% इतके आहे. तर १ कर्मचाऱ्याच्या मते या भागात ३०% कुपोषित बालके आढळतात. असे सांगणाऱ्या कर्मचाऱ्यांचे एकूण १५ कर्मचाऱ्यांशी प्रमाण ६.६६% इतके आहे. तसेच १ आरोग्य कर्मचाऱ्याने असे सांगितले की , कुपोषित बालकाचे प्रमाण ४०%च्या वर

असते. असे सांगणाऱ्या आरोग्य कर्मचाऱ्यांचे एकूण प्रमाण ६.६६% इतके आहे.

यावरून असे निदर्शनास येते की, या भागातील आदिवासींच्या बालकांमध्ये असणारे कुपोषणाचे प्रमाण दरवर्षी एकूण जन्माच्या १०% ते २०% सातत्याने रहात असल्याचे स्पष्ट होते. या भागात कुपोषणामुळे बालकांचा मृत्यू होतो, हे मृत्यूप्रमाण कमी करण्यासाठी शासनाने काही वर्षांपासून युद्धपातळीवर प्रयत्न चालविलेले आहेत. तरीसुद्धा प्राप्त माहितीनुसार हे प्रमाण आजही फार जास्त असल्याचे सिद्ध होते यावरून आदिवासी भागात उपचार पुरविणारे आरोग्य सेवा विभाग अपयशी ठरले आहे असे म्हणावे लागेल.

आरोग्य केंद्रावर येणाऱ्या कुपोषित बालकांच्या श्रेणींचे प्रमाण

अमरावती जिल्ह्यातील आदिवासी भागात दरवर्षी कुपोषणामुळे बालके आजारी असल्याचे दिसून येते. किती बालके कोणत्या कुपोषणाच्या श्रेणीत आजारी आहेत याबाबत माहिती पुढील तक्त्यानुसार दिसून येते.

तक्ता क्रमांक ३.३०

आरोग्य केंद्रावर येणाऱ्या बालकांची कुपोषण श्रेणी

अ.क्र.	कुपोषण श्रेणी	आरोग्य कर्मचारी संख्या	प्रतिशत प्रमाण
१	'अ' श्रेणी	०६	४०.००%
२	'ब' श्रेणी	०५	३३.३३%
३	'क' श्रेणी	०३	२०.००%
४	'ड' श्रेणी	०१	०६.६७%
	एकूण	१५	१००.००%
	आधार :- क्षेत्रीय भेटीद्वारे संकलित माहितीच्या आधारे		

तक्ता क्रमांक ३.३० नुसार ०६ आरोग्य कर्मचाऱ्यांनी असे सांगितले की, साधारणत: दरवर्षी कुपोषणाच्या 'अ' श्रेणीमध्ये कुपोषणामुळे आजारी बालकांची संख्या जास्त असते. असे सांगणाऱ्याचे एकूण १५ नमुना आरोग्य कर्मचाऱ्यांशी प्रमाण ४०% इतके दिसून येते. ५ आरोग्य कर्मचाऱ्यांनी असे स्पष्ट केले की कुपोषणाच्या 'ब' श्रेणीमध्ये आजारी कुपोषित बालके अधिक असल्याचे दिसून येते असे सांगणाऱ्यांचे एकूण प्रमाण ३३.३३% इतके आहे. तसेच 'क' श्रेणीमध्ये कुपोषित बालके बरीच असतात असे ३ आरोग्य कर्मचाऱ्यांनी सांगितले. त्यांचे एकूण प्रमाण २०% इतके आहे.

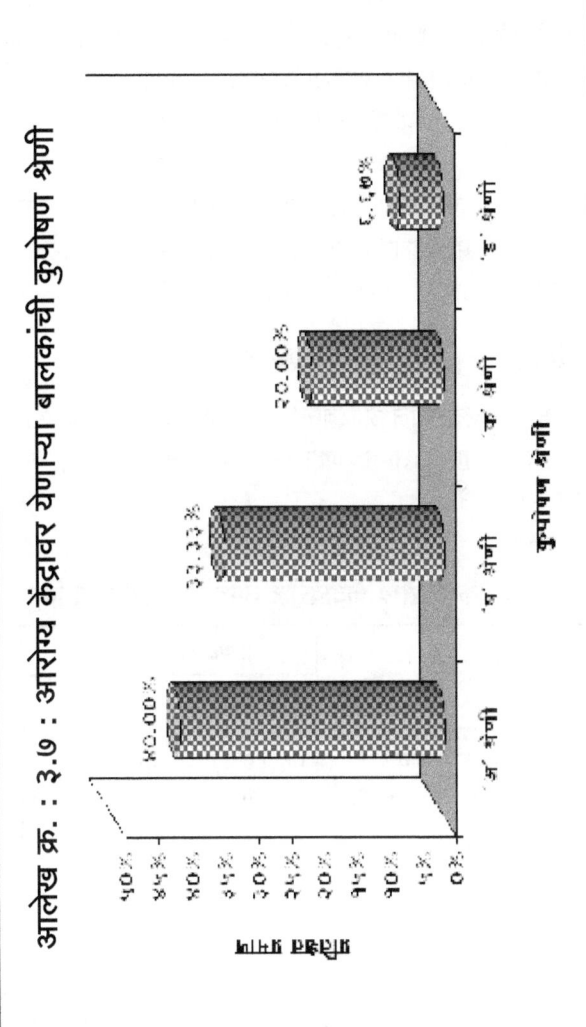

आलेख क्र. : ३.७ : आरोग्य केंद्रावर येणाऱ्या बालकांची कुपोषण श्रेणी

तर 'ड' श्रेणीमधील आजारी असणारी कुपोषित बालके अधिक प्रमाणात असतात असे सांगणारा १ आरोग्य कर्मचारी असून त्याचे एकूण प्रमाण ६.६७% इतके आहे.

यावरून असे म्हणावे लागेल की, 'अ' व 'ब' श्रेणीमध्ये कुपोषणामुळे आजारी असणाऱ्या बालकांचे प्रमाण जास्तीत जास्त दिसून येते, तर 'क' व 'ड' या श्रेणीमध्ये कुपोषित बालकांचे प्रमाण कमी दिसून येते. कारण 'क' व 'ड' या कुपोषित श्रेणीमध्ये असणारी बालके अत्यंत गंभीर आजारी असतात, त्यामुळे त्यांचा मृत्यूही होतो. 'अ' व 'ब' श्रेणीमध्ये असणाऱ्या कुपोषित बालकांवर सातत्याने उपचार करून कुपोषणाच्या 'क' व 'ड' या श्रेणीत असणाऱ्या बालकांचे प्रमाण तसेच त्यांचा मृत्यू होण्याचे प्रमाण पाहिजे तेवढे कमी झालेले नाही असे एकूण १५ नमुना आरोग्य कर्मचाऱ्यांपैकी २६% कर्मचाऱ्यांनी स्वतःचे मत दिले. ही बाब या आदिवासी भागात कार्यरत आरोग्य सेवेला काळिमा फासणारी आहे असे म्हणावे लागेल.

प्राथमिक आरोग्य केंद्रावरील उपलब्ध वैद्यकीय सुविधा

अमरावती जिल्ह्यातील आदिवासी भागात कार्यरत प्राथमिक आरोग्य केंद्रांमध्ये आजारांवर उपचार करण्यासाठी काही सुविधा उपलब्ध आहेत, याबाबत माहिती पुढीलप्रमाणे स्पष्ट होते.

तक्ता क्रमांक ३.३१

प्राथमिक आरोग्य केंद्रावरील उपलब्ध वैद्यकीय सुविधा

अ.क्र.	प्रश्न	आरोग्य कर्मचारी संख्या		एकूण
		होय	नाही	
१	पॅथॉलॉजी लॅब आहे काय?	०६(४०%)	०९(६०%)	१५(१००%)
२	वेळापत्रकानुसार लसीकरणसुविधा उपलब्ध आहे काय?	०३(२०.००%)	१२(८०.००%)	१५(१००%)
	आधार :- क्षेत्रीय भेटीद्वारे संकलित माहितीच्या आधारे			

तक्ता क्रमांक ३.३१ वरून असे स्पष्ट होते की, ६ आरोग्य कर्मचाऱ्यांनी असे मत दिले की, प्राथमिक आरोग्य केंद्रावर आजारांवर उपचार करण्याकरिता पॅथॉलॉजी लॅबची सुविधा उपलब्ध आहे. असे सांगणाऱ्यांचे एकूण १५ नमुना आरोग्य कर्मचाऱ्यांशी प्रमाण ४०% आहे. तर ही व्यवस्था प्राथमिक आरोग्य केंद्रावर उपलब्ध नाही असे ९ आरोग्य कर्मचाऱ्यांचे मत आहे. त्यांचे एकूण प्रमाण ६०% इतके अधिक आहे. तसेच

प्राथमिक आरोग्य केंद्रावर विविध दुर्धर आजारांचे प्रादुर्भाव टाळण्यासाठी लसीकरणाच्या सुविधा प्राथमिक आरोग्य केंद्रावर उपलब्ध आहेत. असे सांगणारे ३ आरोग्य कर्मचारी असून त्यांचे एकूण १५ नमुना आरोग्य कर्मचाऱ्यांशी प्रमाण फक्त २०% इतके आहे. तर लसीकरणाची सुविधा वेळापत्रकानुसार आरोग्य केंद्रावर उपलब्ध राहात नाहीत. असे १२ आरोग्य कर्मचाऱ्यांनी सांगितले. त्यांचे एकूण प्रमाण ८०% इतके जास्त आहे.

यावरून असे लक्षात घेता येते की, या आदिवासी भागात शासनाने आरोग्य सुविधेबाबत संपूर्ण उपलब्धता व्हावी, यासाठी अधिकाधिक निधीची तरतूद केली असूनही प्रत्यक्षात या भागातील बहुतेक प्राथमिक आरोग्य केंद्रावर पॅथॉलॉजी लॅब, लसीकरणाच्या सुविधा इत्यादी उपलब्ध नाहीत. त्यामुळे आजाराचे योग्य ते निदान होत नसून असा आजार असणारे रुग्ण बरे होऊ शकत नाही; त्यामुळे सातत्याने तो रुग्ण आजारी राहून त्यातच त्याचा मृत्यू होतो. अशा प्रकारच्या अनेक घटना या भागात सातत्याने घडत असतात, हे कटूसत्य निदर्शनास येते.

प्राथमिक आरोग्य केंद्रावर उपलब्ध औषधांबाबतचा तपशील

अध्ययन क्षेत्र असलेल्या अमरावती जिल्ह्यातील आदिवासी भागात आरोग्य सेवा पुरविणाऱ्या प्राथमिक आरोग्य केंद्रांवर औषधांची उपलब्धता असते काय ? तसेच अतिरिक्त औषधी साठ्याबाबत उपाययोजना काय आहे इत्यादींबाबत माहिती पुढीलप्रमाणे दिसून येते.

तक्ता क्रमांक ३.३२

प्राथमिक आरोग्य केंद्रावरील औषधांचा तपशील

अ.क्र.	प्रश्न	आरोग्य कर्मचारी संख्या		एकूण
		होय	नाही	
१	आवश्यक औषधी केंद्रावर उपलब्ध असतात काय ?	०२ १३.३३%	१३ ८६.६७%	१५ १००%
२	गरज लक्षात घेऊन औषधांची शिफारस करता काय ?	०१ ६.६७%	१४ ९३.३३%	१५ १००%
३	केंद्राकडून सर्व रुग्णांना औषधे दिली जातात काय ?	१५ १००%	०० ००%	१५ १००%
४	औषधे विनामूल्य दिली जातात काय?	१५ १००%	०० ००%	१५ १००%

आधार :- क्षेत्रीय भेटीद्वारे संकलित माहितीच्या आधारे

तक्ता क्र. ३.३२ वरून प्राप्त माहितीनुसार २ आरोग्य कर्मचाऱ्यांनी प्राथमिक आरोग्य केंद्रावर आवश्यक तेवढी औषधे उपलब्ध असतात असे सांगितले. या कर्मचाऱ्यांचे एकूण १५ नमुना कर्मचाऱ्यांशी प्रमाण १३.३३% इतके आहे. तर १३ नमुना आरोग्य कर्मचाऱ्यांनी असे सांगितले की, प्राथमिक आरोग्य केंद्रावर आवश्यक तेवढी औषधे उपलब्ध नसतात, असे सांगणाऱ्यांचे एकूण प्रमाण ८६.६७% आहे. तसेच १४ नमुना आरोग्य कर्मचाऱ्यांच्या मते सदर प्राथमिक आरोग्य केंद्राची गरज लक्षात घेता विशिष्ट प्रकारच्या औषधांची शिफारस केली जात नाही. अशा आरोग्य कर्मचाऱ्यांचे एकूण प्रमाण ९३.३३% इतके होते, तर केवळ १ आरोग्य कर्मचाऱ्याने असे सांगितले की केंद्राची गरज लक्षात घेऊन काही औषधींची शिफारस केली जात असते त्याचे एकूण प्रमाण फक्त ६.६७% इतके आहे.

सर्व आदिवासी रुग्णांना औषधे प्राथमिक आरोग्य केंद्राकडून दिली जात असतात असे सांगणारे १५ नमुना आरोग्य कर्मचारी होते त्यांचे एकूण प्रमाण १००% इतके आहे. त्याचप्रमाणे आदिवासी भागात प्राथमिक आरोग्य केंद्रावर उपचारांकरिता येणाऱ्या रुग्णांना औषधे, पूर्णपणे विनामूल्य दिली जात असतात. असे १५ नमुना आरोग्य कर्मचाऱ्यांनी सांगितले. त्यांचे एकूण प्रमाण १००% आहे.

यावरून असा निष्कर्ष निघतो की, शासनाने आदिवासी भागात आरोग्यासंदर्भात अधिक लक्ष पुरविले असूनसुद्धा प्राथमिक आरोग्य केंद्रावर वेळेवर आवश्यक औषधीसाठा उपलब्ध करून दिला नाही. काही तुरळक प्राथमिक आरोग्य केंद्रावर आवश्यक वेळी औषधी उपलब्ध असतात, तेथील कर्मचारी केंद्राची गरज लक्षात घेऊन अतिरिक्त औषधांची शिफारस करत नाहीत, त्यामुळे दुर्दैवी घटना घडण्यास परिस्थिती पोषक ठरते.

प्रभावी व्यवस्थापनाच्या उणिवेमुळे योजनांचा फायदा आदिवासी रुग्णांना घेता आला नाही. या बाबत आरोग्य कर्मचाऱ्यांचे मत

आदिवासी भागात शासनाने आरोग्य विभागाद्वारे विभिन्न योजना कार्यान्वित केल्या आहेत. परंतु स्थानिक पातळीवरील प्रशासकीय व्यवस्थापनाच्या दुर्लक्षतेमुळे तेथील आदिवासी रुग्णांना या योजनांचा फायदा घेता आला नाही. असे सर्वेक्षणातून दिसून आले.

तक्ता क्रमांक ३.३३

प्रभावी व्यवस्थापनाच्या उणिवेमुळे योजनांचा फायदा रुग्णांना घेता आला नाही

अ.क्र.	पर्याय	आरोग्य कर्मचारी संख्या	प्रतिशत प्रमाण
१	होय	१२	८0%
२	नाही	0३	२0%
	एकूण	१५	१00%
आधार :- क्षेत्रीय भेटीद्वारे संकलित माहितीच्या आधारे			

तक्ता क्र. ३.३३ वरून प्रभावी व्यवस्थापनेच्या उणिवेमुळे शासकीय योजनांचा फायदा आदिवासी रुग्णांना घेता आला नाही. असे १५ आरोग्य सेवक कर्मचाऱ्यांना विचारले असता. त्यापैकी १२ कर्मचाऱ्यांनी होय असे उत्तर दिले. त्यांचे एकूण १५ कर्मचाऱ्यांशी प्रमाण ८0% इतके आहेत. तर ३ कर्मचाऱ्यांनी नाही असे उत्तर दिले. त्याचे एकूण कर्मचाऱ्यांशी प्रमाण २0% एवढे आहे. यावरून असे स्पष्ट होते की, शासनाने आदिवासींसाठी अभिनव योजना कार्यान्वित केल्या असूनही प्रभावी व्यवस्थापनाच्या उणिवेमुळे योजनांचा फायदा आदिवासी रुग्णांना घेता आला नाही. असे कर्मचाऱ्यांनी सांगितले.

तक्ता क्र. ३.३३ ला X^2 Test च्या सूत्राचा वापर केल्यानंतर प्राप्त उत्तर ५.४0 इतके आले. (परिशिष्ट क्र. १.३) X^2चे सारणीय मूल्य 0.0५ सार्थक स्तरावर १ स्वातंत्र्याची मात्रावर मूल्य ३.८४ आहे. प्राप्त X^2चे मूल्य सारणीय X^2च्या मूल्यापेक्षा जास्त असल्यामुळे असा निष्कर्ष काढता येतो की, दोन्ही पर्यायांमध्ये आलेल्या वारंवारितांमध्ये सार्थक अंतर आहे. याचा अर्थ आदिवासी भागात प्रभावी व्यवस्थापनाच्या उणिवेमुळे योजनांचा फायदा रुग्णांना घेता आला नाही हे सिद्ध होते.

कुटुंबाच्या लहान आकाराबाबत आदिवासी रुग्णांना प्रबोधन

आदिवासी भागात कुटुंबनियोजन योजना यशस्वी व्हावी यासाठी प्रबोधनाचा आधार घेऊन प्रयत्न करण्यात येत असतो. हा प्रयत्न किती प्रमाणात यशस्वी आहे हे पुढीलप्रमाणे स्पष्ट होते.

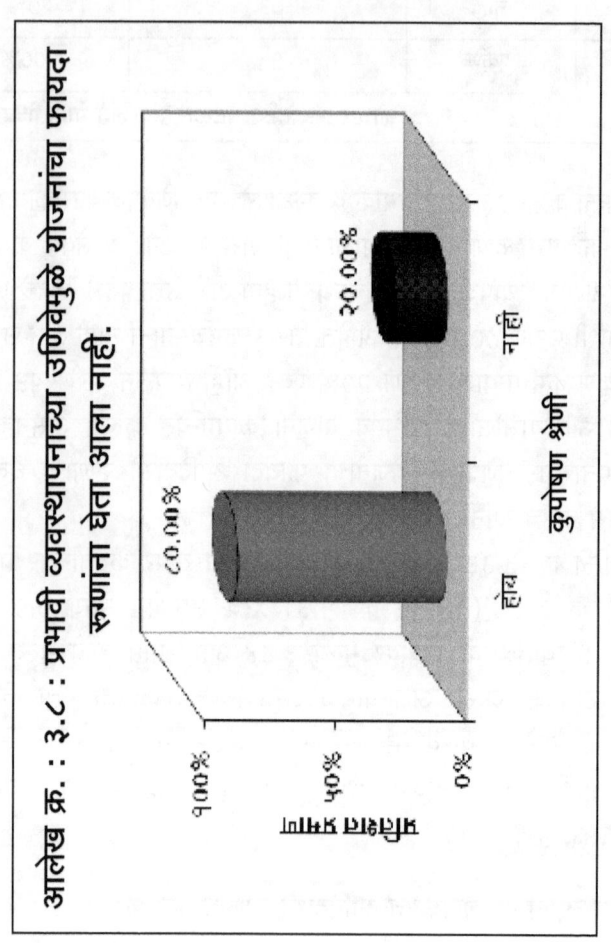

आलेख क्र. : ३.८ : प्रभावी व्यवस्थापनाच्या उणिवेमुळे योजनांचा फायदा रुग्णांना घेता आला नाही.

तक्ता क्रमांक ३.३४

कुटुंबाच्या लहान आकाराबाबत आदिवासी रुग्णांचे प्रबोधन

अ.क्र.	पर्याय	आरोग्य कर्मचारी संख्या	प्रतिशत प्रमाण
१	होय	६	४0.00%
२	नाही	९	६0.00%
	एकूण	१५	१00.00%
आधार :- क्षेत्रीय भेटीद्वारे संकलित माहितीच्या आधारे			

तक्ता क्र. ३.३४ वरून असा बोध होतो की, कुटुंबाच्या लहान आकाराबाबत आदिवासी रुग्णांना ६ नमुना आरोग्य कर्मचारी प्रबोधन करत असतात, ही वस्तुस्थिती असून त्यांचे एकूण १५ नमुना आरोग्य कर्मचाऱ्यांशी प्रमाण ४0% इतके आहे. तर ९ नमुना आरोग्य कर्मचारी कुटुंबाच्या लहान आकाराबाबत आदिवासी रुग्णांना नियमित प्रबोधन करत नाहीत असे सांगितले. त्याचे एकूण प्रमाण ६0% इतके आहे. यावरून असे म्हणता येईल की, जवळजवळ ६0% आरोग्य कर्मचारी उपचारादरम्यान आदिवासी रुग्णांना कुटुंबनियोजनाबाबत कुठलेच प्रबोधन करत नाहीत. ही खेदजनक बाब आहे, असे म्हणावे लागते.

आश्रमशाळेद्वारे आदिवासी बालकांची तपासणी शिबिरे

अध्ययन क्षेत्र असलेल्या अमरावती जिल्ह्यातील आदिवासी भागात आरोग्य सेवा विभागाकडून आश्रम शाळेद्वारे बालकांच्या आरोग्याची तपासणी इत्यादीबाबत शिबिरे नियमित घेतली जातात असे शासनाच्या परिपत्रकात म्हटले आहे. याबाबत प्रश्न केला असता पुढील माहिती प्राप्त झाली.

तक्ता क्रमांक ३.३५

आश्रमशाळेद्वारे आदिवासी बालकांची तपासणी शिबिरे

अ.क्र.	पर्याय	आरोग्य कर्मचारी संख्या	प्रतिशत प्रमाण
१	होय	४	२६.६७%
२	नाही	११	७३.३३%
	एकूण	१५	१00.00%
आधार :- क्षेत्रीय भेटीद्वारे संकलित माहितीच्या आधारे			

तक्ता क्र. ३.३५ प्रमाणे ४ नमुना आरोग्य कर्मचाऱ्यांनी असे सांगितले की, आदिवासी भागात आश्रमशाळेद्वारे बालकांची आरोग्य तपासणी शिबिरे घेतली जात असतात अशांचे एकूण १५ नमुना आरोग्य कर्मचाऱ्यांशी प्रमाण २६.६७% इतके आहे तर अशा प्रकारची शिबिरे घेतली जात नाहीत असे सांगणारे ११ आरोग्य कर्मचारी होते त्यांचे एकूण १५ नमुना आरोग्य कर्मचाऱ्यांशी प्रमाण ७३.३३% इतके आहे.

यावरून असे लक्षात येते की, प्राथमिक आरोग्य केंद्रावरील कर्मचारी स्वत: आश्रमशाळेद्वारे बालकाची आरोग्य तपासणी शिबिरे घेत असतात. परंतु, ७३.३३% कर्मचाऱ्यांनी सांगितल्याप्रमाणे अशा प्रकारची शिबिरे घेत नसतात ही बाब आरोग्य सेवा पुरविणाऱ्या कार्यक्षम यंत्रणेला खीळ बसणारी असल्याचे यातून स्पष्ट होते.

आरोग्य सेवा विभागाचे प्रशासन व व्यवस्थापन हा आदिवासी भागात आरोग्य सेवा व सुविधा पोहचविण्यातील महत्त्वाचा भाग आहे. आरोग्य नियोजनाचे उद्देश लोकांच्या आरोग्य विषयक गरजा आणि मागण्या पूर्ण करणे असा होय, आरोग्यविषयक गरजा ह्या वैद्यकीय काळजीची गरज, शुद्ध पिण्याच्या पाण्याचा पुरवठा, पुरेसे पौष्टिक तत्त्व, लसीकरण, कुटुंबनियोजन व स्वच्छता अभियान इत्यादी सर्व सामाजिक आरोग्य विषयक गरजा आहेत. आरोग्य नियोजनात मोठ्या प्रमाणात उद्देशपूर्तीकरिता मनुष्यबळ, वस्तू, कौशल्य ज्ञान व तंत्रज्ञान इत्यादींची आवश्यकता दर्शविते.

आदिवासी भागातील रुग्ण लाभार्थींना प्राप्त आरोग्य सोयी व सुविधा पुरवीत असताना आदिवासी भागातील प्राथमिक आरोग्य केंद्रावरील वैद्यकीय अधिकारी व कर्मचारी यांना महत्त्वपूर्ण बाबींकडे लक्ष केंद्रित करावे लागते. आरोग्यविषयक अवस्थेची स्पष्टता आरोग्यविषयक माहितीची साठवण करणे, अभ्यास व परिवर्तन इत्यादींचा यात समावेश होतो. मुख्यत: लोकसंख्या, वय आणि लिंग गुणोत्तर, जन्म व मृत्यूदराचा आराखडा, वेगवेगळ्या आजारांचे, साथींविषयक आणि भौगोलिक विभागणी, रुग्णालये, प्राथमिक आरोग्य केंद्रे आणि इतर आरोग्य संस्था अशा वैद्यकीय काळजीच्या सोयींची उपलब्धता तसेच तांत्रिक मनुष्यबळ, प्रशिक्षण सोयींची उपलब्धता, विविध आजार व त्यावरील उपाय, रुग्णांना आजाराबाबत प्रबोधन व मार्गदर्शन इत्यादींची विपुलता ही आरोग्यविषयक गरज पूर्ण करण्यासाठी आरोग्य विभागाचे प्रशासन व व्यवस्थापकीय रचना महत्त्वाची ठरते. परंतु, अध्ययन क्षेत्र असलेल्या आदिवासी भागात यातील महत्त्वपूर्ण बाबींकडे प्रशासकीय व्यवस्थेचे

दुर्लक्ष होत असून त्यामुळे या भागात आजाराचे प्रमाण सातत्याने वाढत आहे व आदिवासींचा आरोग्य दर्जा खालावला आहे असे स्पष्ट होते. त्याचप्रमाणे आरोग्य सेवेचा प्रत्यक्ष उपभोग घेणाऱ्या लाभार्थींचे मत जाणून घेणे आवश्यक राहील. याची मांडणी पुढील प्रकरणात केलेली आहे.

संदर्भ

१) विष्णु भगवान, विद्याभूषण (१९८५) : लोकप्रशासन के सिद्धांत, एस. चांद ॲण्ड कंपनी, रामनगर, नवी दिल्ली. पान नं. ०५

२) तत्रैव : पान नं. १८६

३) तत्रैव : पान नं. ८७

प्रकरण

४

रुग्ण लाभार्थी व प्राप्त आरोग्य सेवा

४.१ प्रास्ताविक

आदिवासी भागात आदिवासी लोकांना आरोग्य सेवा पुरेशा प्रमाणात उपलब्ध करून दिल्या जाव्यात म्हणून १९७६ सालापासून महाराष्ट्र शासनाने आदिवासी उपयोजना राज्यातील १४ जिल्ह्यांत स्वतंत्रपणे राबविल्या आहेत. आदिवासी योजना राबविण्याची विशिष्ट ध्येये व साध्ये ठरविली गेली. त्यासाठी सामाजिक क्षेत्रात काम करणाऱ्या संस्थांना व कार्यकर्त्यांना प्रोत्सहनपर माहिती देण्यात येते. त्यामध्ये आदिवासी लोकांचे जीवनमान सुधारणे, आदिवासी विभाग व इतर विभाग यातील सुधारणांमध्ये असणारी तफावत कमी करणे, अशा प्रकारे या भागासाठी उपयोजनांची कार्यवाही सुरू केली गेली. आदिवासी क्षेत्रातील आरोग्य सेवा पुरविण्याकरिता पुढीलप्रमाणे आरोग्य सेवांचे प्रमाण ठरविण्यात आले आहे.

१) प्रत्येक ४ थ्या प्राथमिक आरोग्य केंद्रामागे ३० खाटा असलेले एक उपकेंद्र स्थापन करणे.
२) ३००० आदिवासी लोकसंख्येमागे एक उपकेंद्र स्थापन करणे.
३) १००० आदिवासी लोकसंख्येकरिता एक आरोग्य मार्गदर्शक नियुक्त करणे.
४) २०००० आदिवासी लोकसंख्येमागे एक प्राथमिक आरोग्य केंद्र स्थापन करणे.

५) प्रत्येक आदिवासी गावास/पाड्यास एका दाईस प्रशिक्षण देऊन कार्यरत करणे.

६) गरोदर मातांना पोषक आहार पुरवठा करणे.

पाचव्या पंचवार्षिक योजनेच्या काळात (१९७४ ते १९७९) महाराष्ट्र राज्यात आदिवासी उपयोजनांद्वारे विविध योजनांचे कार्यक्रम आखले गेले. आदिवासी गावागावापर्यंत या योजना कार्यरत करण्यात आल्या. त्याव्यतिरिक्त शासनाने ग्रामीण रुग्णालये स्थापन करणे, प्राथमिक आरोग्य केद्रांची स्थापना करणे.[1] प्राथमिक आरोग्य पथकाची स्थापना करणे, प्राथमिक आरोग्य उपकेंद्र स्थापन करणे, अतिदुर्गम भागात फिरत्या आरोग्य पथकाची स्थापना करणे, अस्तित्वात असलेल्या कुटीर/ग्रामीण रुग्णालयांच्या सुविधांमध्ये वाढ करणे, मलेरिया रोगाचे निर्मूलन करणे, आदिवासी विद्यार्थ्यांना क्ष-किरण व प्रयोगशाळा प्रशिक्षण देणे, खरुज तसेच हगवण अशा रोगांचे निर्मूलन करणे, आश्रम शाळेतील विद्यार्थ्यांची वैद्यकीय तपासणी करणे, आदिवासी गावांकरिता आरोग्य मार्गदर्शकाची नेमणूक करणे इत्यादी अशा विविध आरोग्य सेवा कार्याची अंमलबजावणी करण्यात येऊ लागली. त्यासाठी केंद्र सरकार, युनिसेफ, राज्यसरकार इत्यादींनी मोठ्या निधीची तरतूद केली तसेच स्थानिक पातळीवर हे सर्व आरोग्य सेवा कार्यक्रम उत्कृष्टपणे राबविणे व त्याची कठोरतेने अंमलबजावणी करण्याच्या संदर्भात निर्देश जिल्हा आरोग्य अधिकाऱ्यांना देण्यात आले. त्याचा मागोवा महिन्यातून दोन वेळा देण्याचा कार्यक्रम सुद्धा नियोजित करण्यात आला. विविध योजनांची कार्यपद्धती, सद्य:स्थिती व त्याचे स्वरूप ठरविण्यात आले. त्याकरिता वेळोवेळी मोठ्या निधीची तरतूद करण्यात आली.

सन १९७५-७६ या वर्षी भारत सरकारने निर्देश दिल्याप्रमाणे ज्या गावातील आदिवासी संख्या एकूण लोकसंख्येच्या ५० प्रतिशत पेक्षा अधिक असेल त्या गावांचा समावेश एकात्मिक आदिवासी विकास प्रकल्पांमध्ये, म्हणजेच I.T.D.P. (Integrated Tribal Development Projects) मध्ये करण्यात आला आहे. भारत सरकारचे मान्यताप्राप्त १६ प्रकल्प आहेत. त्यानंतर ज्या गावांमधील आदिवासींची लोकसंख्या ५० प्रतिशत पेक्षा कमी आहे, अशा गावांचा समावेशही एकात्मिक आदिवासी विकास प्रकल्प क्षेत्रामध्ये करण्यात आला.[2] नोव्हेंबर १९९३ मध्ये अमरावती जिल्ह्यातील मेळघाट आदिवासी भागात एकात्मिक आदिवासी विकास प्रकल्प स्थापन केला असून त्यासह एकूण ११ एकात्मिक आदिवासी विकास

प्रकल्प हे महाराष्ट्रातील अत्यंत संवेदनशील म्हणून घोषित करण्यात आले आहेत. पाचव्या पंचवार्षिक योजनेच्या शेवटी अतिमागास व अतिदुर्गम विभागाची स्थानिक परिस्थिती लक्षात घेऊन उपयोजना कार्यक्रम ठरविण्यात येत असतो व त्यासाठी विशेष अभ्यास प्रकल्प राबविले जातात या करिता अनुदानित तरतूद करण्यात येत असते ; आदिवासींच्या आर्थिक विकासासंबंधीचे धोरण आणि दिशा ही गेल्या पाच पंचवार्षिक योजनांच्या काळात सुस्पष्ट झालेली आहे. यामुळे आदिवासी विभागास काही प्रमाणात फायदे मिळालेले आहेत.

आदिवासी भागात आरोग्याबाबत सेवा पुरवीत असताना त्या तीन टप्प्याने पुरविल्या जात असल्याचे दिसून येते. त्यात प्रतिबंधात्मक आरोग्य सेवा, उपचारात्मक आरोग्य सेवा आणि आरोग्य संवर्धक सेवा इत्यादी आहेत. पहिल्या टप्प्यामधील प्रतिबंधक आरोग्य सेवांची उपयुक्तता ही समाजातील लोकांचे जीवनमान वाढविणे, संसर्गजन्य आजारांवर नियंत्रण तसेच वैद्यकीय (डॉक्टर) व आरोग्य कर्मचाऱ्यांच्या सेवा इत्यादी जीवन जगण्याकरिता पुरेशा आरोग्याची खात्री देण्यासाठी सामाजिक स्तरावर प्रतिबंधात्मक प्रयत्न करणे, याद्वारे लहान मुलांना सुरक्षित ठेवण्याकरिता आनुषंगिक आजारांवर परिणाम घडवून आणू शकते. सुरक्षित पाण्याची तरतूद करणे पाण्यापासून उद्भवणाऱ्या आजारांवर नियंत्रणात्मक उपाय करून मृत्युसंख्या कमी करू शकते, गर्भवती माता तसेच बालकांची काळजी घेणे इत्यादीकरिता प्रतिबंधक आरोग्य सेवांची आवश्यकता दिसून येते.

आदिवासी भागात उपचारात्मक आरोग्य सेवा पुरविल्या जातात. त्याद्वारे महाराष्ट्रात सार्वजनिक आरोग्य क्षेत्रात वैद्यकीय शिक्षण देणारी रुग्णालये ही मुंबई, पुणे, सोलापूर, नागपूर, ठाणे आणि औरंगाबाद या शहरांत ११ मोठ्या स्वरूपाची रुग्णालये सरकार चालवीत आहे. राज्यात एकूण २१ सिव्हिल हॉस्पिटलमध्ये एकूण ५९१० इतक्या खाटांची सोय आहे. राज्यात आदिवासींची एकूण लोकसंख्या ९२,७८,००० असून त्यांचे एकूण लोकसंख्येशी प्रमाण ९.६८ प्रतिशत इतके आहे. आदिवासी भागातील आरोग्य सेवेमध्ये उपचारात्मक आरोग्य सेवा महत्त्वपूर्ण ठरते. त्याकरिता आदिवासींबाबत विशेष व्यवस्था असल्याचे दिसून येते. उदा. आधारित संरचना, औषधोपचार, प्रशिक्षण सुविधा, सुविधा देणारे मानवी घटक, सामूहिक कामगार आरोग्य सेवा इत्यादींद्वारे आदिवासी लोकांना त्यांच्या घरापर्यंत आरोग्य सेवा पुरविल्या जातात. त्यासाठी या भागात फिरत्या आरोग्य पथकांची संख्या जास्त असते. आदिवासी उपयोजनेखाली राज्यात प्राथमिक आरोग्य उपकेंद्रे

इमारतींच्या बांधकामाकरिता गती देणे, प्राथमिक आरोग्य केंद्राची चालू असलेली कामे पूर्ण करणे तसेच १४७५ दुर्गम गावांना प्राथमिक आरोग्य पथके, फिरती आरोग्य पथके आणि प्राथमिक आरोग्य युनिट (लहान आरोग्य केंद्रे) इत्यादी आरोग्य सेवा उपलब्ध केल्या जातात.[३]

आरोग्य सेवेमध्ये आरोग्य संवर्धक सेवा अत्यंत महत्त्वाची भूमिका पार पाडते. समाजातील आरोग्यासंबंधात विशेषत: आदिवासी समाजात अत्यंत महत्त्वपूर्ण समस्यांमध्ये बालमृत्यु, मातामृत्यु व अर्भकमृत्यु या समस्या सोडविणे अत्यंत गरजेचे आहे. त्यासाठी आरोग्य संवर्धक सेवेअंतर्गत बाल व मातामृत्यु दर यावर नियंत्रणात्मक उपाययोजना आखणे त्यासाठी दुर्गम आदिवासी भागात शालेय विद्यार्थ्यांची तपासणी करणे, कान, नाक, दात, घसा इत्यादींसंबंधी तपासणी करणे, गरोदर मातांना बांलसंगोपनासंबंधी प्रशिक्षण देणे, प्रसूती घरी झाल्यास प्रशिक्षित दाईकडून करून घ्यावी या शिवाय प्रसूती झाल्यानंतर मातांची व जन्मलेल्या बालकांना बी.सी.जी., ट्रिपल व अर्धकशा इत्यादी लसी देणे, जीवनसत्व 'अ' गोळ्यांचे वाटप, ओरल रिहायड्रेशन पॅकेट्सचे वाटप करणे, इत्यादी प्राथमिक आरोग्य केंद्राद्वारे कार्य केले जात असते. या सेवा विविध योजनांतर्गत राबविल्या जातात. त्यामध्ये मान्सूनपूर्व उपचार योजना, पाडा स्वयंसेवक योजना, भरारी पथक योजना, दाई बैठक योजना, आहार योजना, मातृत्व अनुदान योजना, आदिवासी विकास, महामंडळांतर्गत धान्यकोष योजना, कुपोषण श्रेणी ३ व ४ च्या बालकांच्या पालकांना मजुरी (अर्थसाहाय्य) योजना, लहान बालकांकरिता लसीकरण मोहीम योजना, कुटुंबकल्याण कार्यक्रम योजना, शुद्ध पाणीपुरवठा योजना, रोजगार हमी योजना, विशेष घटक योजना, एकात्मिक विकास योजना, इत्यादी आदिवासींचे जीवनमान सुधारण्याकरिता शासनाकडून योजनांचा कार्यक्रम व त्याची अंमलबजावणी केली जात असते.

अशा प्रकारच्या विविध योजना राबवून संपूर्ण आदिवासी भागात संसर्गजन्य व इतर सातत्यपूर्ण असणाऱ्या आजारांवर नियंत्रण ठेवणे व पुढे अशा आजारांचा प्रादुर्भाव या भागात होणार नाही याची कठोरतेने काळजी घेणे, याला विशेष महत्त्व देण्यात येते. त्यासाठी शासनाने कठोर पाऊल उचलावे म्हणून १ मे १९९५ पासून नवसंजीवन योजना प्रकर्षाने राबविण्याचा निर्णय घेतला गेला.

आदिवासींच्या हिताचे अनेक ज्वलंत प्रश्न आज महाराष्ट्रात विशेषत: अमरावती जिल्ह्यातील आदिवासी क्षेत्रांत दिसून येतात. त्यात आदिवासी विकासासाठी राबविण्यात येणाऱ्या विविध योजनांची अंमलबजावणी योग्य पद्धतीने

होत नसल्याचे आज सर्वत्र दिसून येत आहे, याकडे आदिवासी प्रतिनिधींनी पाहिजे त्याप्रमाणात लक्ष दिल्याचे दिसून येत नाही. आदिवासी योजनांचे नियोजन, संनियंत्रण, निधीची विभागणी इत्यादी आदिवासी विकास विभागातर्फे करण्याचे शासनाचे सध्याचे धोरण आहे; परंतु आदिवासी विभागाची क्षमता सुसूत्रता अशा प्रकारे अनेक दूरदृष्टिकोनातून असणाऱ्या गोष्टींचा विचार करता आज आदिवासी भागात यासर्व प्रश्नांचे मूळ, अकार्यक्षम अंमलबजावणी आणि विसकळीत सनियंत्रण तसेच दूरदृष्टीचा अभाव इत्यादी दिसून येतो.

४.२ लाभार्थ्यांची सर्वसामान्य स्थिती

अमरावती जिल्ह्यातील आदिवासी क्षेत्र अतिदुर्गम व जंगलांनी वेढलेले आहे. आदिवासी समाज हा प्रथा, परंपरा, दारिद्र्य आणि शिक्षणाचा अभाव इत्यादी मुख्य समस्यांनी ग्रासला आहे. त्यामुळे आदिवासींकरिता आरोग्य समस्या ही भीषण समस्या म्हणून पाहता येते.

सार्वजनिक क्षेत्रातील आरोग्य सेवांचे महत्त्व अनन्यसाधारण आहे. सरकारद्वारे आदिवासींच्या आरोग्याबाबत अनेक सेवा व सुविधा पुरविल्या गेल्या आहेत. तरीसुद्धा आदिवासी भागात आरोग्याबाबतची समस्या मोठी असल्याचे दिसून येते. प्रत्यक्षात आदिवासी भागातील आरोग्याबाबत समस्या वर्तमानपत्रे, विधानसभा आणि समाजात नेहमीच चर्चेत असते. त्यामुळे या समस्येचे सखोल अध्ययन करून, या समस्येच्या मूलभूत कारणांचा शोध घेणे आवश्यक आहे. त्यामुळे आदिवासी रुग्ण लाभार्थींचे मत अनुसूचीद्वारे प्राप्त करून घेतले आहे. प्राप्त माहितीची मांडणी पुढीलप्रमाणे केलेली आहे.

प्राथमिक आरोग्य केंद्रांवर येणाऱ्या आदिवासी लाभार्थी रुग्णांच्या वयाचा तपशील

अमरावती जिल्ह्यातील आदिवासी क्षेत्रातील १५ प्राथमिक आरोग्य केंद्रांवर उपचाराकरिता येणाऱ्या ५३६ लाभार्थी रुग्णांची अनुसूचीद्वारे प्रश्न स्वरूपात माहिती प्राप्त केली आहे. सुरुवातीला प्रत्येक रुग्णाला त्याच्या वयाबाबत प्रश्न विचारला असता त्यांनी माहिती दिली व ती एकूण चार गटात विभागण्यात आली. पहिला गट ० ते २० वर्षे, दुसरा गट २१ ते ४० वर्षे, तिसरा गट ४१ ते ६० वर्षे व चवथा गट ६० वर्षांचे वर असा वयाबाबत माहितीचा तपशील पुढीलप्रमाणे मांडण्यात आला आहे.

तक्ता क्रमांक ४.१

आदिवासी लाभार्थी रुग्णांच्या वयाचा तपशील

अ.क्र.	प्राथमिक आरोग्य केंद्राचे नाव	आदिवासी लाभार्थी रुग्णांचे वय				एकूण
		० ते २० वर्षे	२१ ते ४० वर्षे	४१ ते ६० वर्षे	६१ वर्षांचे वर्षे	
१	कळमखार	१६	०६	१०	०४	३६
२	साद्राबाडी	२०	०६	१२	०३	४१
३	धुलघाट रेल्वे	१५	०८	०९	०४	३६
४	हरिसाल	१९	०२	११	०३	३५
५	बिजूधावडी	२०	०५	०५	०२	३२
६	बैरागड	१७	०८	१०	०१	३६
७	सलोना	१९	०७	०८	०४	३८
८	सेमाडोह	१७	०९	११	००	३७
९	चुरणी	१९	०८	०९	०२	३८
१०	टेंब्रुसोंडा	२०	०७	०५	०२	३४
११	हतरू	१८	०५	१०	०२	३५
१२	खोलापूर	२१	०२	११	०२	३६
१३	नेरपिंगळाई	१६	०७	०८	०२	३३
१४	वरूड	१९	०८	०३	०३	३३
१५	धामणगाव गढी	१७	०५	१४	००	३६
	एकूण	२७३	९३	१३६	३४	५३६
	प्रतिशत प्रमाण	५०.९३%	१७.३५%	२५.३८%	६.३४%	१००%

आधार : क्षेत्रीय भेटीद्वारे संकलित माहितीच्या आधारे

तक्ता क्रमांक ४.१ नुसार ५३६ आदिवासी लाभार्थी रुग्णांमध्ये प्राप्त माहितीनुसार वयाच्या पहील्या गटामध्ये म्हणजेच ० ते २० वर्षे वयोगटात एकूण २७३ उपचाराकरिता आलेले आजारी रुग्ण होते. त्यांची एकूण रुग्णांशी तुलना केली

रुग्ण लाभार्थी व प्राप्त आरोग्य सेवा ▮ १०९

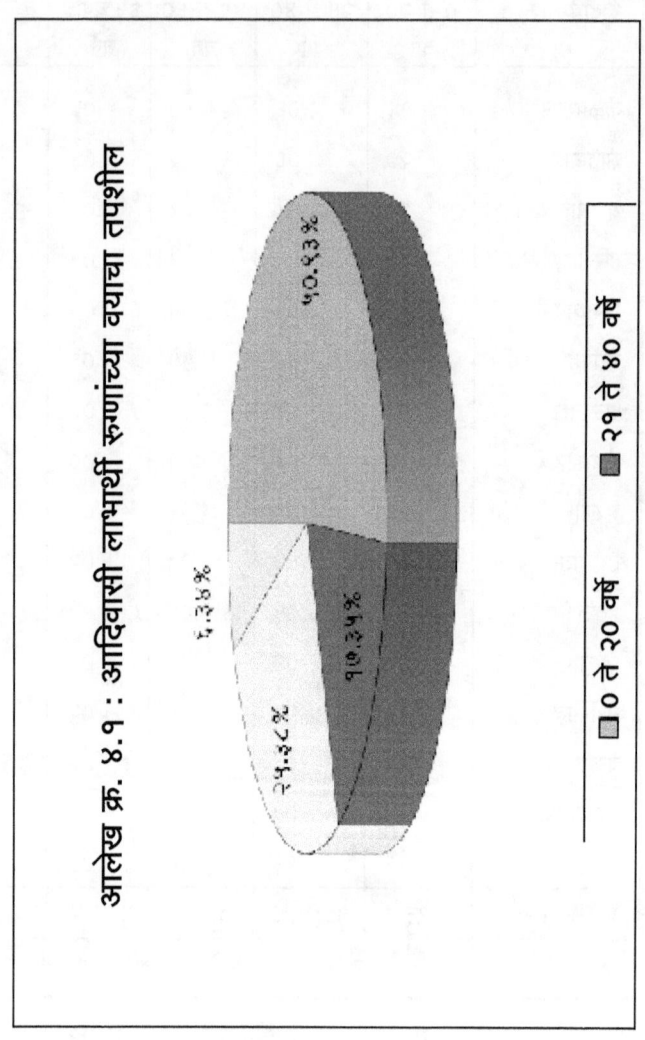

आलेख क्र. ४.१ : आदिवासी लाभार्थी रुग्णांच्या वयाचा तपशील

५०.४३%

६.३६%

२५.३८%

१७.३५%

■ ० ते २० वर्षे   ■ २१ ते ४० वर्षे

असता ५०.९३% इतके जास्त प्रमाण आहे. दुसरा गट २१ ते ४० वर्षे वयाचा असून त्यामध्ये ९३ लाभार्थी आदिवासी रुग्ण उपचारांकरिता प्राथमिक आरोग्य केंद्रावर आले होते. त्यांचे प्रतिशत प्रमाण १७.३५% इतके आहे. ४१ ते ६० वयोगट असलेल्या तिसऱ्या गटात १३६ लाभार्थी रुग्ण आहेत. त्यांचे एकूण लाभार्थी रुग्णांशी प्रमाण २५.३८% इतके आहे तसेच शेवटचा व चवथा गट ६१ वर्षे वयाच्या वर असून या गटामध्ये फक्त ३४ रुग्ण उपचारांसाठी प्राथमिक आरोग्य केंद्रावर दाखल झाले आहेत त्याचे प्रतिशत प्रमाण ६.३४% इतके आहे.

वरील प्राप्त माहितीनुसार ० ते २० वर्षे या पहिल्या वयोगटात सर्वाधिक रुग्ण आरोग्य केंद्रावर उपचारांसाठी येतात असे आढळले कारण या वयोगटात ० ते १ वर्ष, १ ते ५ वर्षे या वयातील बालके सातत्याने कुपोषण, न्यूमोनिया, हगवण, गोवर, पोलिओ, सर्दी, थंडीताप इत्यादी आजाराने ग्रस्त असून यांची संख्या या वयोगटात सर्वात जास्त आहे. तसेच २० वर्षांपर्यंतच्या गर्भवती माता या अशक्तपणा, हिवताप व इतर संसर्ग आजार इत्यादींमुळे ग्रस्त असून त्या उपचारांकरिता आरोग्य केंद्रात दाखल झाल्या आहेत. त्यामुळे या वयोगटात इतर वयोगटांच्या तुलनेत आजारी असणाऱ्यांचे प्रमाण सर्वात जास्त आहे. प्राथमिक आरोग्य केंद्र आदिवासी भागात असून त्या भागात या केंद्रावर उपचारासाठी आवश्यक त्या सुविधा नसल्यामुळे उदा. तज्ज्ञ डॉक्टर, प्रशिक्षित परिचारिका, पूरक औषधांचा साठा नसणे, दवाखान्यात भरती करण्याची सुविधा नसणे इत्यादी समस्यांमुळे तात्पुरता उपचार केला जातो.

प्राथमिक आरोग्य केंद्रावर येणाऱ्या आदिवासी लाभार्थी रुग्णांची उत्पन्न स्थिती

लाभार्थी आदिवासींच्या उत्पन्नाच्या संदर्भात मासिक उत्पन्नाचे चार गट पाडून त्यानुसार लाभार्थी आदिवासींचे निरीक्षण करण्यात आले आहे. त्या अनुषंगाने बाल रुग्णांच्या उत्पन्नाच्या बाबतीत पाहणी केली असता त्यांच्या पालकांचे उत्पन्न हे नाममात्र असल्याचे आढळून आले.

तक्ता क्रमांक ४.२

आदिवासी लाभार्थी रुग्णांची मासिक उत्पन्न स्थिती

अ.क्र.	प्राथमिक आरोग्य केंद्राचे नाव	मासिक उत्पन्न				एकूण
		७०० रु. पर्यंत	७०१ ते १५०० रु.	१५०१ ते २००० रु.	२००१ रु. च्यावर	
१	कळमखार	२८	०५	०२	०१	३६
२	साद्राबाडी	२३	१०	०३	००	३६
३	धुळघाट रेल्वे	२७	०८	०२	००	३७
४	हरिसाल	२०	११	०४	००	३५
५	बिजू धावडी	२५	०८	०३	०१	३७
६	बैरागड	२४	०९	०३	००	३६
७	सलोना	२२	१०	०२	००	३४
८	सेमाडोह	२५	०७	०३	००	३५
९	चूर्णी	३१	०३	०४	००	३८
१०	टेम्भ्रुसोंडा	२९	०५	०२	००	३६
११	हतरू	३३	०१	००	००	३४
१२	खोलापूर	२०	११	०४	०१	३६
१३	नेरपींगळाई	२६	०४	०२	०१	३३
१४	वरूड	२०	१२	०३	०२	३७
१५	धामणगाव गढी	२१	०९	०४	०२	३६
	एकूण	३७४	११३	४१	०८	५३६
		६९.७८%	२१.०८%	७.६५%	१.५०%	१००%
आधार : क्षेत्रीय भेटीद्वारे संकलित माहितीच्या आधारे						

तक्ता क्रमांक ४.२ नुसार आदिवासी लाभार्थी रुग्णांच्या प्राप्त उत्पन्नामध्ये निश्चितता नसते. महिन्यातून १५ दिवस काम मिळते आणि १५ दिवस काम मिळत

आलेख क्र. ४.२ : आदिवासी लाभार्थी रूग्णांची मासिक उत्पन्न स्थिती

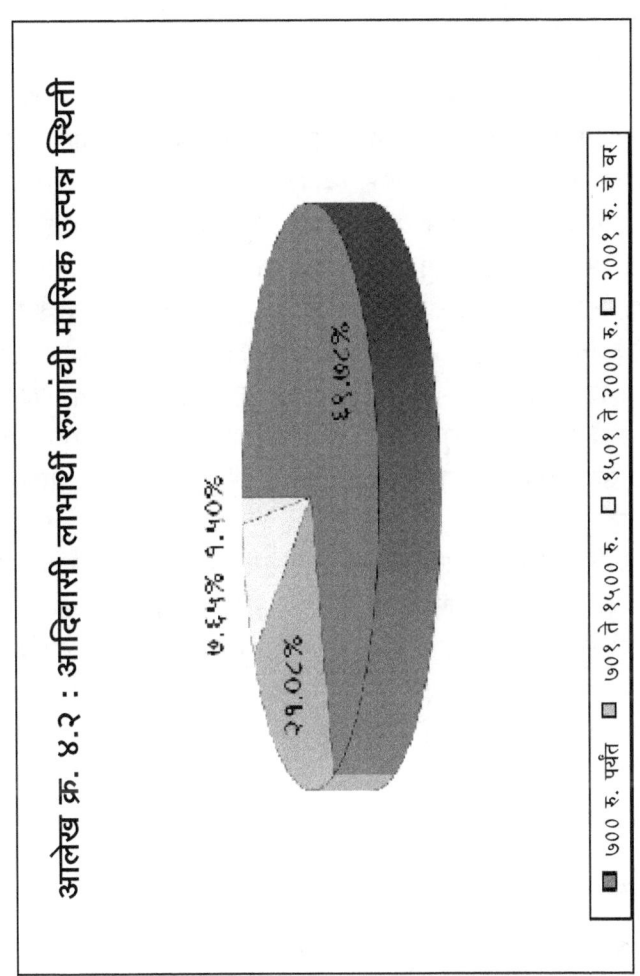

७.६५% ९.५०%

२९.०८%

५३.७७%

■ ७०० रु. पर्यंत   ■ ७०१ ते १५०० रु.   □ १५०१ ते २००० रु.   □ २००१ रु. चे वर

नाही. सरासरीने १५ दिवसात मजुरीद्वारे प्राप्त होणारे मासिक उत्पन्न विचारात घेण्यात आले आहे.

तक्त्यावरून ३७४ लाभार्थी आदिवासी रुग्णांचे मासिक उत्पन्न रुपये ७०० पर्यंत इतके आहे त्यांचे एकूण लाभार्थी रुग्णांशी प्रमाण (५३६ लाभार्थी रुग्ण) ६९.७८ % इतके आहे. हे प्रमाण सर्वाधिक असून या आदिवासींमध्ये व्यापक दारिद्र्याचे दर्शक आहे. उत्पन्न नियमित स्वरूपाचे नसल्याचे सांगण्यात आले यावरून नियमित व निश्चित रोजगाराचा अभाव प्रकर्षाने जाणवतो. रुपये ७०१ ते १५०० मासिक उत्पन्न असणाऱ्या लाभार्थी रुग्णांची संख्या ११३ म्हणजेच एकूण ५३६ आदिवासी लाभार्थी रुग्णांच्या तुलनेत २१.०८% इतके आहे. तसेच रुपये १५०१ ते २००० व रुपये २००१ च्यावर असणारे नमुना आदिवासी लाभार्थी रुग्णांची संख्या अनुक्रमे ४१ व ८ इतकी असून त्याचे एकूण ५३६ आदिवासी रुग्णांशी प्रमाण ७.६५% व १.५०% इतके आहे. अर्थात सर्वात कमी आदिवासी कुटुंबे या गटात मोडतात कारण उत्पन्नाचे साधन म्हणून शेती असून या शेतजमिनीची मालकी त्यांची (स्वतःची) आहे. तसेच यातील काही आदिवासी हे लाकूड उद्योग, कुटीर व लघुउद्योग उदा. शेळी-मेंढी पालन, गुरे-ढोरे पालन व लहान विक्रेते इत्यादींमध्ये कामगार म्हणून काम करतात त्यांना किमान २००० रुपयांपर्यंत मासिक उत्पन्न मिळते. जास्त उत्पन्न कमविणाऱ्या आदिवासींचे प्रमाण अत्यंत कमी आहे.

आदिवासी भागात उत्पन्न मिळविण्याचे स्रोत फारच कमी असल्यामूळे कमीत कमी उत्पन्न मिळणाऱ्या आदिवासी लोकांचे प्रमाण ६९.७८% हे सर्वाधिक आहे. अल्प उत्पन्नातून अत्यावश्यक गरजा भागविणे अत्यंत कठीण होते. कुटुंबाचा मोठा आकार, अन्नधान्याची कमतरता, पैशांअभावी बऱ्याचवेळा उपासमार होते. आदिवासी लोकांच्या आरोग्यावर इत्यादींचा प्रतिकूल परिणाम होऊन त्यांना विविध आजार होणे, कुपोषणासारख्या भीषण समस्येला तोंड देणे, अशा समस्या आदिवासी भागात मोठ्या प्रमाणात आहेत हे अवलोकनातून दिसून आले.

आदिवासी लाभार्थी रुग्णांच्या कुटुंबाचा आकार

अमरावती जिल्ह्यातील आदिवासी क्षेत्रातील ५३६ लाभार्थी रुग्णांच्या कुटुंब सदस्य संख्येसंबंधात गट पाडण्यात आले आहेत. पहिला गट ० ते २ सदस्य, दुसरा गट २ ते ४ सदस्य, तिसरा गट ४ ते ६ सदस्य व चौथा गट ६ व्यक्तींच्यावर असे आहे. ते पुढील तक्त्यानुसार-

तक्ता क्रमांक ४.३

आदिवासी लाभार्थी रुग्णांची कुटुंब सदस्य संख्या

अ.क्र.	प्राथमिक आरोग्य केंद्राचे नाव	आदिवासी लाभार्थी रुग्णांची कुटुंब सदस्य संख्या				एकूण
		० ते २ व्यक्ती	२ ते ४ व्यक्ती	४ ते ६ व्यक्ती	६ व्यक्तींचे वर	
१	कळमखार	०१	०८	१५	११	३५
२	साद्राबाडी	०२	०६	२२	०६	३६
३	धुलघाट रेल्वे	०१	०३	२५	०८	३७
४	हरिसाल	०१	०९	२२	०४	३६
५	बिजूधावडी	०२	०७	२४	०४	३७
६	बैरागड	००	०४	२५	०६	३५
७	सलोना	०१	०९	२४	०१	३५
८	सेमाडोह	०२	०५	२१	०७	३५
९	चुरणी	०१	०४	२५	०८	३८
१०	टेंब्रुसोंडा	०२	०७	२४	०३	३६
११	हतरू	०१	०४	२३	०६	३४
१२	खोलापूर	०१	०६	२४	०६	३७
१३	नेरपिंगळाई	००	०७	२५	०१	३३
१४	वरूड	०१	१२	१८	०६	३७
१५	धामणगाव गढी	०१	१४	१४	०६	३५
	एकूण	१७	१०५	३३१	८३	५३६
	प्रतिशत प्रमाण	३.१७%	१९.५९%	६१.७५%	१५.४९%	१००%

आधार : क्षेत्रीय भेटीद्वारे संकलित माहितीच्या आधारे

तक्ता क्रमांक ४.३ मध्ये आदिवासी लाभार्थी रुग्णांची कुटुंब सदस्य संख्या ही ० ते २ व्यक्ती, २ ते ४ व्यक्ती, ४ ते ६ व्यक्ती आणि ६ व्यक्तींचे वर अशा चार गटांत दाखविण्यात आली आहे. यापैकी ४ ते ६ व्यक्ती असणाऱ्या कुटुंबांची सदस्य संख्या ३३४ आहे. त्यांचे एकूण ५३६ आदिवासी लाभार्थी रुग्णांशी प्रमाण ६२.३१% इतके आहे ते इतर तीन गटाच्या तुलनेत सर्वात जास्त आहे. त्यामुळे या आदिवासी भागात जास्तीत जास्त सदस्य संख्या (४ ते ६ व्यक्ती) असणारी कुटुंबे जास्त

रुग्ण लाभार्थी व प्राप्त आरोग्य सेवा ▮ ११५

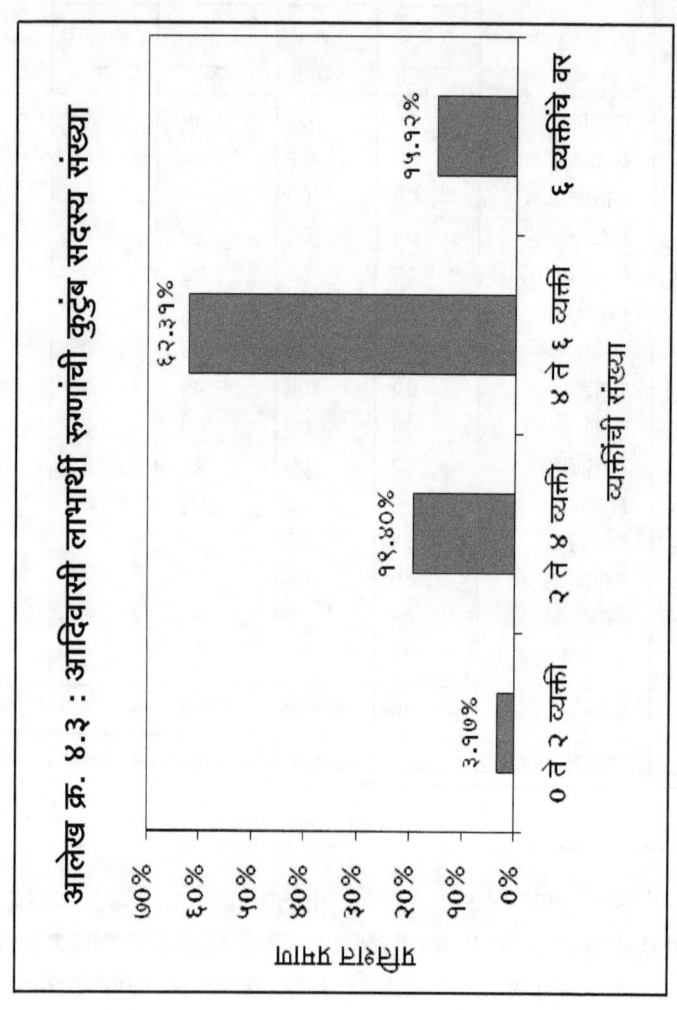

आलेख क्र. ४.३ : आदिवासी लाभार्थी रुग्णांची कुटुंब सदस्य संख्या

आहेत. त्यामुळे जास्त सदस्य संख्या असणाऱ्या कुटुंबाची संख्या जास्त आहे. त्यामुळे उत्पन्न प्रतिव्यक्ती कमी असते व कुटुंबात सदस्य संख्या जास्त असल्यामुळे सर्वांना पुरेल इतक्या आवश्यक गरजा पूर्ण करू शकत नाही. त्यामुळे दारिद्र्याचं प्रमाण या भागात जास्त असून दोन वेळचं जेवण सुद्धा मिळणे कठीण असते. बऱ्याचवेळा या आदिवासी लोकांना उपाशीपोटी झोपावे लागते. त्यामुळे त्यांना होणाऱ्या आजारांकडे पूर्णपणे दुर्लक्ष करावे लागते; म्हणून या भागात आरोग्याची भीषण समस्या आहे.

आदिवासी लाभार्थी रुग्णांची शैक्षणिक स्थिती

अमरावती जिल्ह्यातील आदिवासी क्षेत्रात आदिवासी रुग्णांच्या शिक्षणाबाबत अनुसुचीद्वारे संशोधनकर्त्याने प्रश्न विचारून त्याबाबत माहिती संकलित केली आहे. कारण शैक्षणिक स्थितीचा संबंध घेतल्या जाणाऱ्या आरोग्य सेवेशी आहे. शैक्षणिक स्तर उच्च असेल तर असा वर्ग मोठ्या प्रमाणात सेवा घेतो. याचे अध्ययन पुढीलप्रमाणे केलेले आहे.

तक्ता क्रमांक ४.४

आदिवासी लाभार्थी रुग्णांची शैक्षणिक स्थिती

अ.क्र.	प्राथमिक आरोग्य केंद्राचे नाव	लाभार्थी रुग्णाचा स्तर				एकूण
		अशिक्षित शिक्षण	प्राथमिक शिक्षण	माध्यमिक शिक्षण	उच्च शिक्षण	
१	कळमखार	२३	०९	०४	०१	३७
२	साद्राबाडी	२८	०८	०३	००	३९
३	धुलघाट रेल्वे	३४	०७	०१	००	४२
४	हरिसाल	३५	०४	०१	००	४०
५	बिजूधावडी	३३	०५	०२	०१	४१
६	बैरागड	३६	०३	०१	००	४०
७	सलोना	३६	०२	०२	००	४०
८	सेमाडोह	२६	०८	०३	००	३७
९	चुरणी	२२	०६	०५	०१	३४
१०	टेंब्रुसोंडा	३०	०७	००	००	३७
११	हतरू	३५	०२	०१	००	३८
१२	खोलापूर	१६	०६	०५	०२	२९

१३	नेरपिंगळाई	१३	०८	०६	०१	२८
१४	वरूड	१२	०९	०४	०२	२७
१५	धामणगाव गढी	१०	११	०५	०१	२७
	एकूण	३८९	९५	४३	०९	५३६
	प्रतिशत प्रमाण	७२.५७%	१७.७२%	८.०३%	१.६८%	१००%
	आधार : क्षेत्रीय भेटीद्वारे संकलित माहितीच्या आधारे					

तक्ता क्रमांक ४.४ नुसार आदिवासी क्षेत्रातील १५ प्राथमिक आरोग्य केंद्रावर उपचाराकरिता येणाऱ्या लाभार्थी आदिवासी रुग्णांचे निरीक्षण केले असता असे दिसून आले की, एकूण ५३६ लाभार्थी रुग्णापैकी ३८९ अशिक्षित आदिवासी लाभार्थी रुग्ण आहेत. त्यांचे प्रतिशत प्रमाण ७२.५७% आहे. ते प्रमाण इतर प्राथमिक शिक्षण, माध्यमिक शिक्षण व उच्च शिक्षण यांच्या तुलनेत सर्वाधिक आहे.

यावरून अध्ययन क्षेत्र असलेले अमरावती जिल्ह्यातील आदिवासी क्षेत्रातील आदिवासी लोकांमध्ये अशिक्षितांचे प्रमाण सर्वात जास्त आहे असे स्पष्ट होते. या भागातील शिक्षणाची स्थिती दयनीय आहे. त्यामुळे आदिवासी स्वत:बाबत जागृत नाहीत. गंभीर आजारी असूनसुद्धा आदिवासी रुग्ण, मिळेल तो उपचार घेऊन आजार बरा होण्यासाठी प्रयत्न करत असतात. परंतु, या भागात प्राथमिक आरोग्य केंद्र असूनसुद्धा आजारी रुग्णांना विशेष उपचार सोयी व सुविधा मिळत नाहीत. आदिवासींमध्ये जागरूकता नसल्यामुळे ते मिळेल तो उपचार करतात. परिणामत: या भागात अशिक्षितपणामुळे आजारी असणाऱ्यांचे प्रमाण जास्त आहे.

४.३ लाभार्थींना प्राप्त आरोग्य सेवांचे विश्लेषण

आदिवासी भागात रुग्ण लाभार्थी प्राथमिक आरोग्य केंद्रावर उपचार घेण्याकरिता कसे येतात, प्राथमिक आरोग्य केंद्राची स्थिती, त्यांना होणारे आजार, त्यांनी वापरलेल्या आरोग्य सोई सुविधा, स्त्रिया व बालकांना प्राप्त सुविधा इत्यादी बाबींचा सविस्तर विचार करण्यात आला आहे.

अध्ययन क्षेत्र असलेल्या अमरावती जिल्ह्यातील आदिवासी क्षेत्र अति–दुर्गम, जंगली व पर्वतमय भागात आहे. या भागात पिण्यासठी शुद्ध पाण्याची व्यवस्था नाही. पुरेसा अन्नधान्यांचा अभाव आहे. सगळीकडे अस्वच्छता दिसून येते. इत्यादी विभिन्न कारणाने संसर्गजन्य आजार या भागात सातत्याने होत असतात.

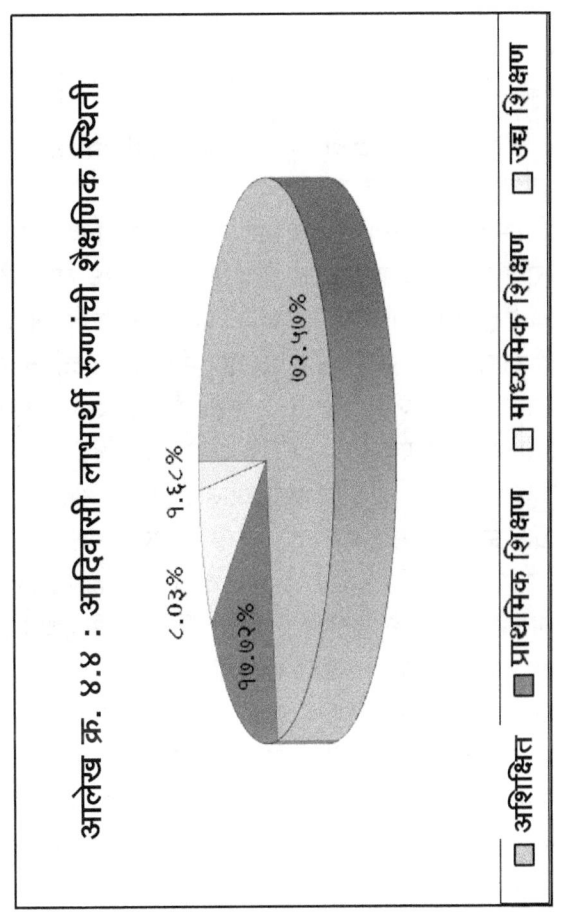

अशिक्षित
प्राथमिक शिक्षण
माध्यमिक शिक्षण
उच्च शिक्षण

आलेख क्र. ४.४ : आदिवासी लाभार्थी रुग्णांची शैक्षणिक स्थिती

तक्ता क्रमांक ४.५

आदिवासी भागात लाभार्थी रुग्णांना होणारे आजार

अ.क्र.	विविध आजार	रुग्ण संख्या	प्रतिशत प्रमाण
१	ताप, हिवताप, मुदतीताप, मलेरिया	२३८	४४.४४%
२	पोटदुखी, आव, अतिसार	१६४	३०.६०%
३	सर्दी, खोकला	१०४	१९.४०%
४	कुपोषण	३०	५.६०%
	एकूण	५३६	१००%

आधार :- क्षेत्रीय भेटीद्वारे संकलित माहितीच्या आधारे

तक्ता क्रमांक ४.५ नुसार संशोधकाने नमुना म्हणून निवडलेल्या एकूण १५ प्राथमिक आरोग्य केंद्रावर उपचारासाठी येणाऱ्या एकूण ५३६ लाभार्थी आदिवासी रुग्णांकडून त्यांना होणाऱ्या आजाराबाबत माहिती प्राप्त करण्यात आली आहे त्यापैकी २३८ लाभार्थी रुग्णांनी असे सांगितले की ते ताप, हिवताप, मुदती ताप व मलेरिया या सारख्या संसर्गजन्य आजारांनी ग्रस्त असतात आणि हे आजार सातत्याने होत आहेत. असे सांगणाऱ्यांचे एकूण लाभार्थी रुग्णांशी प्रमाण ४४.४०% आहे. १६४ रुग्णांना पोटदुखी, आव व अतिसार असे आजार होतात असे सांगितले, त्यांचे प्रमाण ३०.६०% आहे. तर सर्दी व खोकला यांनी आजारी असणारे १०४ आदिवासी रुग्ण होते त्यांचे प्रतिशत प्रमाण १९.४०% आहे. तर कुपोषण हा आजार बालकांमध्ये मोठ्या प्रमाणात असून ५३६ पैकी ३० बालके कुपोषित अवस्थेत होती. त्यांचे प्रतिशत प्रमाण ५.६०% आहे.

यावरून असे स्पष्ट होते की या दुर्गम आदिवासी भागात आरोग्य सेवेसाठी शासनाने प्रचंड निधीची तरतूद जरी केली असली तरी प्रत्यक्षात मात्र या भागात अत्यंत कमी खर्च होत आहे; कारण पिण्यासाठी दूषित पाणी वापरले जाते. त्यापासून ताप, हिवताप, मुदतीताप व मलेरिया या सारखे संसर्गजन्य आजार या भागात आहेत. सार्वजनिक स्वच्छतेचा अभाव, रोजगार नसल्यामुळे आदिवासींमध्ये दारिद्र्याचे प्रमाण, त्यामुळे होत असलेली उपासमार, परिणामी पोटदुखी, आव, अतिसार, सर्दी, खोकला व कुपोषण असे भयंकर आजार या भागात सातत्याने उद्भवत आहेत.

आदिवासी रुग्णांच्या घरापासून प्राथमिक आरोग्य केंद्रापर्यंतचे अंतर

आदिवासी क्षेत्रातील प्राथमिक आरोग्य केंद्र व आदिवासी आजारी रुग्ण यांच्या घराचे अंतर हे ५ कि.मी. ते ४० कि.मी. पर्यंतचे आहे. संशोधकाने केलेल्या पाहणीतून आदिवासींचे गाव तसेच राहत्या घरापासून ते प्राथमिक आरोग्य केंद्रापर्यंतच्या अंतराचे ४ गट पाडण्यात आले आहेत. ते पुढीलप्रमाणे आहेत. ० ते १५ कि.मी., १५ ते २५ कि.मी., २५ ते ३५ कि.मी., ३५ ते ४५ कि.मी. पर्यंत यांची माहिती पुढील तक्त्यात नमूद केली आहे.

तक्ता क्रमांक ४.६

आदिवासी रुग्णांच्या घरापासून प्राथमिक आरोग्य केंद्रापर्यंतचे अंतर

अ.क्र.	प्राथमिक आरोग्य केंद्राचे नाव	घर ते प्राथमिक आरोग्य केंद्र यातील अंतर कि.मी. मध्ये				एकूण रुग्ण संख्या
		० ते १५ कि.मी.	१५ ते २५ कि.मी.	२५ ते ३५ कि.मी.	३५ ते ४५ कि.मी.	
१	कळमखार	०८	०८	१६	०७	३९
२	साद्राबाडी	०४	०६	१८	०५	३३
३	धुलघाट रेल्वे	०५	०५	२०	०९	३९
४	हरिसाल	०९	०७	१३	०९	३८
५	बिजूधावडी	०३	०३	२२	०६	३४
६	बैरागड	०३	०९	१७	०९	३८
७	सलोना	०७	०५	२१	०३	३६
८	सेमाडोह	०२	०८	१९	०८	०७
९	चुरणी	०४	०६	२३	०७	४०
१०	टेंब्रुसोंडा	०३	०७	२२	०६	३८
११	हतरू	०६	०२	१९	१०	३७
१२	खोलापूर	०७	०३	२१	०७	३८
१३	नेरपिंगळाई	०२	०८	१६	०६	३२
१४	वरूड	०५	०६	१४	०६	३१
१५	धामणगाव गढी	०३	०५	१२	०६	२६
	एकूण लाभार्थी	७१	८८	२७३	१०४	५३६
	प्रतिशत प्रमाण	१३.२५%	१६.४१%	५०.९४%	१९.४०%	१००%

आधार : क्षेत्रीय भेटीद्वारे संकलित माहितीच्या आधारे

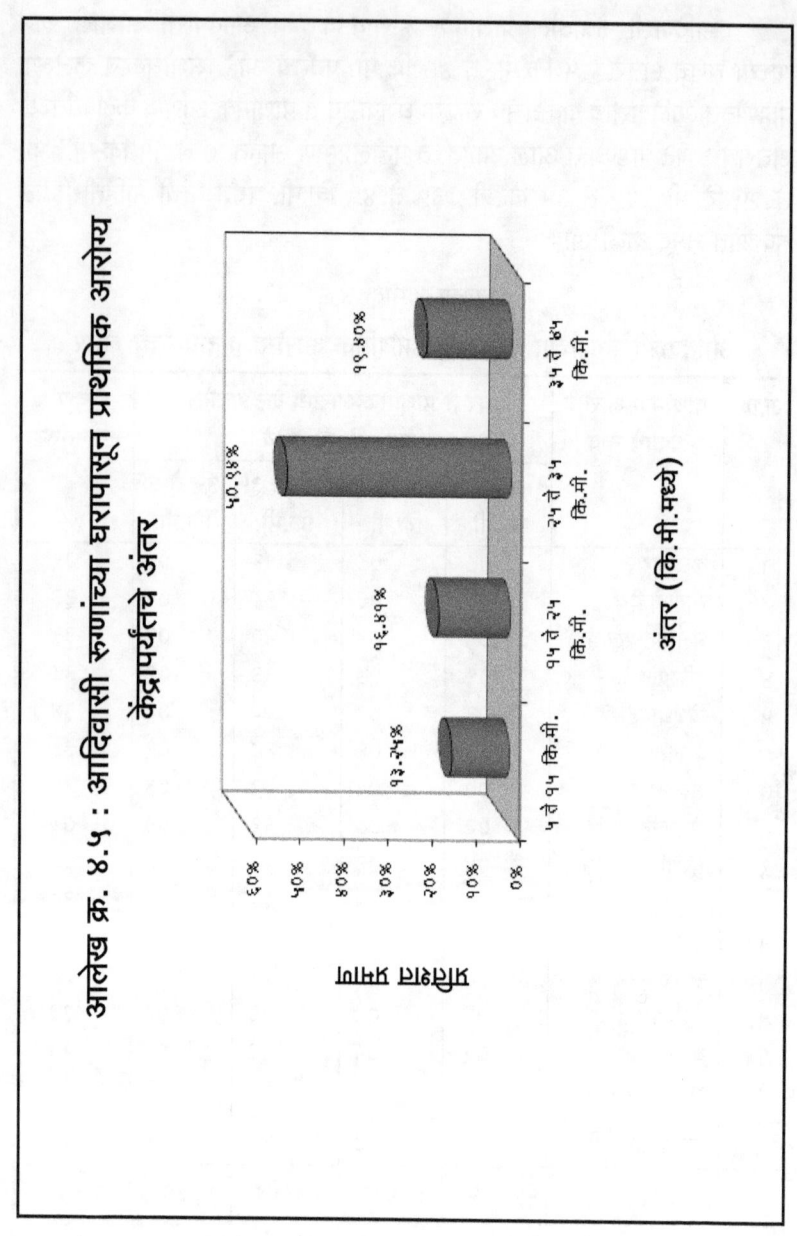

आलेख क्र. ४.५ : आदिवासी रुग्णांच्या घरापासून प्राथमिक आरोग्य केंद्रापर्यंतचे अंतर

तक्ता क्रमांक ४.६ नुसार अमरावती जिल्ह्यातील आदिवासी क्षेत्रातील आदिवासी रुग्णांचे घर ते प्राथमिक आरोग्य केंद्रापर्यंतचे अंतर याचा अनुसूचीद्वारे प्रश्न स्वरूपात माहिती संकलित केली. त्यानुसार एकूण ५३६ लाभार्थी रुग्णांपैकी २७३ लाभार्थी रुग्णांनी असे सांगितले की घर ते प्राथमिक आरोग्य केंद्रापर्यंतचे अंतर २५ ते ३५ कि.मी. पर्यंतचे आहे. असे सांगणारे लाभार्थी रुग्णांचे ५०.९४% प्रमाण आहे. तर ० ते १५ कि.मी. वरून येणाऱ्या ७१ आदिवासी लाभार्थी रुग्ण होते त्यांचे प्रतिशत प्रमाण १३.२५% आहे. ३५ ते ४५ कि.मी. वरून येणारे १०४ लाभार्थी रुग्ण असून त्यांचे एकूण ५३६ लाभार्थी रुग्णांशी प्रतिशत प्रमाण १९.४० % आहे.

यावरून असे म्हणता येईल की उपचारांकरिता प्राथमिक आरोग्य केंद्रावर येणारे महत्तम रुग्ण हे २५ कि.मी. पेक्षाही जास्त इतक्या अंतरावरून येतात. त्यामुळे अशा रुग्णांचे प्रमाण ७०% आहे. गंभीर आजारी रुग्ण प्राथमिक आरोग्य केंद्रापर्यंत पोहोचण्याच्या आधीच मृत्युमुखी पडतो. प्राथमिक आरोग्य केंद्राचे मोठे अंतर व वाहतुकीच्या साधनांची दुर्मिळता यामुळे बऱ्याच वेळेला हे आजारी रुग्ण उपचार करण्यासाठी प्राथमिक आरोग्य केंद्रावर येण्याचे टाळतात परिणामी त्यांचे आरोग्य धोक्यात येते. यावरून असे स्पष्ट होते की, शासनाने पुरविलेली आरोग्य सेवा व लाभार्थी रुग्णाचे निवास्थान यांच्यामध्ये अंतर जास्त असते. त्यामुळे आरोग्य सेवांपासून ते वंचित राहतात.

प्राथमिक आरोग्य केंद्रात येणाऱ्या आदिवासी लाभार्थी रुग्णांच्या वाहतुकीचे माध्यम

आदिवासी लाभार्थी रुग्णांच्या वाहतुकीच्या साधनांमध्ये, पायी चालत येणे व जाणे, सायकल, बैलगाडी आणि एस.टी. बस इत्यादी साधनांचा अंतर्भाव होतो. पुढील तक्त्यानुसार माहितीचा तपशील दिला आहे.

तक्ता क्रमांक ४.७

प्राथमिक आरोग्य केंद्रात येणाऱ्या आदिवासी लाभार्थी रुग्णांचे वाहतुकीचे माध्यम

अ.क्र.	वाहतुकीचे माध्यम	रुग्ण संख्या	प्रतिशत प्रमाण
१	पायी जाणे व येणे	३९२	७३.१३%
२	सायकल	१०	१.८७%
३	बैलबंडी	१३२	२४.६३%
४	एस.टी. बस	०२	०.३७%
	एकूण	५३६	१००%

आधार :- क्षेत्रीय भेटीद्वारे संकलित माहितीच्या आधारे

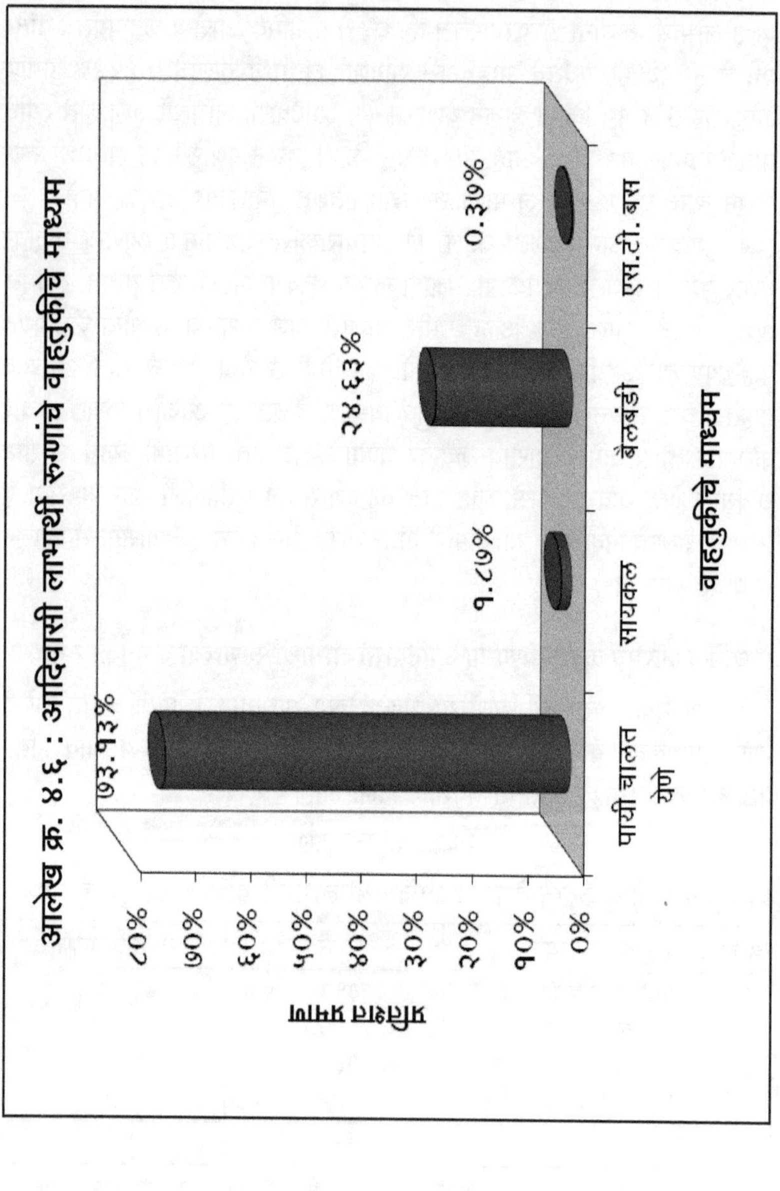

आलेख क्र. ४.६ : आदिवासी लाभार्थी रुग्णांचे वाहतुकीचे माध्यम

प्राथमिक आरोग्य केंद्रावर उपचाराकरिता येणाऱ्या लाभार्थी आजारी रुग्ण त्यांच्या घरापासून ते प्राथमिक आरोग्य केंद्रापर्यंत ज्या माध्यमांचा वाहतुकीसाठी वापर करतात त्या माध्यमांची माहिती तक्ता क्र. ४.७ मध्ये दिली आहे. एकूण ५३६ लाभार्थी आदिवासी रुग्णांपैकी ३९२ लाभार्थी रुग्णांनी असे सांगितले की घर ते प्राथमिक आरोग्य केंद्रापर्यंत पायी चालत जाणाऱ्या-येणाऱ्यांची संख्या जास्त आहे. रुग्णांचे प्रतिशत प्रमाण ७३.१३% आहे. हे प्रमाण इतर तीन म्हणजेच सायकल, बैलगाडी व एस.टी. बस या वाहतुकीच्या माध्यमांच्या तुलनेत सर्वात जास्त आहे.

यावरून असे असे स्पष्ट होते की, आदिवासी भागात दूर अंतरावरील गावातील आजारी रुग्ण हे वाहतुकीची साधने नसल्यामुळे पायी चालत येणे व जाणे करीत आहेत. दारिद्र्याच्या मोठ्या प्रमाणामुळे खर्च करू शकत नाही, घर ते प्राथमिक आरोग्य केंद्र यामधील मोठे अंतर आणि वाहतुकीच्या साधनांचा व चांगल्या रस्त्यांचा अभाव इत्यादी कारणांमुळे आदिवासी लोक आजारी असून सुद्धा उपचारांकरिता प्राथमिक आरोग्य केंद्रावर जाण्यासाठी टाळाटाळ करतात. परिणामी दीर्घकाळ आजारी राहून त्याचा मृत्यू होतो. तसेच गंभीर आजारी रुग्ण प्राथमिक आरोग्य केंद्रावर पोहचेपर्यंत रस्त्यातच मृत्युमुखी पडतो. असे निरीक्षणाअंती आढळून आले.

तक्ता क्रमांक ४.८

प्रा.आ. केंद्रावर गंभीर आजारी आदिवासी रुग्णांकरिता करण्यात येणारी व्यवस्था

अ.क्र.	व्यवस्थेचे तपशील	रुग्ण संख्या	प्रतिशत प्रमाण
१	प्राथमिक आरोग्य केंद्रात दाखल करणे	०००	००%
२	तपासणी करून घरी पाठविणे	३६८	६८.६६%
३	जिल्हा/तालुका सामान्य रुग्णालयांकडे वळते करणे	१५६	२९.१० %
४	विशिष्ट वैद्यकीय तज्ज्ञांकडे पाठविणे	०१२	०२.२४%
	एकूण	५३६	१००%
	आधार :- क्षेत्रीय भेटीद्वारे संकलित माहितीच्या आधारे		

तक्ता क्रमांक ४.८ नुसार आदिवासी क्षेत्रातील प्राथमिक आरोग्य केंद्रावर उपचारांकरिता येणारे गंभीर आजारी रुग्णांच्या सुविधेबाबत माहिती घेण्यात आली.

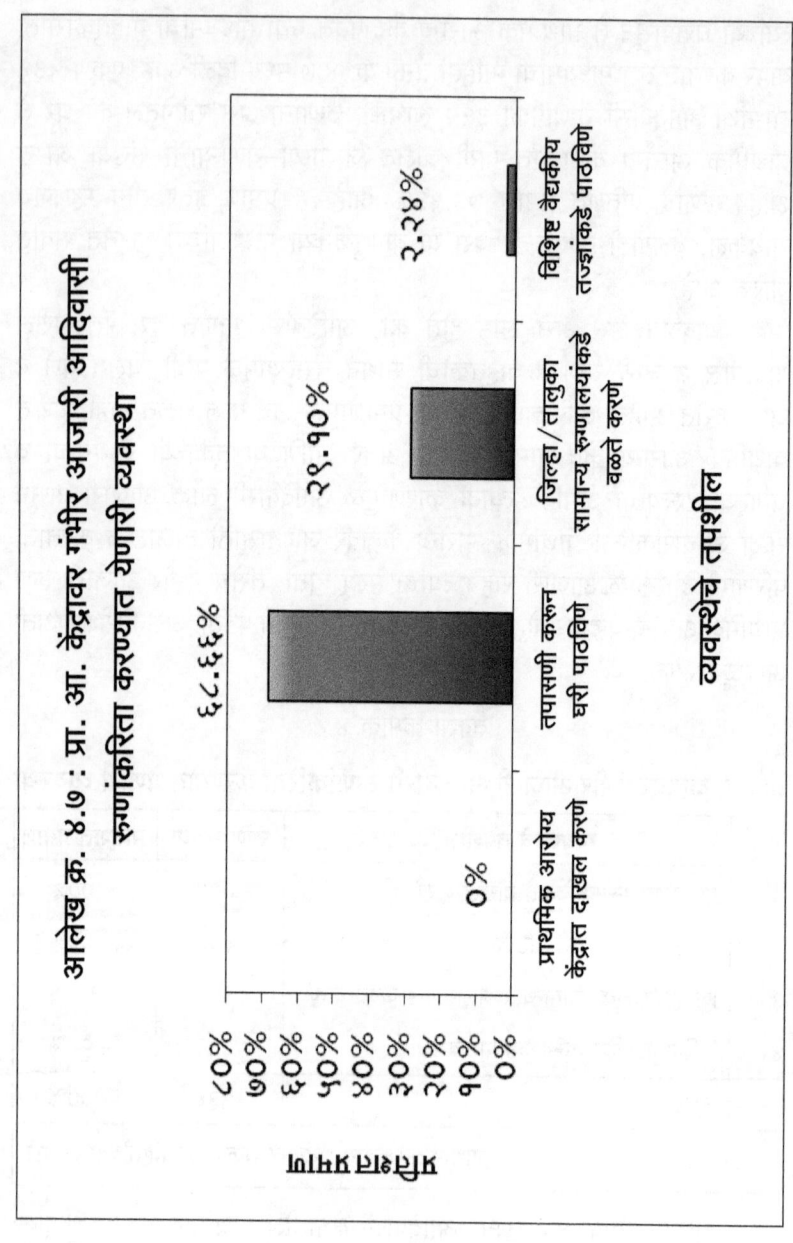

आलेख क्र. ४.७ : प्रा. आ. केंद्रावर गंभीर आजारी आदिवासी रुग्णांकरिता करण्यात येणारी व्यवस्था

गंभीर आजारी रुग्णांना तात्पुरत्या स्वरूपात डॉक्टरकडून उपचार करण्यात येतात. परंतु प्राथमिक आरोग्य केंद्रात दाखल करून घेण्यात येत नाही. असे लाभार्थी रुग्णांनी सांगितले. तर ३६८ आदिवासी रुग्णांची तपासणी करून घरी पाठविण्यात येते. त्यांचे एकूण ५३६ रुग्णांशी प्रतिशत प्रमाण ६८.६६% इतके आहे. तसेच १५६ लाभार्थी गंभीर आजारी रुग्णांना जिल्हा किंवा तालुका सामान्य रुग्णालयात भरती करण्याकरिता पाठविण्यात येतात. असे सांगणाऱ्या लाभार्थी रुग्णाचे एकूण लाभार्थी रुग्णांशी प्रतिशत प्रमाण २९.१०% आहे. प्राथमिक आरोग्य केंद्रावरील डॉक्टर गंभीर आजारी रुग्णांना विशिष्ट वैद्यकीय तज्ज्ञांकडे पाठवितात असे १२ लाभार्थी रुग्णांनी सांगितले त्याचे एकूण लाभार्थी रुग्णांशी प्रमाण २.२४% इतके आहे ते अत्यंत कमी आहे.

यावरून असे स्पष्ट होते की गंभीर आजारी रुग्णांवर ओ.पी.डी. द्वारे प्राथमिक उपचार करून घरी पाठविण्यात येते या आरोग्य केंद्रावर गंभीर आजारी रुग्णांना भरती केले जात नाही. त्यामुळे २९.१०% रुग्ण जिल्हा किंवा तालुका सामान्य रुग्णालयात भरती होतात. तर २.२४% रुग्ण इतर विशिष्ट वैद्यकीय तज्ज्ञांकडे उपचार घेतात परंतु अत्यंत गरीब आदिवासी लाभार्थी रुग्ण हे प्राथमिक आरोग्य केंद्रावर तात्पुरता उपचार घेऊन आपआपल्या घरी निघून जातात. परिणामी गंभीर आजारी रुग्णांना मृत्यूला सामोरे जावे लागते. कारण योग्य उपचार त्यावेळी होऊ शकत नाहीत. हे वास्तविक चित्र आदिवासी भागात प्रत्यक्ष दर्शनी आहे.

आदिवासी रुग्ण वापरत असलेल्या उपचार पद्धती

अमरावती जिल्ह्यातील आदिवासी रुग्ण आजही परंपरागत वैदू/जडीबुटी/ भूमका या उपचार पद्धतींचा वापर मोठ्या प्रमाणात करतात. भूमका म्हणजे आदिवासी भागातील अंधश्रद्धेपोटी जादूटोणा समजणारी व्यक्ती. ही व्यक्ती आदिवासी देवी देवतांची उपासक असते. याबाबत उपचाराचा प्राधान्यक्रम प्राप्त माहितीनुसार पुढीलप्रमाणे आहे.

तक्ता क्रमांक ४.९

आदिवासी लाभार्थी रुग्णांचा औषधोपचाराचा प्राधान्यक्रम

अ.क्र.	प्राधान्य क्रम	रुग्ण संख्या	प्रतिशत प्रमाण
१	प्राथमिक आरोग्य केंद्र	२१	३.९२%
२	वैदू/जडीबुटी/भूमका	४३६	८१.३४%
३	घरगुती उपचार	७९	१४.७४%
४	इतर स्वरूपाचे	००	००.००%
	एकूण	५३६	१००%

आधार :- क्षेत्रीय भेटीद्वारे संकलित माहितीच्या आधारे

तक्ता क्रमांक ४.९ नुसार आदिवासी क्षेत्रातील आजारी असणाऱ्या आदिवासी रुग्णांचा विविध उपचार पद्धतीत सहभाग दिसून येतो. एकूण ५३६ नमुना आदिवासी लाभार्थी रुग्णांपैकी ४३६ लाभार्थी रुग्णांनी सांगितले की ते नियमितपणे वैदू/ जडीबुटी/ भूमका अशा प्रकारे औषधोपचार करून घेणारे आहेत, त्यांचे प्रतिशत प्रमाण ८१.३४% आहे. तर एकूण लाभार्थी रुग्णांपैकी ७९ लाभार्थी रुग्णांनी घरगुती उपचाराला महत्त्व दिले. त्यांचे लाभार्थी रुग्णांशी प्रमाण १४.७४ % आहे; तर प्राथमिक आरोग्य केंद्रावर उपचारासाठी जाणाऱ्यांमध्ये २१ आदिवासी लाभार्थी रुग्णांनी प्राधान्य दिले. त्यांचे प्रतिशत प्रमाण ३.९२ % आहे.

यावरून असे स्पष्ट होते की आजही आदिवासी भागातील रुग्ण वैदू / जडीबुटी/भूमका याच उपचार पद्धतींचा वापर मोठ्या प्रमाणात करतात. त्या खालोखाल घरगुती उपचार करणाऱ्यांवर हे आदिवासी लोक भर देतात. परिणामी या भागात संसर्गजन्य आजारांचे प्रमाण वाढत जाते. शासनाने आरोग्यासंबंधित सुविधेसाठी कागदोपत्री मोठा निधी खर्च केला असला तरी या भागातील रुग्णांना त्याचा विशेष फायदा होत नाही असे चित्र आदिवासी भागात आहे.

आदिवासी भागातील व्यसनाधीन झालेले लाभार्थी रुग्ण

आदिवासी क्षेत्रात प्राथमिक आरोग्य केंद्रावर उपचारार्थ येणाऱ्या आदिवासी लाभार्थी रुग्णांमध्ये व्यसन करणाऱ्या आदिवासींची मोठी संख्या आहे. या संबंधित प्रश्न विचारले असता लाभार्थी रुग्णांनी पुढीलप्रमाणे माहिती दिली.

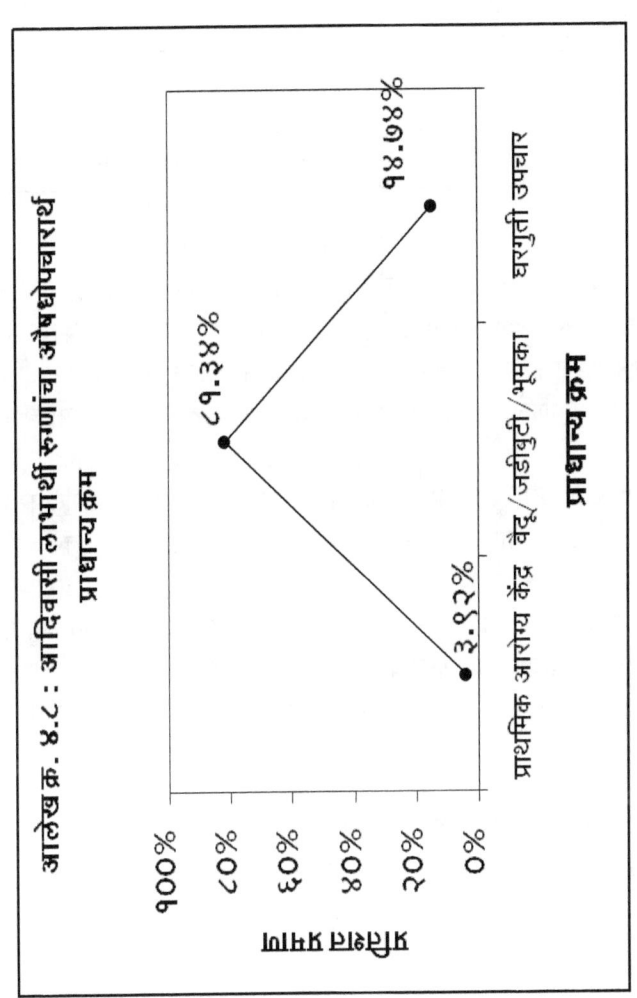

आलेख क्र. ४.८ : आदिवासी लाभार्थी रुग्णांचा औषधोपचारार्थ प्राधान्य क्रम

तक्ता क्रमांक ४.१०

व्यसनाधीन लाभार्थी रुग्ण

अ.क्र.	व्यसनाचे प्रकार	रुग्ण संख्या	प्रतिशत प्रमाण
१	पान व गुटखा	१०	१.८७%
२	विडी व तंबाखू	१९०	३५.४४%
३	दारू, ताडी व इतर नशा	३३६	६२.६९%
	एकूण	५३६	१००%
आधार :- क्षेत्रीय भेटीद्वारे संकलित माहितीच्या आधारे			

तक्ता क्रमांक ४.१० नुसार प्राथमिक आरोग्य केंद्रावर उपचारार्थ येणाऱ्या ५३६ आदिवासी लाभार्थी रुग्णांपैकी ३३६ लाभार्थी रुग्ण हे दारू, ताडी व इतर नशा करतात असे त्यांनी सांगितले त्यांचे प्रतिशत प्रमाण ६२.६९% आहे. १९० लाभार्थी रुग्णांनी विडी व तंबाखू या वस्तुंची नशा व पान, गुटखा इत्यादींचे सेवन करतो असे सांगणारे १० लाभार्थी रुग्ण आहेत त्यांचे प्रतिशत प्रमाण १.८७% आहे.

यावरून असे स्पष्ट होते की आदिवासी क्षेत्रात ९८% आदिवासी लोक व्यसनी आहेत. या भागात अन्नधान्यांची उपलब्धता कमी असते. तसेच पैशांच्या अभावी पुरेसे अन्नधान्य विकत घेऊ शकत नाही. त्यामुळे मोठ्या प्रमाणात नशा करतात. बऱ्याच वेळी उपाशी पोटी दारू पिणे, विडी ओढणे यामुळे त्यांना गंभीर आजार होतात. यावर नियंत्रणात्मक उपाय म्हणून शासनाने प्रबोधनाच्या माध्यमांचा उपयोग करून सुद्धा तो अतिदुर्गम भागात राहणाऱ्या आदिवासी लोकांपर्यंत पोहचत नाही.

प्राथमिक आरोग्य केंद्रात उपलब्ध सोयींचा नमुना लाभार्थी रुग्णांनी घेतलेला फायदा

नमुना आदिवासी लाभार्थी रुग्णांनी आजार बरे होण्यासाठी उपचारादरम्यान घेतलेला फायदा पुढील तालिकेवरून दिसून येतो.

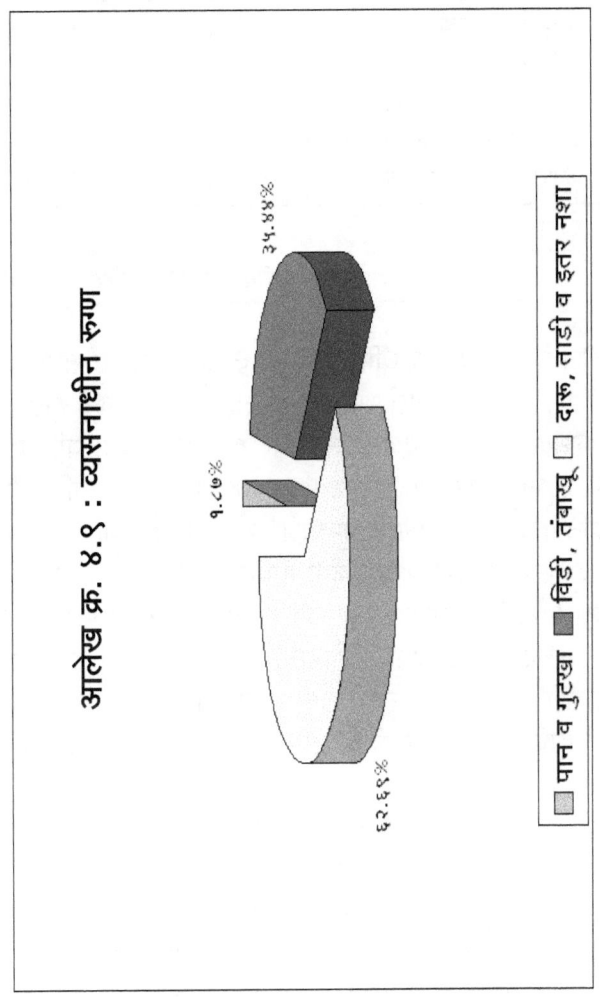

आलेख क्र. ४.९ : व्यसनाधीन रुग्ण

पान व गुटखा ■ विडी, तंबाखू □ दारू, ताडी व इतर नशा

तक्ता क्रमांक ४.११

प्राथमिक आरोग्य केंद्रात उपलब्ध सोयींचा लाभार्थी रुग्णांनी घेतलेला फायदा

अ.क्र.	उपलब्ध सोयी	नमुना लाभार्थी रुग्णांची संख्या	प्रतिशत प्रमाण
१	रक्त तपासण्याची सोय	२८९	५३.९२%
२	प्रतिबंधक लसी	३८	७.०९%
३	श्वानदंशावरील इंजेक्शन	१३	२.४३%
४	संतती नियमनाची साधने व शस्त्रक्रिया	८१	१५.११%
५	केंद्रात भरती करून घेण्याची सोय	११५	२१.४६%
	एकूण	५३६	१००%

आधार :- क्षेत्रीय भेटीद्वारे संकलित माहितीच्या आधारे

वरील तक्त्यानुसार प्राथमिक आरोग्य केंद्रावर उपलब्ध सोयींमध्ये उपचार करते वेळी आदिवासी भागातील रुग्णांना मिळालेल्या फायद्यामध्ये रक्ततपासणीच्या सोयींचा फायदा २८९ आदिवासी लाभार्थी रुग्णांनी घेतला. यांचे एकूण ५३६ आदिवासी लाभार्थी रुग्णांशी प्रमाण ५३.९२% होते. ३८ आदिवासी लाभार्थी रुग्णांना प्रतिबंधक लसींचा फायदा मिळाला त्याचे एकूण रुग्णांशी प्रमाण ७.०९% होते. श्वान दंशावरील इंजेक्शनचा लाभ १३ लाभार्थी आदिवासी रुग्णांनी घेतला. त्याचे एकूण रुग्णांशी प्रमाण २.४३% आहे. संतती नियमनाची साधने व शस्त्रक्रिया इत्यादींचा फायदा ८१ आदिवासी लाभार्थी रुग्णांना देण्यात आला. त्याचे एकूण रुग्णांशी प्रमाण १५.११% दिसून येते. तर केंद्रात भरती होण्याच्या सोईचा फायदा ११५ आदिवासी लाभार्थी रुग्णांनी घेतला. त्यांचे एकूण ५३६ आदिवासी लाभार्थींशी प्रमाण २१.४६% आहे.

शासनाने आदिवासी भागात आरोग्य सेवा पुरविण्याकरिता आरोग्य केंद्रावर अत्याधुनिक सोयींयुक्त साधनांची उपलब्धता करून दिली आहे; ही समाधानाची बाब आहे. १५.११% नमुना आदिवासी लाभार्थी रुग्णांनी संतती नियमनाची साधने शस्त्रक्रिया यांचा फायदा घेतलेला आहे. तसेच प्रतिबंधक लसींचा केवळ ७.०९% आदिवासी लाभार्थी रुग्णांनी फायदा घेतला असल्याचे दिसून येते. यावरून असा निष्कर्ष निघतो की कुटुंब नियोजनाला आदिवासी भागात फारसे सहकार्य मिळत नाही. कुटुंबाचा मोठा आकार आणि संतती नियमनाची साधने वापरण्याचे अत्यंत

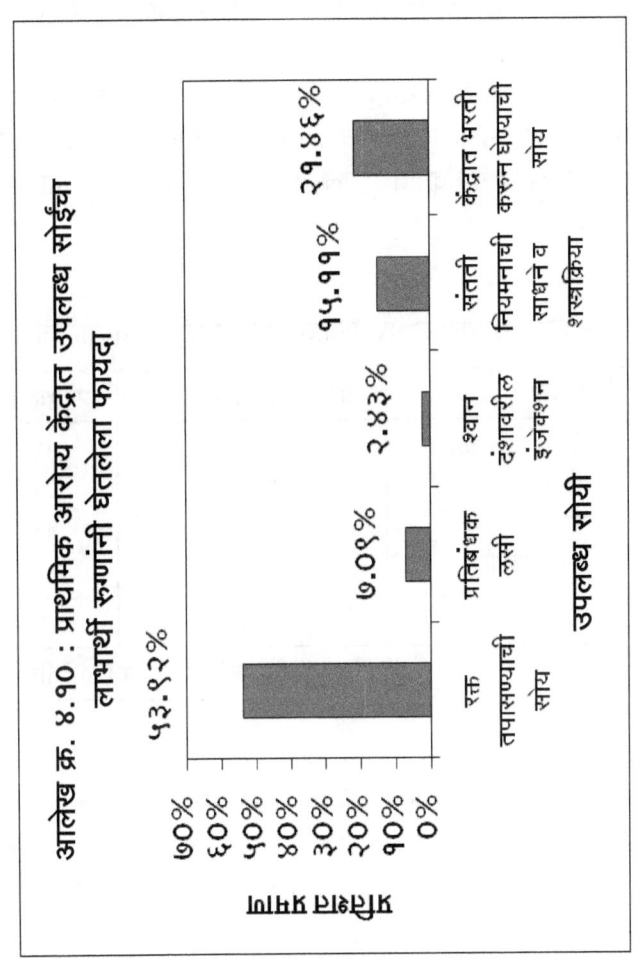

आलेख क्र. ४.१० : प्राथमिक आरोग्य केंद्रात उपलब्ध सोईंचा लाभार्थी रुग्णांनी घेतलेला फायदा

कमी प्रमाण, याचे द्योतक आहे. यावरून या भागात कुटुंबनियोजनाचे महत्त्व पटवून देण्याची गरज प्रकर्षाने जाणवते.

प्राथमिक आरोग्य केंद्रावर डॉक्टरी उपचारात भर देण्यात येणाऱ्या औषधींची माहिती

आदिवासी भागात प्राथमिक आरोग्य केंद्रावर येणाऱ्या लाभार्थी रुग्णांकडून प्राप्त माहितीनुसार डॉक्टरी उपचारांमध्ये गोळ्या + इंजेक्शन, फक्त इंजेक्शन, सलाईन आणि फक्त गोळ्या असा भर देण्यात येतो. कोणत्या उपचार पद्धतीवर कोणत्या औषधीचा वापर करावा हे वैद्यकीय अधिकाऱ्यांच्या दृष्टीने महत्त्वाचे आहे. अनेक वेळा ग्रामीण भागातील रुग्णच इंजेक्शन, सलाईन यासारख्या उपचारांचा आग्रह धरतात या प्रश्नासंदर्भात पुढील तक्त्यानुसार तपशीलवार माहिती पाहता येईल.

तक्ता क्रमांक ४.१२

डॉक्टरी उपचारात भर देण्यात येणाऱ्या औषधींची माहिती

अ.क्र.	औषधी	लाभार्थी रुग्णांची संख्या	प्रतिशत प्रमाण
१	गोळ्या + इंजेक्शन	३१९	५९.५१%
२	फक्त इंजेक्शन	११	०२.०५%
३	सलाईन	८१	१५.१२%
४	फक्त गोळ्या	१२५	२३.३२%
	एकूण	५३६	१००%

आधार :- क्षेत्रीय भेटीद्वारे संकलित माहितीच्या आधारे

तक्ता क्र.४.१२ नुसार ५३६ आदिवासी लाभार्थी रुग्णांना उपचारादरम्यान केंद्रावरील डॉक्टर कोणकोणत्या औषधी प्रकारांवर भर देतात याची माहिती प्रश्नावलीद्वारा लाभार्थी रुग्णांकडून घेण्यात आली. त्यानुसार ३१९ लाभार्थी रुग्णांना उपचारादरम्यान डॉक्टरांनी गोळ्या अधिक इंजेक्शन यावर भर दिला. अशा लाभार्थी रुग्णांचे एकूण ५३६ लाभार्थी रुग्णांशी प्रमाण ५९.५१% असे आहे. फक्त इंजेक्शन औषधीप्रकार ११ लाभार्थी रुग्णांना उपचारादरम्यान देण्यात आला. अशांचे एकूण रुग्णांशी प्रमाण २.०५% आहे. ८१ आदिवासी लाभार्थी रुग्णांना उपचारादरम्यान सलाईन लावण्यात आले. अशा रुग्णांचे एकूण रुग्णांशी प्रमाण १५.१२% आहे. तर

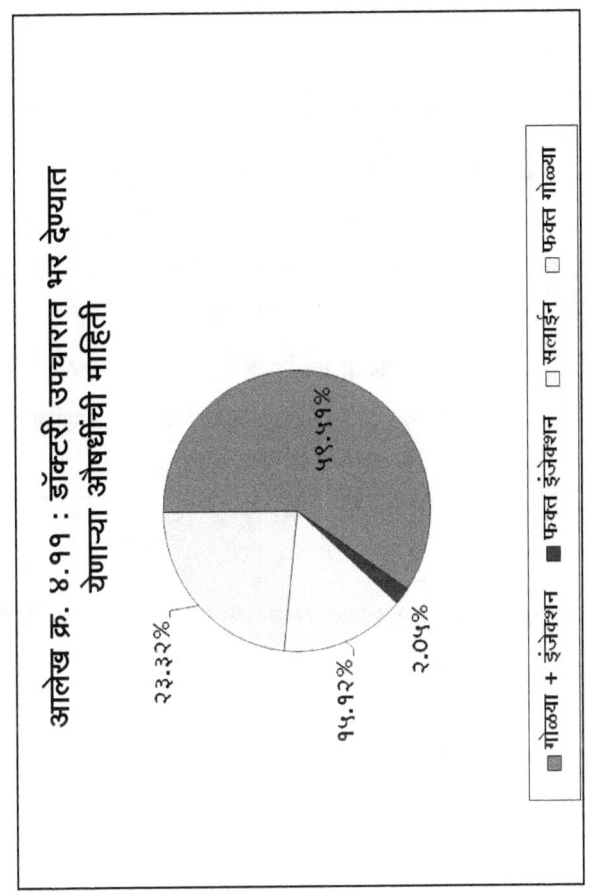

आलेख क्र. ४.११ : डॉक्टरी उपचारात भर देण्यात येणाऱ्या औषधींची माहिती

४९.५१%

२३.३२%

१५.१२%

२.०५%

■ गोळ्या + इंजेक्शन ■ फकत इंजेक्शन □ सलाईन □ फकत गोळ्या

१२५ लाभार्थी रुग्णाला उपचार करतेवळी फक्त गोळ्या देण्यात आल्या. यांचे एकूण रुग्णांशी प्रमाण २३.३२% आहे.

यावरून असे म्हणता येईल की प्राथमिक आरोग्य केंद्रावरील डॉक्टर आरोग्य सेवा पुरविताना विविध आजारांवरील रुग्णांवर उपचार करीत असतात. या उपचारांवर औषध प्रकारातून गोळ्या अधिक इंजेक्शन हा औषध प्रकार सर्वात जास्त ३१९ लाभार्थी रुग्णांना देण्यात आला आहे. सर्दी, खोकला, पोटदुखी, संसर्गजन्य रोग अशा आजारांवर जास्तीत जास्त गोळ्या अधिक इंजेक्शन या औषधी प्रकारांचा डॉक्टरी उपचारात वापर होतो; त्याखालोखाल फक्त गोळ्या देणे, सलाईन देणे आणि फक्त इंजेक्शन देणे इत्यादी औषधी प्रकारांचा क्रम डॉक्टरी उपचारात लागतो.

प्राथमिक आरोग्य केंद्रावर आदिवासी लाभार्थी रुग्णांना प्राप्त औषधी

अध्ययन क्षेत्र असलेले अमरावती जिल्ह्यातील आदिवासी क्षेत्रातील प्राथमिक आरोग्य केंद्रात उपचारासाठी येणाऱ्या लाभार्थी आदिवासी रुग्णांना औषधी मिळतात काय ? असा प्रश्न केला असता पुढीलप्रमाणे माहिती प्राप्त झाली.

तक्ता क्रमांक ४.१३

प्राथमिक आरोग्य केंद्राद्वारे आदिवासी लाभार्थी रुग्णांना मिळणाऱ्या औषधी सेवा

अ.क्र.	औषधी सेवा	रुग्णांची संख्या		एकूण
		होय	नाही	
१	आवश्यक सर्व औषधी केंद्रातून प्राप्त होतात.	५२२ ९७.३९%	१४ २.६१%	५३६ १००%
२	औषधे विनामूल्य मिळतात.	५३६ १००%	०० ००%	५३६ १००%
३	लाभार्थी रुग्ण औषधे नियमित घेतात.	१९४ ३६.१९%	३४२ ६३.८१%	५३६ १००%
४	डॉक्टरांनी औषधोपचारांबाबत केलेल्या सूचनांचे पालन करतात.	८२ १५.३०%	४५४ ८४.७०%	५३६ १००%

आधार :- क्षेत्रीय भेटीद्वारे संकलित माहितीच्या आधारे

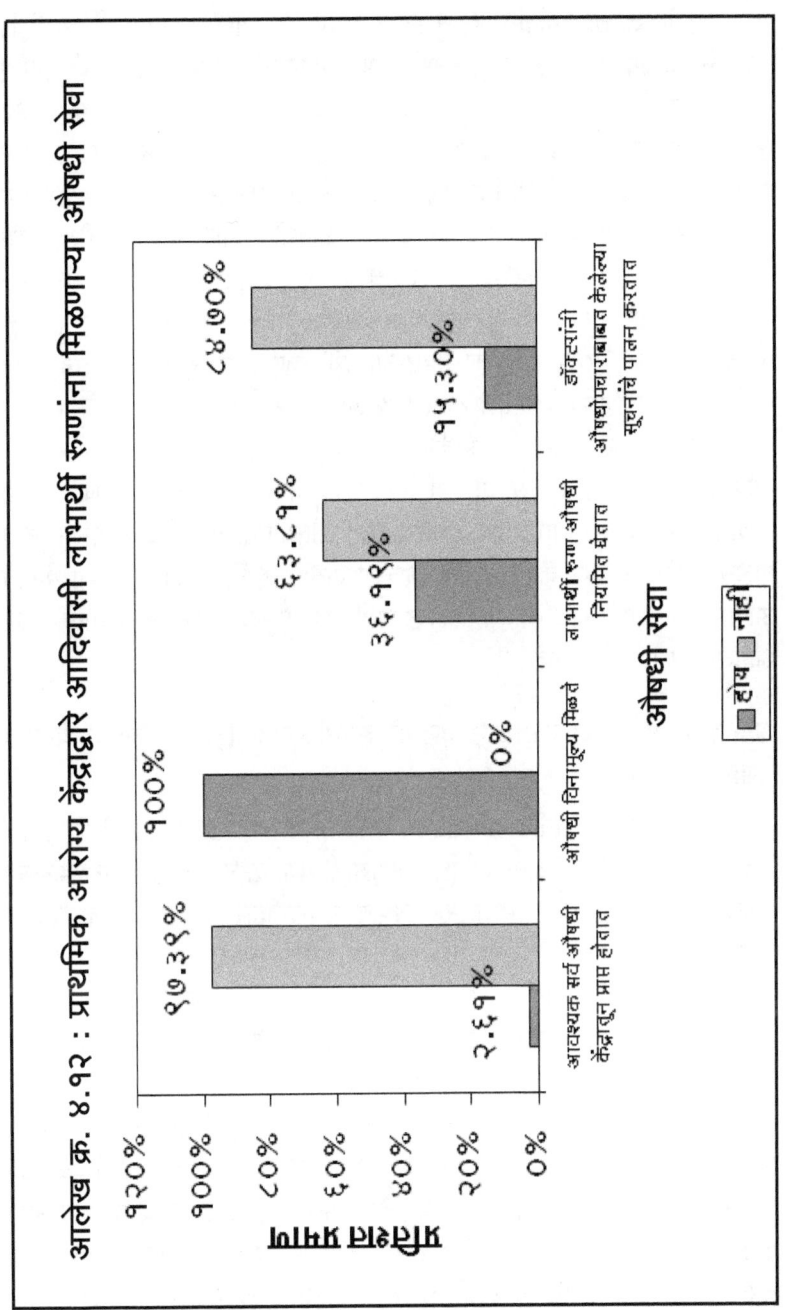

आलेख क्र. ४.१२ : प्राथमिक आरोग्य केंद्राद्वारे आदिवासी लाभार्थी रुग्णांना मिळणाऱ्या औषधी सेवा

पुढील तक्ता क्रमांक ४.१३ नुसार उपचारार्थ येणाऱ्या ५३६ लाभार्थी रुग्णांपैकी ५२२ नमुना आदिवासी लाभार्थी रुग्णांनी असे सांगितले की आवश्यक सर्व औषधी केंद्रातून प्राप्त होते. त्यांचे एकूण ५३६ रुग्णांशी प्रमाण ९७.३९% आहे. ५३६ लाभार्थी रुग्णांच्या मते प्राथमिक आरोग्य केंद्राकडून औषधी विनामूल्य मिळते. त्यांचे प्रमाण १००% आहे. औषधी नियमित घेतात असे सांगणारे १९४ रुग्ण आहेत. त्याचे एकूण रुग्णांशी प्रमाण ३६.१९% आहे. तर औषधी नियमित घेत नाहीत, असे सांगणारे ३४२ लाभार्थी रुग्ण आहेत. त्यांचे प्रमाण ६३.८१% आहे. तर डॉक्टरांनी औषधोपचाराबाबत केलेल्या सूचनांचे पालन करणारे फक्त ८२ लाभार्थी रुग्ण आहे. त्यांचे प्रमाण १५.३०% आहे तर ४५४ लाभार्थी रुग्ण हे या सूचनांचे पालन करत नाहीत असे सांगणाऱ्यांचे प्रमाण ८४.७०% आहे.

यावरून असे स्पष्ट होते की शासनाकडून आदिवासी रुग्णांना विनामूल्य औषधी पुरविल्या जात असल्या तरी उपचार कालावधीत आदिवासी रुग्ण औषधी नियमित घेत नाहीत. त्याचप्रमाणे डॉक्टरांकडून औषधोपचाराबाबत केलेल्या सूचनांचे पालन आदिवासी रुग्ण करत नाहीत. निरीक्षणाअंती असे दिसून आले की या भागात आजार सातत्याने होत आहेत. त्यावरील नियंत्रणात्मक उपाय निरुपयोगी ठरले आहेत असे म्हणावे लागते.

आदिवासी भागातील लाभार्थी रुग्णांची औषधींबाबत व स्वच्छतेबाबत घेण्यात येणारी काळजी

अध्ययन क्षेत्रातील अमरावती जिल्ह्यात असणाऱ्या आदिवासी भागातील १५ प्राथमिक आरोग्य केंद्रांवर औषधोपचारासाठी येणाऱ्या नमुना म्हणून निवडलेल्या एकूण ५३६ आदिवासी लाभार्थी रुग्णांकडून अनुसूचीद्वारे व प्रत्यक्ष मुलाखतीद्वारे मिळालेल्या माहितीचा गोषवारा सविस्तररीत्या पुढील तक्त्यामध्ये स्पष्टीकरणासह मांडलेला आहे. अतिदुर्गम भागात राहणाऱ्या आदिवासी रुग्णांची अज्ञान प्रवृत्ती, सामाजिक अंधश्रद्धा, पूर्वापार चालत आलेले अनिष्ट रीतिरिवाज तसेच शिक्षणाचा अभाव, प्रबोधनात्मक माहितीचा अभाव व नशा करणाऱ्या वस्तूंच्या मोठ्या प्रमाणात असणाऱ्या सवयी इत्यादी आरोग्याला हानिकारक अशा प्रवृत्ती मोठ्या प्रमाणावर या भागात आढळतात. शासनाने या भागातील ही परिस्थिती बदलावी यासाठी वेळोवेळी प्रयत्न केला आहे असे कागदोपत्री नमूद केले असल्याचे आढळते व या भागासाठी शासनाकडून वेळोवेळी मोठ्या निधीची तरतूद करण्यात येत असून त्याद्वारे दवाखान्याची इमारत, रुग्णांना भरती ठेवण्याची व्यवस्था, आजारी रुग्ण बरा होईपर्यंत मोफत

औषध पुरवठा करणे, वारंवार प्रतिबंधक लस घराघरापर्यंत पोहोचविण्याचे कार्यक्रम नियमित घेतले जात असतात. आरोग्य केंद्रावरील डॉक्टरांकडून आरोग्याची योग्य ती तपासणी केली जात असते. आवश्यक उपचार केला जातो यासाठी लागणाऱ्या सर्व सोयीसुविधा शासनाकडून पुरविल्या जातात. तज्ज्ञ डॉक्टरांची नेमणूक केली जाते. हे डॉक्टर रुग्णांना प्रबोधनाच्या माध्यमातून मार्गदर्शक सूचना, छायाचित्रे इत्यादी प्रकारे वेळोवेळी मार्गदर्शन करत असतात. जेणेकरून आजारांवर नियंत्रण ठेवता येईल.

तक्ता क्रमांक ४.१४

आदिवासी रुग्णांची औषधांबाबत व स्वच्छतेबाबत जागरूकता

अ.क्र.	प्रश्न	होय	नाही	एकूण
१	लाभार्थी रुग्णांची औषधांबाबत असणारी नियमितता	११३ (२१.०८%)	४२३ (७८.९२%)	५३६ (१००%)
२	पान, गुटखा, विडी, दारू इत्यादींचे सेवन न करण्याबाबत केलेल्या सूचनांचे पालन	१२५ (२३.३२%)	४११ (७६.६८%)	५३६ (१००%)
३	मुलांना प्रतिबंधक लस आठवणीने व वेळेवर देणारे लाभार्थी	१३४ (२५.००%)	४०२ (७५.००%)	५३६ (१००%)
४	सार्वजनिक स्वच्छतेबाबत लाभार्थींकडून घेण्यात येणारी काळजी	१४२ (२६.४९%)	३९४ (७३.५१%)	५३६ (१००%)
	संदर्भ :- क्षेत्रीय भेटीद्वारे संकलित माहितीच्या आधारे			

तक्ता क्रमांक ४.१४ मधील माहितीच्या आधारे अध्ययन क्षेत्रातील निवडलेल्या प्राथमिक आरोग्य केंद्रावर येणाऱ्या आदिवासी लाभार्थी रुग्णांची स्वतःच्या आरोग्याबाबत असणारी मानसिकता व तत्परता ही त्यांच्या आरोग्याला परिणामकारक स्वरूप प्राप्त करून देत असते. प्राप्त माहितीवरून आजारी रुग्ण हे रोग किंवा आजार दूर होण्याकरिता डॉक्टरांकडून मिळालेल्या औषधी नियमित घेतात किंवा नाहीत हे महत्त्वाचे आहे. औषधी नियमित घेणाऱ्या आदिवासी लाभार्थी रुग्णांची संख्या ११३ असून त्यांचे नमुना म्हणून घेतलेल्या एकूण ५३६ आदिवासी रुग्णांशी प्रमाण फक्त २१.०८% इतकेच दिसून येते तर औषधीबाबत नियमितता नसणारे असे ४२३

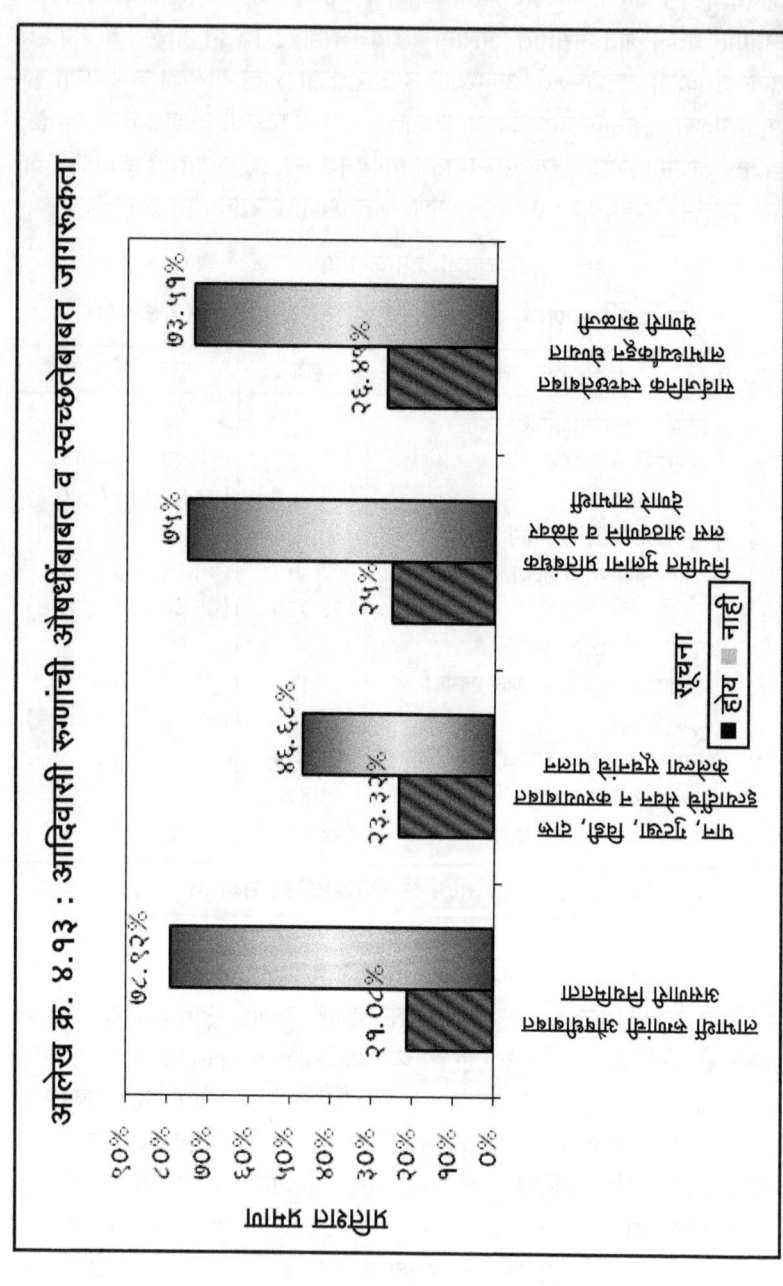

आलेख क्र. ४.१३ : आदिवासी रूग्णांची औषधींबाबत व स्वच्छतेबाबत जागरूकता
०%
१०%
२०%
३०%
४०%
५०%
६०%
७०%
८०%
९०%
२१.०८%
७८.९२%
२३.३२%
४६.६८%
२५%
७५%
२६.४९%
७३.५१%
सूचना
होय
नाही

आदिवासी रुग्ण असून त्याचे प्रमाण ७८.९२% इतके जास्त असलेले रुग्णांनी दिलेल्या माहितीवरून स्पष्ट होते.

यावरून असे म्हणता येईल की अतिदुर्गम आदिवासी भागात आरोग्याबाबत किंवा आजारपणाबाबत निष्काळजीपणा असून मोफत स्वरूपात प्राप्त औषधी नियमित सेवन न करणाऱ्यांचे प्रमाण सर्वाधिक आढळते. या भागात आजारांचा किंवा रोगांचा प्रसार मोठ्या प्रमाणावर असलेला आढळतो.

दुर्गम आदिवासी भागात अज्ञानता व अशिक्षितपणामुळे वाईट सवयींचा प्रसार मोठ्या प्रमाणामध्ये जसे पान, गुटखा, विडी, तंबाखू इत्यादी नशा करणाऱ्या वस्तूंचे सेवन करणाऱ्यांची संख्या अधिक आढळते. प्राथमिक आरोग्य केंद्रावर येणाऱ्या आजारी रुग्णांना डॉक्टरांकडून वरील प्रकारच्या नशा करणाऱ्या वस्तूंचे सेवन न करण्याबाबत वारंवार सूचना दिल्या जातात. परंतु, सर्वेक्षणातून प्राप्त माहितीवरून एकूण ५३६ आदिवासी लाभार्थी रुग्णांपैकी १२५ नमुना लाभार्थ्यांना आरोग्य केंद्रावरील डॉक्टरांनी अशा प्रकारच्या सूचना केल्या आहेत असे सांगितले. एकूण रुग्णांशी यांचे प्रमाण २३.३२% एवढेच आहे तर पान, गुटखा, विडी, तंबाखू, दारू यांचे सेवन न करण्याबाबत सूचना केल्यात परंतु जागरूकता नाही, असे सांगणारे ४११ आदिवासी लाभार्थी रुग्ण आहेत. त्याचे प्रमाण ७६.६८% पेक्षाही जास्त आहे. म्हणजेच यावरून असे स्पष्ट होते की वास्तविक स्थितीत आरोग्य केंद्रावरील डॉक्टरांनी आदिवासी रुग्णांच्या वाईट सवयींबाबत म्हणजेच पान, गुटखा, विडी, तंबाखू, दारू इत्यादींचे सेवन न करण्याबाबत प्रबोधनात्मक सूचना बहुतांश आदिवासी रुग्णांना केलेल्या नाहीत किंवा करत नाही असे स्पष्ट होते.

आदिवासी भागात आरोग्य केंद्रावर उपस्थित असलेल्या रुग्णांना असे विचारले असता, स्वत:च्या मुलांना किंवा बालकांना प्रतिबंधक लस आठवणीने व वेळेवर देतात का? यावरून मिळालेल्या माहितीतून होय म्हणणारे आदिवासी रुग्ण १३४ इतके आढळले. त्यांचे एकूण ५३६ लाभार्थी रुग्णांशी प्रमाण फक्त २५% इतके आहे. तर प्रतिबंधक लस स्वत:च्या बालकांना आठवणीने व वेळेवर देत नाही असे म्हणणारे ४०२ लाभार्थी रुग्ण आढळले याचे एकूण ५३६ रुग्णांशी प्रमाण ७५% इतके जास्त असलेले दिसून येते. यावरून असा निष्कर्ष निघतो की दुर्गम आदिवासी भागात आरोग्याबाबत सुरक्षिततेसंबंधी जागृतीचा अभाव मोठ्या प्रमाणावर दिसून येतो. परिणामत: या भागात बालकांना कुपोषण, हगवण, मलेरिया, गोवर, खरुज, देवी, इत्यादी अशा दुर्धर आजाराने ग्रासले असल्याचे दिसून येते. शासनाने या आजारांवर नियंत्रण ठेवण्यासाठी तसेच या आजारांचे वेळोवेळी

होणारे प्रादुर्भाव रोखण्यासाठी मोठ्या प्रमाणावर प्रयत्न चालविलेले आहेत. त्याकरिता जनजागृती अभियान, पल्स पोलिओ अभियान देवी, गोवर, मलेरिया, इत्यादी रोगांचा नायनाट करण्यासाठी मोठ्या प्रमाणावर खर्च करण्यात येत असून या आदिवासी भागात पुरातन संस्कृती आजही मोठ्या प्रमाणात जोपासली जाते. त्यामुळे या भागातील आरोग्य केंद्रावर प्रतिबंधक लस, डोज उपलब्ध असून सुद्धा आठवणीने व वेळेवर हे आदिवासी आपल्या मुलांना देत नाहीत. अशी एकूण अवस्था या भागात आजही दिसून येते.

सर्वेक्षणातून प्राप्त माहितीनुसार स्वच्छतेबाबत आदिवासी लोकांकडून घेण्यात येणारी काळजी याबाबत प्रश्न विचारला असता केवळ १४२ आदिवासी रुग्णांनीच पिण्याचे स्वच्छ पाणी, शारीरिक स्वच्छता, परिसर स्वच्छता, नियमित स्नान करणे इत्यादींबाबत स्वत:ची व मुलांची काळजी घेत असल्याचे म्हटले आहे. अशांचे एकूण ५३६ नमुना आदिवासी लाभार्थी रुग्णांशी प्रमाण फक्त २६.४९ % इतकेच आहे. यावरून ३९४ लाभार्थी रुग्णांनी असे सांगितले की, स्वच्छ पिण्याचे पाणी, परिसर स्वच्छता, शारीरिक स्वच्छता व नियमित स्नान इत्यादीबाबत स्वत:ची व मुलांची काळजी घेत नाहीत. त्यांचे एकूण रुग्णांशी प्रमाण ७३.५१% इतके जास्त दिसून येते. यावरून असे म्हणता येईल की आरोग्य सुरक्षिततेकरिता पिण्याचे स्वच्छ पाणी, शारीरिक स्वच्छता इत्यादी बाबत काळजी घेणे याकडे या भागातील अधिकाधिक आदिवासी लोक दुर्लक्ष करतात. त्यामुळे खरूज, अंगावर जखमा, शारीरिक दुर्गंधी इत्यादी रोगांचा प्रादुर्भाव याभागात मोठ्या प्रमाणावर आढळतो.

आरोग्याबाबत प्रबोधनात्मक माध्यम तसेच कुटुंबनियोजन कार्यक्रम व शुद्ध पिण्याच्या पाण्याबाबत आदिवासींमध्ये असणारी जागरूकता

आदिवासी भागात आरोग्याची भीषण समस्या असून त्यासाठी कारणीभूत असणाऱ्या बाबींकडे लक्ष केंद्रित करून आजारांपासून सुरक्षित राहण्यासाठी केली जाणारी उपाययोजना यासंबंधीचे प्रबोधनात्मक संदेश देणे, तसेच कुटुंबनियोजन तंत्राचा वापर करून जीवन सुखी बनविणे व ज्यापासून मोठ्या प्रमाणावर संसर्गजन्य आजारांचा प्रादुर्भाव होतो अशा अशुद्ध पिण्याच्या पाण्याबाबत, अस्वच्छतेबाबत आदिवासींनी जागृत राहावे त्यासाठी शासन प्रयत्नशील असते. यासंबंधित उपचारार्थ आलेल्या आदिवासी लाभार्थी रुग्णांना अनुसूची व मुलाखत कोष्टकाद्वारे संशोधकाने प्रश्न विचारून माहिती प्राप्त केली ती पुढीलप्रमाणे–

तक्ता क्रमांक ४.१५

आरोग्याबाबत प्रबोधन व कुटुंबनियोजनाबाबत मार्गदर्शन

अ.क्र.	प्रश्न	होय	नाही	एकूण
१	प्रबोधनाच्या माध्यमांचा रुग्णांनी घेतलेला फायदा	११२ २०.८९%	४२४ ७९.११%	५३६ 100%
२	रुग्णांना कुटुंबनियोजनाबाबत मिळणारे मार्गदर्शन व सोयी	१२२ २२.७६%	४१४ ७७.२४%	५३६ 100%
३	आदिवासी भागात स्वस्त धान्य दुकानांची शासनाकडून उपलब्धता	१०४ १९.४०%	४३२ ८०.६०%	५३६ 100%
४	पावसाळ्यात पिण्याच्या पाण्याबाबत रुग्णांकडून घेतली जाणारी काळजी	४२ ७.८३%	४९४ ९२.१७%	५३६ 100%
	संदर्भ :- क्षेत्रीय भेटीद्वारे संकलित माहितीच्या आधारे			

वरील तालिकेवरून आदिवासी भागात आरोग्याच्या प्राथमिक काळजीबाबत रेडिओ, दवाखान्यातील भिंतीपत्रके तसेच गावात डॉक्टरांकडून व आरोग्य कर्मचाऱ्यांकडून पथनाट्य, आरोग्य शिबिरे व आजारापासून सुरक्षिततेबाबत विविध प्रकारच्या सूचना देणारे कार्यक्रम राबविण्यात येतात. संबंधित कार्यक्रमाचा लाभ घेणारे ११२ आदिवासी लाभार्थी रुग्ण असून त्यांचे ५३६ नमुना लाभार्थी रुग्णांशी प्रमाण फक्त २०.८९% आहे. तर याउलट ४२४ आदिवासी लाभार्थी रुग्ण आरोग्याच्या प्राथमिक काळजीबाबत प्रबोधनात्मक स्वरूपाच्या कार्यक्रमांकडे पूर्णपणे दुर्लक्ष करतात. अशा रुग्णांचे प्रमाण ७९.११% इतके अधिक असल्याचे दिसून येते यावरून असा निष्कर्ष निघतो की आदिवासी भागात प्रबोधनात्मक माध्यमाचा आदिवासी रुग्णांवर विशेष प्रभाव पडत नाही; या भागातील जनतेची आर्थिक परिस्थिती दयनीय असल्यामुळे हे लोक दारिद्र्य रेषेखाली जीवन जगत आहेत. त्यांचा जीवनमानाचा स्तर निम्नप्रतीचा आहे. त्यामुळे टी.व्ही., रेडिओ, इत्यादी मनोरंजनात्मक साधने त्यांच्याकडे नाहीत. या भागातील प्राथमिक आरोग्य केंद्रात भिंतीपत्रकाच्या माध्यमातून आरोग्याच्या प्राथमिक काळजीबाबतचे प्रबोधन याकडे फार कमी आदिवासी रुग्ण लक्ष देतात असे आढळले. परिणामत: आरोग्याबाबत प्राथमिक काळजी कशी घ्यावी याची सवय त्यांना नसते. पर्यायाने अस्वच्छतेमुळे होणाऱ्या आजारांवर नियंत्रण आणण्यासाठी बराच कालावधी लागतो.

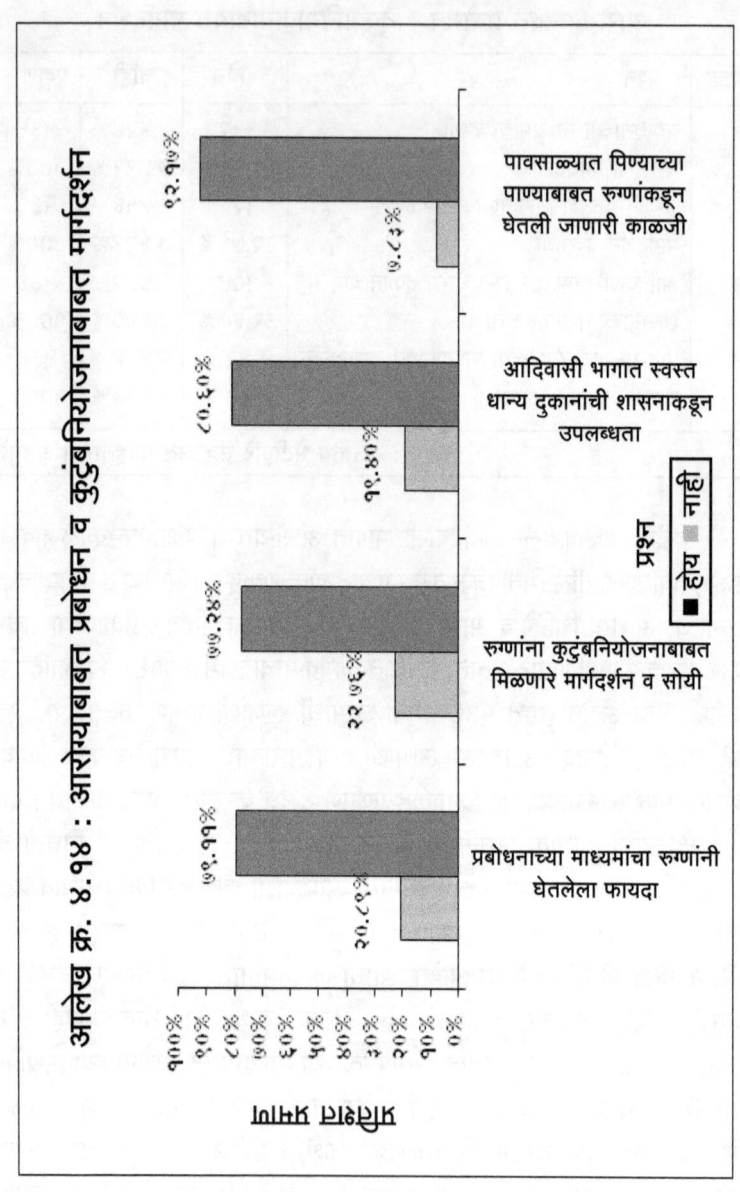

आलेख क्र. ४.१४ : आरोग्याबाबत प्रबोधन व कुटुंबनियोजनाबाबत मार्गदर्शन

आदिवासी रुग्णांना कुटुंब नियोजनाचे महत्त्व, त्याचे फायदे या दृष्टीने संशोधन करतेवेळी लाभार्थी आदिवासी रुग्णांना प्राथमिक आरोग्य केंद्रांकडून कुटुंब नियोजनाबाबत आवश्यक त्या सोयी प्राप्त होतात काय? असा प्रश्न संशोधनकर्त्याने एकूण ५३६ आदिवासी रुग्णांना विचारला. त्यातील १२२ लाभार्थी आदिवासी रुग्णांनी कुटुंबनियोजनाबाबत योग्य वेळी मार्गदर्शन व त्याकरिता निःशुल्क आवश्यक सोयी उपलब्ध होतात असे सांगितले. तर ४१४ लाभार्थी रुग्णांनी मात्र कुटुंबनियोजनाबाबत माहिती व सुविधा मिळत नाहीत, असे सांगितले अशा रुग्णाचे प्रमाण ७७.२४% आहे. ही बाब खेदाची आहे. कारण कुटुंबनियोजन ही देशाची लोकसंख्या नियंत्रित करण्यासाठी व विविध आजारांच्या प्रादुर्भावांना आदिवासी लोक बळी पडू नये याकरिता शासनाकडून कुटुंबनियोजन कार्यक्रम मोठ्या प्रमाणात राबविला जात असूनसुद्धा आदिवासी क्षेत्रात मात्र आदिवासी लोकांना याचा फारसा उपयोग होत नाही. त्यामुळे शासनाच्या योजना या भागात पूर्णपणे फसल्या असून त्या निरुपयोगी आहेत असे स्पष्ट होते.

आदिवासी क्षेत्रातील एकूण ५३६ नमुना आदिवासी लाभार्थी रुग्णांचे मासिक उत्पन्न हे कमीत कमी असल्याचे स्पष्ट होते. त्यामध्ये ३५४ आदिवासी रुग्णांचे मासिक उत्पन्न फक्त ७०० रुपयांपर्यंतचे आहे; त्यांचे एकूण आदिवासी रुग्णांशी प्रतिशत प्रमाण ६९.७८% इतके आहे. तर २००० रुपयांच्या वर मासिक उत्पन्न असणारे फक्त ८ आदिवासी लाभार्थी रुग्ण आहेत. त्यांचे एकूण ५३६ रुग्णांशी प्रमाण १.५०% हे अत्यंत अल्प दिसून येते.

तक्ता क्र. ४.१५ वरून असे स्पष्ट होते ४३२ आदिवासी लाभार्थी रुग्णांनी असे सांगितले की त्यांच्या गावात सरकारी स्वस्त धान्य दुकान अस्तित्वात नाही. असे सांगणाऱ्या रुग्णांचे एकूण लाभार्थी रुग्णांशी प्रमाण ८०.६०% हे जास्त आहे. तर ज्या आदिवासी रुग्णांच्या गावात सरकारी स्वस्त धान्य दुकान असून ते कार्यरत आहे, असे सांगणारे फक्त १०४ आदिवासी रुग्ण आहेत. त्यांचे एकूण रुग्णांशी प्रमाण १९.४०% इतके कमी आहे. यावरून असे दिसून येते की शासनाने ठरविलेल्या उद्देशपूर्तीसाठी प्रत्येक गावात सरकारी स्वस्त धान्य दुकान योजना लागू केली. परंतु आदिवासी भागातील बहुतांश गावात याची उपलब्धता दिसून येत नाही. काही गावांमध्ये सरकारी स्वस्त धान्य दुकान उपलब्ध आहेत, परंतु ती दुकाने बऱ्याच वेळा बंद असलेली दिसून येतात तसेच राहत्या गावापासून दुकान असलेल्या गावापर्यंतचे अंतर १५ ते २० कि.मी. इतके अधिक आहे. अशा स्थितीत आदिवासींना गरजेएवढे अन्नधान्यसुद्धा मिळणे अशक्य होते. यावरून असा निष्कर्ष निघतो की सरकारी

दफ्तराप्रमाणे ही सर्व स्वस्त धान्य दुकाने चालू असलेली दिसून येत असली तरी प्रत्यक्षात मात्र ती बऱ्याच वेळा बंद असलेली आढळतात. पर्यायाने जवळपास ८०% च्या वर आदिवासींना स्वस्त धान्य दुकानातून आवश्यक तेवढे अन्नधान्य मिळत नाही असे स्पष्ट होते.

तक्ता क्र. ४.१५ वरून ४९४ आदिवासी लाभार्थी रुग्णांची पावसाळ्यात पिण्याच्या पाण्याच्या सुविधेबाबत काळजी घेतली जात नाही, असे सांगितले. त्यांचे एकूण लाभार्थी रुग्णांशी प्रमाण ९२.१७% इतके आहे. तर फक्त ४२ आदिवासी लाभार्थी रुग्णांनी, पावसाळयात शुद्ध पिण्याच्या पाण्याबाबत काळजी घेतली जाते, असे सांगणाऱ्या रुग्णांचे प्रमाण ७.८३% इतके आहे. यावरून असा निष्कर्ष निघतो की आजारपणासाठी मुख्य कारण असलेले अशुद्ध पाण्याचा पुरवठा हे असूनसुद्धा व त्याकरिता शासनाने मोठा खर्च करूनही पावसाळ्यात अतिदुर्गम आदिवासी गावांमध्ये पिण्याच्या पाण्याबाबत विशेष काळजी घेतली जात नाही. म्हणजेच पाणी शुद्धीकरणाकरिता वापरण्यात येणाऱ्या द्रव्याचा (ब्लिचिंग पावडर) उपयोग केला जात नसून याबाबत पूर्णपणे दिरंगाई होत असलेली जाणवते.

कुपोषित बालकांसाठी राबविण्यात येणाऱ्या योजनांचा लाभ घेणारे लाभार्थी रुग्ण

आदिवासी क्षेत्रात कुपोषणामुळे बालकांचा मोठ्या प्रमाणात मृत्यू होत आहे. ही वस्तुस्थिती असून त्या भागात कुपोषण श्रेणी १, २, ३ व ४ या चारही श्रेणींमध्ये कुपोषणामुळे आजारी बालकांची संख्यासुद्धा सातत्याने वाढत असते असे सर्वेक्षणातून दिसून येत आहे. त्यासाठी शासनाने कुपोषित बालकांच्या निर्मूलनासाठी योजनेच्या अंमलबजावणीचा राबविण्यात येणाऱ्या बालकांना फायदा झाला किंवा नाही हे पुढील तालिकेवरून स्पष्ट होते.

तक्ता क्र. ४.१६

राबविण्यात येणाऱ्या योजनांचा लाभ घेणारे कुपोषित लाभार्थी रुग्ण

अ.क्र.	पर्याय	कुपोषित लाभार्थी रुग्णांची संख्या	प्रतिशत प्रमाण
१	होय	३६	२५.३५%
२	नाही	१०६	७४.६५%
	एकूण	१४२	१००%
			आधार :– क्षेत्रीय भेटीद्वारे संकलित माहितीच्या आधारे

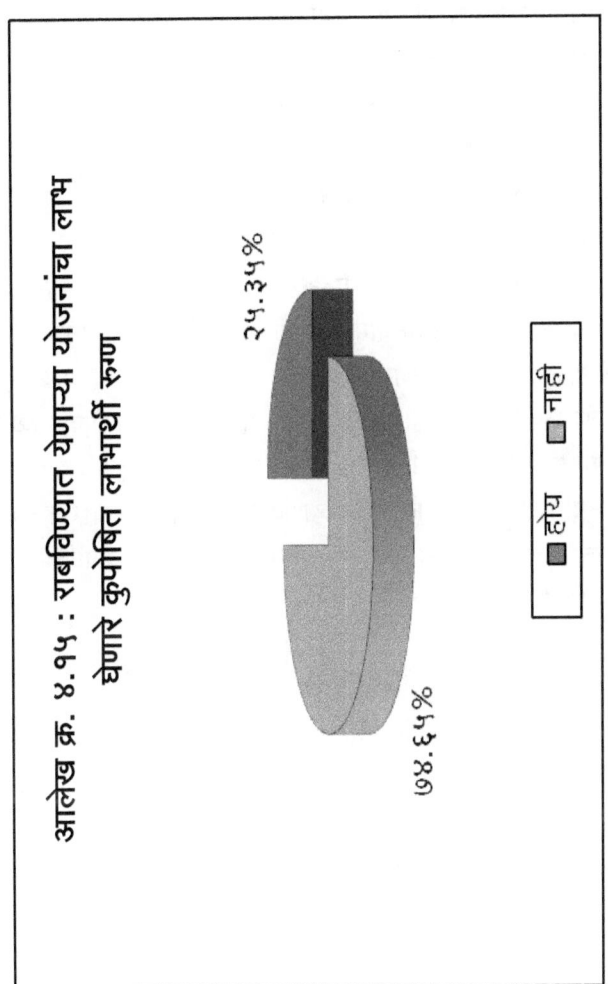

आलेख क्र. ४.१५ : राबविण्यात येणाऱ्या योजनांचा लाभ
घेणारे कुपोषित लाभार्थी रुग्ण

२५.३५%

७४.६५%

होय ▢   नाही ▢

तक्ता क्र. ४.१६ नुसार शासनाकडून राबविण्यात येणाऱ्या योजनांचा लाभ कुपोषित लाभार्थींना होत आहे किंवा नाही असे नमुना ५३६ रुग्णांपैकी एकूण १४२ कुपोषित बालकांच्या पालकांना विचारले असता फक्त ३६ कुपोषित बालकांच्या पालकांनी 'होय' असे उत्तर दिले. त्यांचे एकूण १४२ कुपोषित लाभार्थींशी प्रमाण २५.३५% एवढे आहे. तर या योजनेचा लाभ घेत नाही असे सांगणारे १०६ कुपोषित लाभार्थी होते. त्यांचे प्रमाण ७४.६५% इतके आहे. यावरून असे स्पष्ट होते की, आदिवासी क्षेत्रात कुपोषित बालकांना शासकीय योजनेचा फायदा अत्यंत कमी प्रमाणात मिळतो म्हणून या भागात कुपोषित बालरुग्णांचे प्रमाण जास्त आहे.

तक्ता क्र. ४.१६ ला X^2 Test च्या सूत्राचा वापर केल्यानंतर प्राप्त उत्तर ३४.५१ इतके आले. (परिशिष्ट क्र. १.१) X^2 चे सारणीय मूल्य 0.05 सार्थक स्तरावर १ स्वातंत्र्याची मात्रावर मूल्य ३.८४ आहे. प्राप्त X^2 चे मूल्य सारणीय X^2 च्या मूल्यापेक्षा जास्त असल्यामुळे असा निष्कर्ष काढता येतो की, दोन्ही पर्यायांमध्ये आलेल्या वारंवारितामध्ये सार्थक अंतर आहे. याचा अर्थ कुपोषित लाभार्थी आणि कुपोषित अलाभार्थींचे शासकीय योजनांचा लाभ घेण्यामध्ये सार्थक अंतर आहे. याचा अर्थ आदिवासी क्षेत्रात आरोग्य विभागाकडून कुपोषित बालकांसाठी आर्थिक अनुदान तसेच आजारांवर उपचारांकरिता चांगली सेवा उपलब्ध व्हावी याकरिता शासनाकडून योजना राबविण्यात येत आहेत, परंतु कुपोषित बालकांना त्याचा लाभ मिळालेला नाही.

आदिवासी गर्भवती मातांनी आहाराबाबत घेतलेली काळजी

आदिवासी भागात गर्भवती मातांची आरोग्याबाबत स्वत: घ्यावयाची काळजी फार महत्त्वाची समजली जाते. अध्ययनामध्ये याचे विशेष महत्त्व आहे. एकूण ५३६ रुग्ण लाभार्थींपैकी २५४ नमुना आदिवासी लाभार्थी स्त्री रुग्णांना गर्भवती अवस्थेत आहाराबाबत काळजी घेतात काय असे विचारले असता पुढीलप्रमाणे माहिती प्राप्त झाली.

तक्ता क्रमांक ४.१७

आदिवासी गर्भवती मातांनी आहाराबाबत घेतलेली काळजी

अ.क्र.	पर्याय	नमुना लाभार्थी रुग्णांची संख्या	प्रतिशत प्रमाण
१	होय	३८	१४.९६%
२	नाही	२१६	८५.०४%
	एकूण	२५४	१००%
आधार :- क्षेत्रीय भेटीद्वारे संकलित माहितीच्या आधारे			

तक्ता क्र. ४.१७ नुसार प्रसूती काळातील केवळ ३८ नमुना आदिवासी लाभार्थी स्त्रियांनीच स्वतःच्या आहाराबाबत काळजी घेतली आहे असे सिद्ध होते. त्यांचे एकूण २५४ नमुना आदिवासी लाभार्थी स्त्री रुग्णांशी प्रमाण १४.९६% आहे. तर २१६ गर्भवती अवस्थेत असणाऱ्या मातांनी स्वतःच्या आहाराबाबत अजिबात काळजी घेतली नाही असे सांगण्यात आले. त्याचे एकूण रुग्णांशी प्रमाण ८५.०४% व हे जास्त आहे.

संकलित माहितीच्या आधारे असे लक्षात येते की प्रसूती काळातील स्त्रिया या ० ते २० आणि २१ ते ४० वर्षे या वयोगटातील आहेत. या वयोगटातील स्त्रियांचा उत्पन्नगट हा मासिक १००० रुपये पर्यंतचा असून या स्त्रिया घरचे काम करून मजुरी करतात. त्यामुळे स्वतःच्या आहाराकडे दुर्लक्ष होते. प्रसूतीकाळात जुन्या रीतीरिवाजाप्रमाणे गायीचे दूध, पपई असे खाद्यान्न गर्भवती स्त्रियांना दिले जात नाही. महत्त्वाचे म्हणजे आर्थिक अडचणींमुळे पौष्टिक आहार आदिवासी स्त्रियांना मिळत नाही.

तक्ता क्र. ४.१७ ला X^2 Test च्या सूत्राचा वापर केल्यानंतर प्राप्त उत्तर १२४.७४ इतके आले. X^2 चे सारणीय मूल्य ०.०५ सार्थक स्तरावर १ स्वातंत्र्याची मात्रावार मूल्य ३.८४ आहे. प्राप्त X^2 चे मूल्य सारणीय X^2 च्या मूल्यापेक्षा जास्त असल्यामुळे असा निष्कर्ष काढता येतो की, दोन्ही पर्यायांमध्ये आलेल्या वारंवारितांमध्ये सार्थक अंतर आहे. याचा अर्थ आदिवासी गर्भवती मातांसाठी शासनाने योजना राबविली असूनही त्याचा गर्भवती मातांनी लाभ घेतलेला नाही हे सिद्ध होते.

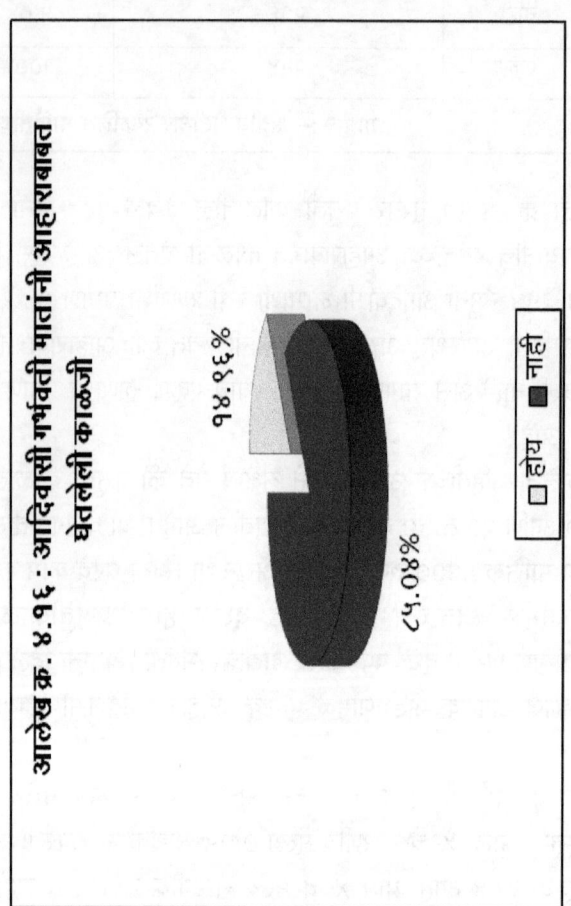

होय
नाही

आलेख क्र.४.१६ : आदिवासी गर्भवती मातांनी आहाराबाबत घेतलेली काळजी

शासनाकडून आदिवासी भागात कुपोषणाबाबत आरोग्य विभागाकडून घेण्यात येणारी काळजी

अमरावती जिल्ह्यातील आदिवासी भागात १५ नमुना प्राथमिक आरोग्य केंद्रांवर एकूण आदिवासी लाभार्थी रुग्णांकडून माहिती प्राप्त करण्यात आली. आरोग्य विभागाकडून कुपोषणग्रस्त मुलांच्या उपचारांसाठी वेळोवेळी उपचार, आहार सुविधा व इतर सोयी व सहकार्य किती प्रमाणात मिळते? असे प्रश्न विचारले असता प्राप्त माहिती पुढील तक्यानुसार–

तक्ता क्रमांक ४.१८

कुपोषणाबाबत शासकीय स्तरावर घेण्यात येणारी काळजी

अ.क्र.	प्रश्न	होय	नाही	एकूण
१	कुपोषित बालकांना उपचारासाठी प्राथमिक आरोग्य केंद्राकडून प्राप्त सहकार्य व आरोग्य सुविधा	६७ १२.५०%	४६९ ८७.५०%	५३६ १००%
२	कुपोषित बालकांच्या आहाराबाबत आरोग्य केंद्राकडून घेण्यात येणारी काळजी	२७ ५.०४%	५०९ ९४.९६%	५३६ १००%
३	कुपोषित बालकांना स्वत:हून उपचारासाठी आरोग्य केंद्रात नेण्याची तत्परता	०७ १.३१%	५२९ ९८.६९%	५३६ १००%
संदर्भ :– क्षेत्रीय भेटीद्वारे संकलित माहितीच्या आधारे.				

तक्ता क्र. ४.१८ नुसार कुपोषित बालकांच्या उपचारासाठी प्राथमिक आरोग्य केंद्राकडून प्राप्त सहकार्य वा आरोग्य सुविधा इत्यादी नियमित लाभार्थी रुग्णांना प्राप्त होते काय, असा प्रश्न विचारण्यात आला. त्यानुसार वरील तक्त्यावरून ६७ आदिवासी लाभार्थी रुग्णांनी असे सांगितले की त्यांना आरोग्य विषयक सुविधा मिळतात. त्यांचे एकूण लाभार्थी रुग्णांशी प्रमाण फक्त १२.५०% इतके आहे. याउलट, ४६९ आदिवासी लाभार्थी रुग्णांच्या मते कुपोषित बालकांच्या उपचारांसाठी आवश्यक तेवढे सहकार्य व आरोग्य सुविधा मिळत नाहीत अशांचे एकूण लाभार्थी रुग्णांशी प्रमाण ८७.५०% इतके जास्त आहे यावरून असा निष्कर्ष काढता येईल की आदिवासी भागात स्थानिक पातळीवर आरोग्य विभागाकडून कुपोषणाच्या

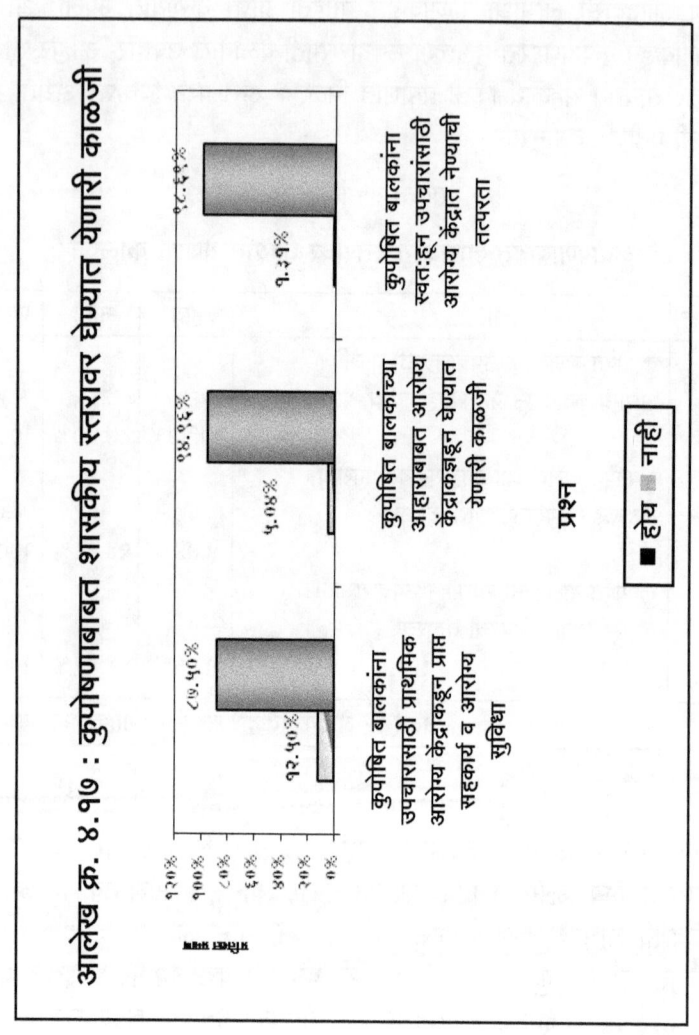

आलेख क्र. ४.१७ : कुपोषणाबाबत शासकीय स्तरावर घेण्यात येणारी काळजी

नियंत्रणासाठी विशेष काळजी घेतली जात नाही. परिणामत: या आदिवासी भागात कुपोषणाचे मोठे प्रमाण असून बालमृत्यू सातत्याने होत असतात; हे सत्य नाकारता येत नाही.

वरील तक्त्याप्रमाणे ५०९ नमुना आदिवासी लाभार्थी रुग्णांनी असे सांगितले की कुपोषित बालकांच्या आहाराबाबत आरोग्य केंद्राकडून काळजी घेतली जात नाही. प्राथमिक आरोग्य केंद्रावर रुग्णांना आणण्याबाबत मोठ्या प्रमाणावर दुर्लक्ष करतात. अशा रुग्णांचे एकूण रुग्णांशी प्रमाण ९४.९६% आहे. तर केवळ २७ लाभार्थी रुग्णांनी असे सांगितले की, कुपोषित बालकांच्या आहाराची जाणीवपूर्वक काळजी घेण्यात येते. त्यांचे लाभार्थी रुग्णांशी प्रमाण ५.०४% इतके आहे. यावरून असे निदर्शनास येते की अतिदुर्गम आदिवासी भागात आरोग्याबाबत काळजी विशेषत्वाने घेतली जात नाही. त्यामुळे गर्भवती मातांना व बालकांना सकस आहार प्राथमिक आरोग्य केंद्रांकडून मिळत नाही. पर्यायाने मातामृत्यू व बालमृत्यू या भागात सातत्याने होत आहेत.

वरील तक्त्यानुसार ०७ लाभार्थी रुग्ण प्राथमिक आरोग्य केंद्रात कुपोषित बालकांना उपचारासाठी आणणारे होते. या रुग्णांचे एकूण लाभार्थी रुग्णांशी प्रमाण फक्त १.३१% इतकेच दिसते. तर याउलट ५२९ आदिवासी लाभार्थी रुग्ण हे कुपोषित मुलांबाबत जागरूक नसून स्वत:हून या मुलांना उपचारासाठी प्राथमिक आरोग्य केंद्रात आणत नाहीत. त्यामुळे एकूण नमुना रुग्णांशी यांचे प्रमाण ९८.६९% इतके जास्त दिसून येते. यावरून असे म्हणता येईल की या भागात आरोग्याबाबत जनजागृती नसून कुपोषित बालकांना उपचारांकरिता दवाखान्यात नेण्याबाबत ते निरुत्साही दिसून येतात. परिणामी आदिवासींची अंधश्रद्धा या गोष्टींना कारणीभूत ठरते. तसेच अशा आजारांवर हे लोक परंपरागत व घरगुती उपचार करतात; त्यामुळे कुपोषित श्रेणी ३ व श्रेणी ४ मधील बालकांचे प्रमाण जास्तीत जास्त आढळून येते. शेवटी या बालकांचा मृत्यू होतो. असा निष्कर्ष या सर्वेक्षणातून आढळतो.

कुपोषित बालकांच्या आहाराबाबत आरोग्य केंद्राकडून घेण्यात येणाऱ्या काळजीबाबत अनुकूल मत सांगणाऱ्या लाभार्थी रुग्णांचे प्रमाण अत्यंत अल्प आहे. शासनाकडून कुपोषित बालकांकरिता घेण्यात येणाऱ्या काळजीबाबत स्थानिक पातळीवर सर्व साधने उपलब्ध असूनसुद्धा मानवीय घटकांकडून कुपोषित बालकांना विशेष काळजी व सहकार्य मिळत नाही असे निष्कर्षप्रत म्हणता येते.

आदिवासी भागात पिण्याच्या पाण्याकरिता उपलब्ध साधने

आदिवासी भागात पिण्याच्या पाण्याकरिता नळ किंवा हातपंप, विहीर, नदी, ओढा किंवा झरा इत्यादी साधनांचा उपयोग होत असतो. या आदिवासी भागात नळ किंवा हातपंप ही साधने फारच दुर्मीळ आहेत. तर विहीर, नदी तसेच ओढा किंवा झरा ही साधने पिण्याच्या पाण्याकरिता प्रामुख्याने या भागात उपलब्ध आहेत काय? असे प्रश्न विचारले असता लाभार्थी रुग्णांनी संशोधकाला पुढीलप्रमाणे माहिती दिली.

तक्ता क्रमांक ४.१९

आदिवासी भागात पिण्याच्या पाण्याकरिता साधनांची उपलब्धता

अ.क्र.	साधने	रुग्णांची संख्या	प्रतिशत प्रमाण
१	नळ/हातपंप	१४	२.६१%
२	विहीर	४०	७.४६%
३	नदी	४०२	७५.००%
४	ओढा	८०	१४.९३%
	एकूण	५३६	१००%

आधार :- क्षेत्रीय भेटीद्वारे संकलित माहितीच्या आधारे.

तक्ता क्रमांक ४.१९ नुसार लाभार्थी रुग्णांपैकी ४०२ आदिवासी रुग्ण हे नदीतील पाण्याचा पिण्याकरिता वापर करतात. त्यांचे ७५% इतके प्रमाण आहे. ४० आदिवासी लाभार्थी रुग्ण या भागातील विहिरीतील पाण्याचा पिण्याकरिता उपयोग करून घेतात. त्यांचे एकूण लाभार्थींशी प्रमाण ७.४६% आहे तर आदिवासी पहाडी भागातील ओढा किंवा झरा यातील पाण्याचा पिण्याकरिता ८० लाभार्थी रुग्ण उपयोग करून घेतात. त्यांचे एकूण लाभार्थींशी प्रतिशत प्रमाण १४.९३% आहे. तसेच या आदिवासी दुर्गम भागात शासनाच्या नळ योजना कार्यान्वित नाहीत त्यामुळे या भागात क्वचित ठिकाणी (उदा. चिखलदरा शहर, धारणी शहर) नळ किंवा हातपंप या साधनांचा उपयोग होत आहे. हे फक्त १४ आदिवासी लाभार्थी रुग्णांनी सांगितले आहे. त्यांचे एकूण ५३६ लाभार्थी रुग्णांशी प्रतिशत प्रमाण २.६१% आहे. यावरून शासनाची प्रत्येक गावापर्यंत नळ योजना कार्यान्वित करण्याचे धोरण पूर्णपणे फोल ठरले आहे असे स्पष्ट चित्र आहे. त्यामुळे या भागात आदिवासींना विहीर, नदी, ओढा किंवा झरा इत्यादींच्या पाण्यापासून आपली तहान भागवावी लागते. परिणामी आदिवासी संसर्गजन्य आजारांना बळी पडतात, कारण वापरण्यात येणारे पिण्याचे पाणी हे अशुद्ध असते.

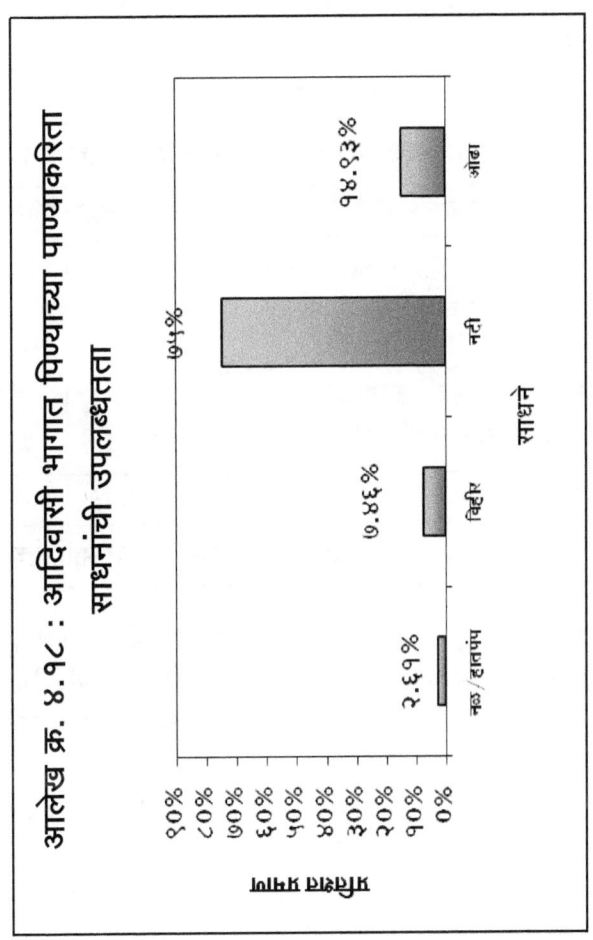

आलेख क्र. ४.१८ : आदिवासी भागात पिण्याच्या पाण्याकरिता साधनांची उपलब्धतता

आदिवासी भागात सार्वजनिक स्वच्छतेकरिता उपलब्ध सोयी

अमरावती जिल्ह्यातील आदिवासी भागात संत गाडगे बाबा स्वच्छता अभियानाद्वारे प्रत्येक गावात स्वच्छता मोहीम राबविली आहे. हे जरी कागदोपत्री असले तरी या आदिवासी भागात या उलट परिस्थिती दिसून येते. संशोधकाने लाभार्थी रुग्णांना अनुसूचीद्वारे याबाबत प्रश्न विचारले असता त्यांनी पुढीलप्रमाणे माहिती दिली.

तक्ता क्रमांक ४.२०

सार्वजनिक स्वच्छतेकरिता उपलब्ध सोयींबाबतची मते

अ.क्र.	उपलब्ध साधने	रुग्णांची संख्या	प्रतिशत प्रमाण
१	सुलभ शौचालयाची उपलब्धता आहे.	०८	१.४९%
२	सार्वजनिक शौचालयाची उपलब्धता आहे.	०४	०.७५%
३	सफाई कामगारांची उपलब्धता आहे.	०७	१.३०%
४	वरील उपलब्ध सोयी नाहीत.	५१७	९६.४६%
	एकूण	५३६	१००%

आधार :– क्षेत्रीय भेटीद्वारे संकलित माहितीच्या आधारे

तक्ता क्रमांक ४.२० नुसार ५३६ आदिवासी लाभार्थी रुग्णांपैकी ५१७ लाभार्थी रुग्णांनी असे सांगितले की या भागात सुलभ शौचालय, सार्वजनिक शौचालय, सफाई कामगार इत्यादी प्रकारच्या सुविधा उपलब्ध नाहीत. त्यांचे प्रतिशत प्रमाण ९६.४६% आहे. तर फक्त ८ लाभार्थी रुग्णांनी सुलभ शौचालय आहे असे सांगितले. त्यांचे प्रतिशत प्रमाण १.४९% आहे. त्याचबरोबर सार्वजनिक शौचालय व सफाई कामगार यांची उपलब्धता आहे असे सांगणारे केवळ ४ व ७ आदिवासी लाभार्थी रुग्ण होते त्यांचे प्रतिशत प्रमाण अनुक्रमे ०.७५% व १.३०% इतके आहे.

यावरून असे स्पष्ट होते की संपूर्ण महाराष्ट्रात विशेषत: ग्रामीण भागात संत गाडगे बाबा स्वच्छता अभियान शासनाने राबविले असले तरी आदिवासी भागात शासकीय कर्मचाऱ्यांची सार्वजनिक स्वच्छतेबाबत पूर्णपणे उदासीनता दिसून येते. त्यामुळे या भागात आजाराचे प्रमाण जास्त असून बालके मोठ्या प्रमाणात आजारी पडतात कारण त्यांच्यामध्ये प्रतिकार शक्ती कमी असते. त्याचबरोबर आदिवासी

आलेख क्र. ४.१९ : सार्वजनिक स्वच्छतेकरिता उपलब्ध सोई

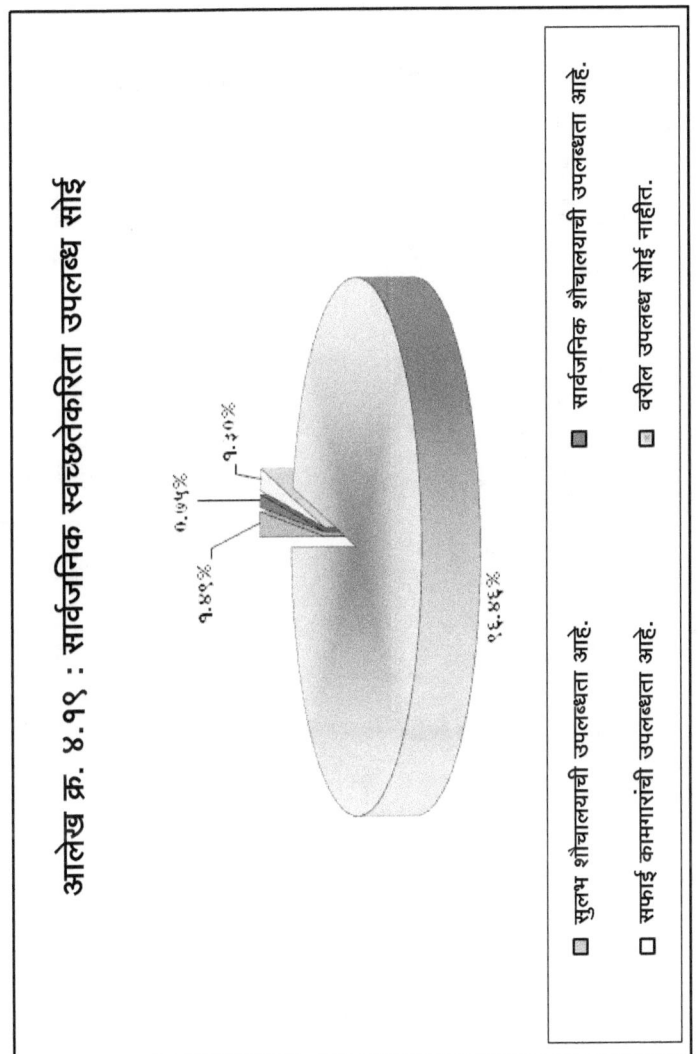

१०.३२%

०.६९%

१.८४%

३८.३०%

■ सुलभ शौचालयाची उपलब्धता आहे.
□ सफाई कामगारांची उपलब्धता आहे.

■ सार्वजनिक शौचालयाची उपलब्धता आहे.
□ वरील उपलब्ध सोई नाहीत.

स्त्री व पुरुष हे सुद्धा या कारणाने आजारी राहात असून वेळप्रसंगी त्यांना मोठ्या आजाराला सामोरे जावे लागते. अशा वेळी तत्काळ व योग्य उपचार न मिळाल्यामुळे त्यांचा मृत्यू होतो हे चित्र या भागात ठळकपणे आहे.

संदर्भ

१. वार्षिक अहवाल, अप्पर आदिवासी विकास विभाग, अमरावती.
    इ.स. २००५, पृ. क्र. २६.
२. तत्रैव. पृ. क्र. ३७, ३८.
३. तत्रैव. पृ. क्र. ४१.

प्रकरण

। ५ ।

आरोग्यविषयक योजनांची सद्य:स्थिती व स्वरूप

५.१ प्रास्ताविक

आदिवासी क्षेत्रात शासनाने राबविलेल्या योजनांपैकी सर्वात मोठी व विस्तीर्ण स्वरूप असणारी ही नवसंजीवन योजना आहे. या योजनेअंतर्गत येणाऱ्या कार्यक्रमांचे स्वरूप व्यापक असून त्यामध्ये आहारविषयक, रोजगार, धान्य, खावटी कर्ज इत्यादी त्यासोबतच जनप्रबोधनात्मक अशा अनेक योजनांचा समावेश असल्याचे आढळून येते. ही एक स्वतंत्र, सर्वसमावेशक अशी योजना आहे. महाराष्ट्र शासनाने ठरवून दिल्यानुसार जिल्हा आरोग्य अधिकारी, जिल्हा परिषद, उपप्रादेशिक अधिकारी, आदिवासी विकास महामंडळ, एकात्मिक आदिवासी विकास प्रकल्पाअंतर्गत योजना कार्यान्वित करण्यात येत आहे. महाराष्ट्र राज्यात डोंगराळ व वनप्रदेशात विविध जमातींच्या आदिवासींची लोकसंख्या मोठ्या प्रमाणात असल्याचे दिसून येते. या जमातींमध्ये मागासलेपणा, अंधश्रद्धा, दारिद्र्य व अशिक्षितपणा इत्यादी बाबी ठळकपणे आढळून येतात. तसेच आदिवासी, दुर्गम भागात राहात असल्यामुळे किंवा प्रशासकीय कार्यशैलीतील शिथिलतेमुळे शिक्षण, पौष्टिक आहार, आरोग्यविषयक सेवा, वर्षभर पुरेल एवढा रोजगार इत्यादी जीवनावश्यक गोष्टी वेळेवर उपलब्ध होताना दिसून येत नाहीत. ही बाब निश्चितच लाजिरवाणी आहे. परिणामी आदिवासींचे जीवनमान निकृष्ट पातळीवर असल्याचे दिसून येते. बऱ्याच

वेळा रोजगाराकरिता आदिवासींना स्थलांतर करावे लागते; कारण वर्षभर पुरेल एवढा रोजगार उपलब्ध होत नाही. अशा परिस्थितीत रहिवासी क्षेत्रात गंभीर समस्या निर्माण होऊ नये यादृष्टीने शासनातर्फे अनेक योजना कार्यरत करण्यात आल्या आहेत. या सर्व योजनांच्या अंमलबजावणीमध्ये एकसूत्रीपणा आणण्याकरिता सर्व घटक कार्यक्रमांना एकत्र करून एक विशेष कृतिकार्यक्रम राबविण्याची आवश्यकता निर्माण झाली होती. म्हणून हा सर्वव्यापी कार्यक्रम योजनेद्वारा अंमलात आणावा असे महाराष्ट्र शासनाने ठरविले,[१] त्याकरिता शासनाने काही उद्दिष्टे ठरविली आहेत. यात आदिवासी लोकांच्या आरोग्यात सुधारणा करणे, आरोग्य विषयक सुविधा पुरविणे, विविध रोजगार कार्यक्रमाअंतर्गत वर्षभर पुरेल एवढा रोजगार उपलब्ध करून देणे, याभागात पिण्याकरिता शुद्ध पाण्याची उपलब्धता करून देणे, अन्नधान्य पुरवठा सुनिश्चित करून पूरक आहार देणे इत्यादी योजनांमधून आदिवासींचे क्रियाशील आयुष्य वाढविणे हा नवसंजीवन योजनेचा प्रमुख उद्देश आहे.

महाराष्ट्र राज्याच्या संपूर्ण आदिवासी उपयोजना क्षेत्रात पुढील योजना राबविण्यात येतात. यामध्ये अतिरिक्त आदिवासी उपयोजना क्षेत्र, म्हाडा व मिनी म्हाडा क्षेत्रांचा तसेच यात काही घटक योजनांचा समावेश असतो. त्यात रोजगार हमी योजना, जवाहर रोजगार योजना, आश्वासित रोजगार योजना, प्राथमिक आरोग्य सेवा पुरविणे, शुद्ध पिण्याच्या पाण्याचा पुरवठा करणे, एकात्मिक बाल विकास योजना, शालेय पोषण आहार योजना, स्वस्त धान्य दुकानद्वारा शिधा वाटप, बळकटीकृत सार्वजनिक वितरण व्यवस्था, धान्यसाठवण (पावसाळ्यापूर्वी) खावटी कर्ज योजना, धान्यकोष योजना, इत्यादी. या योजना प्रभावीपणे राबविण्यासाठी जिल्ह्यातील संवेदनशील क्षेत्राची निवड केली जाते.[२] यात अतिदुर्गम घोषित करण्यात आलेली गावे, कुपोषणामुळे बालमृत्यू झालेली गावे तसेच पावसाळ्यात ज्या गावांची संपर्कव्यवस्था विसकळीत होते, शुद्ध व स्वच्छ पिण्याच्या पाण्याची सोय उपलब्ध होत नाही, प्राथमिक आरोग्य केंद्रे व उपकेंद्रे यापासून दूर अंतरावर असलेली गावे, ज्या गावातील स्वस्त धान्य दुकाने कार्यरत नाहीत किंवा स्वस्त धान्य दुकान दूर अंतरावर आहे; त्याचप्रमाणे ज्या गावात पावसाळ्यात रोजगार पुरविणे शक्य होत नाही, ज्या गावात अंगणवाडी किंवा मिनी अंगणवाड्यांची व्यवस्था नाही, अशा गावांचा समावेश नवसंजीवनी योजनेमध्ये होतो. या योजनेअंतर्गत आदिवासी क्षेत्रातील सर्व प्राथमिक शाळांमधून वर्ग १ ते ४ च्या विद्यार्थ्यांना दूध किंवा स्थानिक पूरक आहार याचा पुरेसा पुरवठा करण्यात येत असतो. प्रत्येक मिनी अंगणवाडीत पूरक आहाराचा पुरवठा नियमित असावा व आहाराचा साठा कमी असल्यास तो वेळीच उपलब्ध करून दिला जावा, असा शासनाचा दृष्टिकोन आहे. या भागात आदिवासी

गावातील अंगणवाड्यांना वैद्यकीय अधिकारी, डॉक्टर हे ठरलेल्या वेळापत्रकाप्रमाणे नियमित भेटी देऊन सर्व मुलांची तसेच गर्भवती महिला व बाळंत झालेल्या मातांची आरोग्य तपासणी करत असतात.

भारत सरकारच्या सार्वजनिक वितरण व्यवस्थेअंतर्गत आदिवासी उपयोजना क्षेत्रात धान्य पुरवठा सुरळीतपणे पोहोचविणे महत्त्वाचे असते. याकरिता आवश्यक ती काळजी घेतली जाते. आदिवासी लोक अतिदुर्गम व डोंगराळ भागात राहात असल्यामुळे पावसाळ्यात या भागात दळणवळणाची व्यवस्था ठप्प होऊन जाते. अशा आदिवासी गावांकरिता पावसाळ्यापूर्वीच धान्यसाठा ठेवण्यात आला पाहिजे याची खात्री करून घेणे, तसेच त्याची योग्य अंमलबजावणी होते किंवा नाही इत्यादी सर्व कार्य योजनेअंतर्गत होत असते. या योजनेच्या कार्यक्रमांची प्रभावी अंमलबजावणी होण्यासाठी या योजनेकरिता दरवर्षी उपयोजनेमधून निधी मंजूर करण्यात येत असतो. याकरिता कृतिनियोजन आराखडा तयार करणे, कार्यवाही करताना उद्भवणाऱ्या अडचणी लक्षात घेऊन त्वरित उपाययोजना करणे, वेळोवेळी आढावा बैठका आयोजित करणे, आवश्यकतेनुसार योग्य ते आदेश देऊन नियम व अटी इत्यादी शिथिल करणे ही कार्ये स्थानिक प्रशासनाला करावी लागतात.

योजनांच्या प्रभावी अंमलबजावणीकरिता सेवाभावी संघटना आणि उद्योजक यांनी तयारी दर्शविल्यास शासन या संघटनांना सहभागी करून घेतात. त्याकरिता स्थानिक स्तरावरूनही प्रयत्न करण्यात येतात. आरोग्य विभागाकरिता औषधांचा साठा दुपटीने वाढावा यासाठी प्रयत्न केले जातात त्याचप्रमाणे स्वस्त धान्य दुकानांची संख्या वाढवून स्थानिक आदिवासींना ही दुकाने देण्यात आली आहेत. माता व बालकांना सकस आहार मिळावा यासाठी मिनी अंगणवाडीची व्यवस्था करून ती सर्व आदिवासी गावात स्थापन करावी, कुपोषित बालकांच्या आरोग्याची चांगली व्यवस्था व्हावी, याकरिता आरोग्य विभाग आणि महिला व बालकल्याण विभागाने गावागावात सोयी सुविधा पुरविणे हे सुद्धा नवसंजीवन योजनेद्वारे केले जाते.[३]

अशा प्रकारे ह्या योजना संपूर्ण दुर्गम आदिवासी भागात राबविण्यात येत असून अमरावती जिल्ह्यातील मेळघाट आदिवासी भागातही त्या राबविल्या जातात.

५.२ अमरावती जिल्ह्यातील आदिवासी क्षेत्रात आरोग्यविषयक योजना, लाभार्थी व अनुदान

शासनाने आदिवासी भागात आरोग्य विषयक समस्या सोडविण्याकरिता तसेच विविध आजारांवर नियंत्रण आणण्याकरिता काही योजना प्रामुख्याने राबविलेल्या

आहेत. या योजना राबवून आदिवासी भागातील आदिवासी लोकांचे जीवनमान सुधारणे हा मुख्य उद्देश आहे. त्यासाठी मातृत्व अनुदान योजना, भरारी पथक योजना, पाडास्वयंसेवक योजना, दाई बैठक योजना, आहार योजना, श्रेणी ३ व ४ कुपोषित बालकांच्या पालकांना मजुरी मोबदला योजना इत्यादी. या योजनांवर शासन दरवर्षी विशिष्ट अनुदानाची तरतूद करून कठोरतेने या योजना राबविण्याकडे शासनाचा भर असतो. मात्र, आदिवासी भागातील प्रत्यक्ष किती लाभार्थींनी या योजनेचा फायदा घेतला आहे हे पुढील माहितीवरून दिसून येते.

अ) अमरावती जिल्ह्यातील आदिवासी क्षेत्रात मातृत्व अनुदान योजना : अमरावती जिल्ह्यातील आदिवासी क्षेत्रात मातृत्व अनुदान योजना राबविण्यात येत आहे. ही योजना राबवून आदिवासी स्त्रियांच्या प्रसूती काळात या योजनेद्वारे प्रत्येकी ८००/- रुपये प्रति माता इतके अनुदान शासन पुरवीत असते, त्यामुळे प्रसूती सुखरूप होईल, बाळ व माता यांचा मृत्यू होणार नाही हा या मागचा मुख्य हेतू आहे. ही योजना कार्यान्वित करते वेळी या भागातील किती आदिवासी स्त्रियांना फायदा झाला आहे हे पुढील तालिकेवरून स्पष्ट होते.

तक्ता क्रमांक ५.१

मातृत्व अनुदान योजना लाभार्थी

अ. क्र.	**वर्ष**	**वयोगटनिहाय आदिवासी लाभार्थी मातांची संख्या**		**एकूण लाभार्थी माता**	**एकूण आदिवासी माता**
		० ते २० वर्षे	**२१ ते ४० वर्षे**		
१	२०००-०१	१९६१	५४२६	७३८७ (५.३१%)	१,३९,२१६ (१००%)
२	२००१-०२	१९२६	३४२१	५३४७ (४.०८%)	१,३१,१०६ (१००%)
३	२००२-०३	६७५	१२३५	१९१० (१.४६%)	१,३१,१०६ (१००%)
४	२००३-०४	१५६३	२५८९	४१५२ (३.१७%)	१,३१,१०६ (१००%)
५	२००४-०५	१२८०	२४१५	३६९५ (२.८२%)	१,३१,१०६ (१००%)
आधार : संकलित माहितीच्या आधारे					

वरील तक्त्यानुसार अमरावती जिल्ह्यातील आदिवासी क्षेत्रात दरवर्षी मातृत्व अनुदान योजना राबविली जात आहे. त्यानुसार २000-२00१ या वर्षात या योजनेचा लाभ ७३८७ इतक्या प्रसूतीकालीन मातांनी घेतलेला आहे. या वर्षात या भागात १३९२१६ इतक्या स्त्रिया असून त्यांच्या तुलनेत या योजनेचा लाभ घेतलेल्या प्रसूतीकालीन स्त्रियांचे प्रमाण ५.३१% इतके आहे. तसेच लाभ घेतलेल्या मातांपैकी 0 ते २० वर्षे वयोगटातील मातांची संख्या १९६१ इतकी आहे व २१ ते ४० वर्षे वयोगटातील मातांची संख्या ५४२६ इतकी दिसून येते तसेच २00१-२00२ या वर्षात ५३४७ प्रसूतीकालीन स्त्रियांनी या योजनेचा फायदा घेतलेला आहे. यावर्षात या भागात १३११0६ इतक्या स्त्रिया होत्या त्यांच्या तुलनेत लाभ घेतलेल्या मातांचे प्रमाण ४.0८% इतके आहे. यापैकी 0 ते २० वर्षे वयोगटातील लाभार्थी मातांची संख्या १९२६ इतकी असून २१ ते ४० वर्षे वयोगटात ३४२१ इतक्या लाभार्थी मातांनी फायदा घेतला. २00२-२00३ मध्ये १९१0 इतक्या प्रसूतीकालीन मातांनी या योजनेचा फायदा घेतला असून त्यांचे या वर्षातील एकूण स्त्रियांशी प्रमाण १.४६% इतके कमी दिसून येते. यापैकी 0 ते २० वर्षे वयोगटात ६७५ मातांनी लाभ घेतला असून २१ ते ४० वर्षे वयोगटात १२३५ मातांनी या योजनेचा लाभ घेतलेला होता. २00३-२00४ या वर्षात ४१५२ इतक्या प्रसूतीकालीन मातांनी या योजनेचा लाभ घेतला आहे; त्याचे या वर्षातील एकूण स्त्रियांशी प्रमाण ३.१७% आहे. यापैकी 0 ते २० वर्षे वयोगटात १५६३ मातांनी लाभ घेतला असून २१ ते ४० वर्षे वयोगटात २५८९ इतक्या मातांनी या योजनेचा लाभ घेतला आहे. २00४-२00५ या वर्षात ३६९५ इतक्या गर्भवती मातांनी या योजनेचा लाभ घेतला असून त्याचे या वर्षातील एकूण स्त्रियांच्या संख्येशी प्रमाण २.८२% इतके अत्यल्प असलेले दिसून येते त्यापैकी 0 ते २० वर्षे वयोगटातील १२८0 इतक्या मातांनी लाभ घेतला असून २१ ते ४० वर्षे वयोगटात २४१५ मातांनी या योजनेचा लाभ घेतलेला आहे.

यावरून असे म्हणता येईल की अध्ययन काळात (१९९९-0४) मातृत्व अनुदान योजनेचा फायदा २000-२00१ आणि २00१-२00२ या वर्षात अनुक्रमे ५.३१% व ४.0८% इतक्या कमी लाभार्थींनी लाभ घेतला. २00३-0४ व २00४-0५ या वर्षात अनुक्रमे ३.१७, २.८२% इतक्या गर्भवती स्त्रियांनी या योजनेचा लाभ घेतलेला आहे. तर २00२-0३ या वर्षात केवळ १.४६% इतक्या गर्भवती स्त्रियांनी या योजनेचा फायदा घेतला असल्याचे निष्पन्न होते. म्हणजेच या आदिवासी भागात शासनाने ज्या उद्देशाने मातृत्व अनुदान योजना राबविली आहे तो उद्देश निष्फळ

ठरला आहे असे प्राप्त माहितीवरून स्पष्ट करता येते. ही या भागासाठी शोकांतिकाच असल्याचे म्हणावे लागेल.

अमरावती जिल्ह्यातील आदिवासी भागात शासनाकडून आरोग्याबाबत विविध योजनेकरिता वार्षिक अनुदान प्राप्त होते व या योजनांवर प्रत्यक्ष खर्च किती प्रमाणात होतो हे अध्ययन कालावधीतील ५ वर्षात पुढीलप्रमाणे मांडणी केली आहे.

अध्ययन क्षेत्र असलेले अमरावती जिल्ह्यातील आदिवासी क्षेत्रात गर्भवती मातांना आर्थिक साहाय्य म्हणून शासन मातृत्व अनुदान योजना राबवीत आहे. या भागात गर्भवती अवस्थेत स्त्रियांना कठोर शारीरिक श्रम करावे लागतात. त्यांना मिळणारा आहार निकृष्ट दर्जाचा असतो. त्यामुळे नवजात बालके कमी वजनाची व अपुऱ्या दिवसांची जन्माला येतात. काही वेळा ही बालके लगेचच मरण पावतात. ही वास्तविकता या दुर्गम आदिवासी भागात आहे. यावर उपाय म्हणून शासनाने आदिवासी महिलांना किंवा गर्भवती मातांना विश्रांती व पोषक आहार घेता यावा म्हणून मातृत्व अनुदानांतर्गत आर्थिक साहाय्य गर्भधारणा कालावधीत म्हणजेच सातवा, आठवा, नववा आणि प्रसूतीनंतरचा एक महिना याप्रमाणे चार महिन्यात प्रतिमहिना रुपये २००/- असे प्रत्येक आदिवासी गर्भवती मातांना आर्थिक साहाय्य देण्यात येत आहे. याचे वर्गीकरण म्हणून रुपये ४००/- चे धान्य दिले जाते व प्रतिमहिना रुपये १००/- असे रोख म्हणून दिले जातात.

तक्ता क्रमांक ५.२

मातृत्व अनुदान योजना निधी

अ.क्र.	योजना	वर्ष	प्राप्त अनुदान रुपये	प्रत्यक्षात झालेला खर्च रुपये	शेकडा प्रमाण
१	मातृत्व अनुदान योजना	२०००-२००१	५८,५६,०००	४,१०,०००	७.००%
		२००१-२००२	४२,२६,०००	२,२२,०००	५.२५%
		२००२-२००३	१२,००,०००	८०,०००	६.६७%
		२००३-२००४	३४,००,०००	१,१२,०००	३.२९%
		२००४-२००५	३७,३०,०००	९,५६,०००	२५.६३%
आधार :- वार्षिक अहवाल, आरोग्य विभाग जि. प. अमरावती.					

तक्ता क्रमांक ५.२ नुसार अध्ययन कालावधी २०००-२००१ ते २००४-०५ या पाच वर्षांत शासनाने आदिवासी भागात (अमरावती जिल्ह्यातील) मातृत्व अनुदान योजनेवर दिलेले अनुदान व झालेला खर्च हा वर्षनिहाय तक्त्यात मांडला

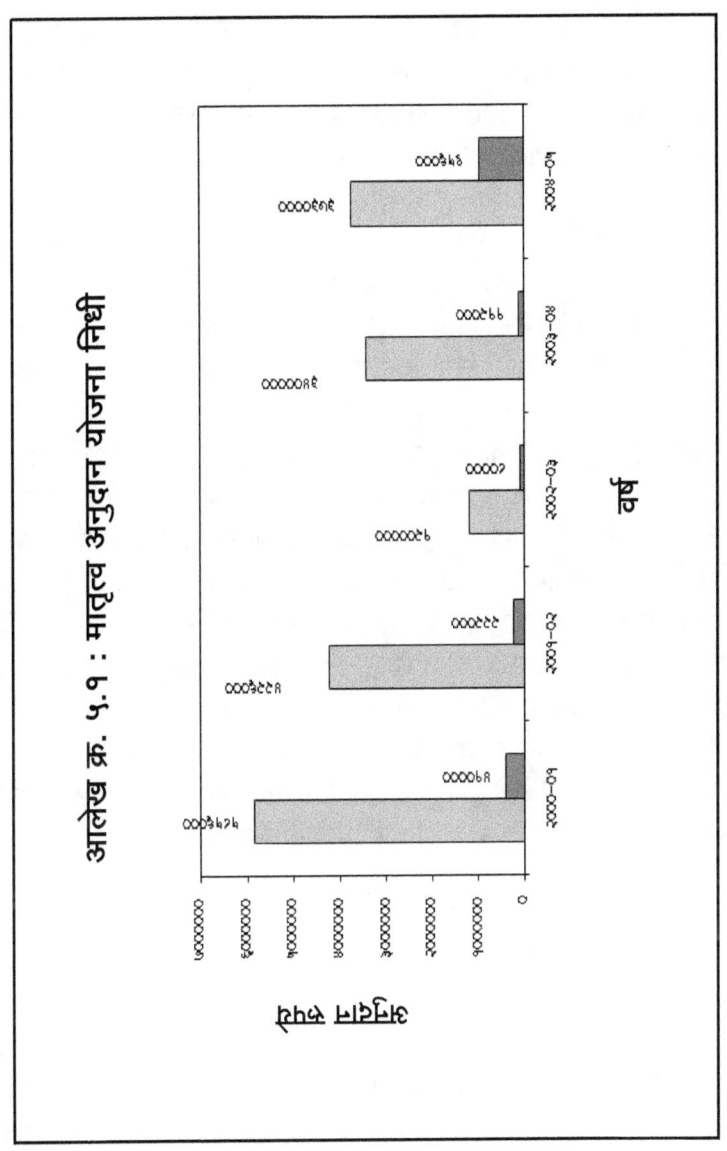

आलेख क्र. ५.१ : मातृत्व अनुदान योजना निधी

आहे. २०००–२००१ या पहिल्या वर्षात ५८,५६,००० रुपये मातृत्व अनुदानाकरिता निधी प्राप्त झाला त्यापैकी फक्त ४,१०,००० रुपये इतका प्रत्यक्ष खर्च केला आहे. २००१–०२, २००२–०३, २००३–०४ या वर्षात अनुक्रमे ४२,२६,००० रुपये, १२,००,०००, ३४,००,००० रुपये अनुदान प्राप्त झाले. प्रत्यक्ष खर्च मात्र अनुक्रमे २,२२,००० रुपये, ८०,००० रुपये, १,१२,००० रुपये इतका करण्यात आला आहे. या चार वर्षाचे शेकडा प्रमाण अनुक्रमे ७%, ५.२५%, ६.६७% व ३.२९% इतके आहे. तसेच २००४–०५ या वर्षात शासनाकडून या आदिवासी भागासाठी ३७,३०,००० रुपये प्राप्त अनुदान आहे. त्यातून प्रत्यक्ष खर्च ९,५६,००० रुपये एवढा झाला आहे. त्याचे शेकडा प्रमाण २५.६३% आहे.

यावरून असे स्पष्ट होते की, शासनाने मातृत्व अनुदान योजनेला महत्त्वाचे स्थान दिले असून त्यासाठी निधीची तरतूद केलेली आहे. परंतु स्थानिक आरोग्य विभागाद्वारे ही योजना सर्व आदिवासी गर्भवती मातांपर्यंत पोहोचली नाही हे अवलोकनातून दिसून येते. कारण २०००–०१ ते २००३–०४ या चार वर्षात अनुक्रमे फक्त ७%, ५.२५%, ६.६७% व ३.२९% प्रत्यक्ष खर्च या योजनेवर करण्यात आला आहे. इतका कमी खर्च स्थानिक पातळीवरील आरोग्य सेवा पुरविणारे अधिकारी करीत आहेत. अपवादात्मक २००४–०५ या वर्षात थोडा जास्त म्हणजेच २५.६३% खर्च करण्यात आला आहे. ही विषमता या भागात आहे; कारण या भागातील आदिवासी नागरिक जागरूक नसून त्यांना या योजनेची पुरेपूर कल्पना दिली जात नाही त्यामुळे या योजनेचा लाभ तळागाळापर्यंतच्या आदिवासी लोकांना पोहोचत नाही व परिणामी शासनाने राबविलेली मातृत्व अनुदान योजना ही या आदिवासी भागात कुचकामी ठरली आहे. त्यामुळे बालमृत्यू व गर्भधारणा कालावधीतील मातामृत्यू यामधे सातत्याने वाढ होत आहे. ही बाब प्रकर्षाने सिद्ध होते.

ब) अमरावती जिल्ह्यातील आदिवासी क्षेत्रात भरारी पथक योजना लाभार्थी

आदिवासी भागात वस्ती करून राहत असलेले आदिवासी लोक हे अत्यंत दुर्गम व जंगलांनी वेढलेल्या कुठल्याही, सुधारणा नसलेल्या, भागात राहतात. जसे रस्ते, पिण्याचे पाणी व इतर समस्यांनी हा भाग वर्षानुवर्षे ग्रासलेला आहे. शासनाने या भागातील आदिवासींना गावागावांपर्यंत व त्यांच्या घरापर्यंत आरोग्यसेवा पुरविली जावी या उद्देशाने भरारी पथक योजना कार्यान्वित केली आहे. अध्ययन कालावधीमध्ये या योजनेचा वयोगटानुसार लाभ किती लाभार्थींनी घेतला आहे याचे विश्लेषण पुढील तक्त्यानुसार दिसून येते.

तक्ता क्रमांक ५.३
भरारी पथक योजना लाभार्थी

अ. क्र.	वर्ष	वयोगटनिहाय आदिवासी लाभार्थी				एकूण लाभार्थी
		० ते २० वर्षे	२१ ते ४० वर्षे	४१ ते ६० वर्षे	६० वर्षांनंतर	
१	२०००–२००१	२१२१३ (३०.९६%)	१८१२६ (२६.४५%)	२०१३० (२९.३८%)	९०५४ (१३.२१%)	६८५२३ (१००.००%)
२	२००१–२००२	२१७४५ (३०.८१%)	१८८४३ (२६.७०%)	२०७७५ (२९.४४%)	९२१३ (१३.०५%)	७०५७६ (१००.००%)
३	२००२–२००३	२१६९५ (३०.६६%)	१९१२३ (२७.०२%)	२०६९७ (२९.२५%)	९२४७ (१३.०७%)	७०७६२ (१००.००%)
४	२००३–२००४	२१०३७ (३१.०२%)	१७९२३ (२६.४२%)	१९८८७ (२९.३२%)	८९८४ (१३.२४%)	६७८३१ (१००.००%)
५	२००४–२००५	२०६७५ (३१.६१%)	१७२१३ (२६.६१%)	१८९८५ (२९.०२%)	८५४३ (१३.०६%)	६४४१६ (१००.००%)

आधार : संकलित माहितीच्या आधारे

वरील तक्त्यानुसार आदिवासी अतिदुर्गम भागात भरारीपथक योजना शासनाने कार्यान्वित केली असून अमरावती जिल्ह्यातील आदिवासी भागात एकूण आदिवासी २,७६,६०२ इतके असून त्यापैकी ६८,५२३ आदिवासी या योजनेचे २०००–२००१ या वर्षात लाभार्थी होते. वयोगटानुसार वर्गीकरण केले असता ० ते २० वर्षे वयोगटामध्ये ३०.९६%, २१ ते ४० वर्षे वयोगटात २६.४५%, ४१ ते ६० वर्षे वयोगटात २९.३८% व ६० वर्षांवरील लाभार्थ्यांचे प्रमाण १३.२१% इतके दिसून येते. २००० ते २००१ या वर्षात एकूण आदिवासी लोकसंख्येच्या तुलनेत या योजनेच्या लाभार्थींचे प्रमाण केवळ २४.७०% इतके आहे. तर २००१–२००२ मध्ये हे प्रमाण २५.५२% इतके असून लाभार्थींची संख्या ७०,५७६ एवढी आहे. या वर्षात ० ते २० वर्षे वयोगटात आदिवासी लाभार्थींचे प्रमाण ३०.८१% दिसून येते. तसेच २००२–०३, ०३–०४, ०४–०५ या वर्षात सुद्धा ० ते २० वर्षे वयोगटामध्ये या योजनेच्या लाभार्थींचे प्रमाण अनुक्रमे ३०.६६%, ३१.०२% आणि ३१.६१% इतके आहे व त्यामध्ये जवळपास साम्यता दिसून येते. २१ ते ४० वर्षे वयोगटांमध्ये २००१–०२, २००२–०३, २००३–०४, २००४–०५ या वर्षात या योजनेच्या लाभार्थींचे प्रमाण सरासरीने २६% ते २७% च्या दरम्यान दिसून येते. त्याचप्रमाणे वरील अध्ययन काळात ४१ ते ६० वर्षे वयोगटात या योजनेच्या लाभार्थींचे प्रमाण प्रत्येक वर्षी सरासरीने २९% इतके दिसून येते.

६० वर्षांचे वर वय असणाऱ्या लाभार्थींमध्ये या योजनेचे लाभार्थी प्रमाण अध्ययन कालावधीत प्रत्येक वर्षी १३% इतके सरासरीने दिसून येते. यावरून असे म्हणता येईल की, मुळातच या योजनेची लाभार्थी संख्या २५% पेक्षा कमी असल्याचे प्रत्येक वर्षात आढळते. इतके कमी प्रमाण असण्याचे मुख्य कारण असे दिसून येते की, हे आदिवासी लोक घनदाट जंगलात दूर-दूर अंतरावर व दुर्गम भागात लहान लहान गावांची वस्ती करून राहतात. म्हणजेच ही योजना कार्यान्वित करत असताना मानवीय घटकांना (आरोग्य विभागातील कर्मचारी) अत्यंत भीषण समस्यांना तोंड द्यावे लागते. या समस्या पाहता काही भागातील आरोग्य कर्मचारी ही योजना राबवीत असताना अक्षम्य दुर्लक्ष करतात. परिणामत: भरारी पथक योजना कार्यक्रमाला अपेक्षेपेक्षा अत्यंत कमी प्रतिसाद मिळतो. म्हणजेच शासन या योजनेवर मोठ्या निधीची तरतूद करत असूनसुद्धा ही योजना कुचकामीच ठरली आहे असेच दुर्दैवाने म्हणावे लागते.

आदिवासी भाग अत्यंत दुर्गम जंगलाने वेढलेला व डोंगराळ असून या ठिकाणची आदिवासींची गावे दूर दूर अंतरावर पसरलेली आहेत. या गावात

जाण्यायेण्याकरिता योग्य रस्ते नाहीत, तसेच पावसाळ्यात मोठ्या गावांपासून लहान गावांचा संबंध पूर्णपणे तुटून जातो. अशा परिस्थितीत लहान आदिवासी गावांमध्ये अन्नधान्याचा तुटवडा व सार्वजनिक सेवा बंद राहते. अशा वेळी या गावांमध्ये विविध आजारांची साथ पसरते. अनेक आदिवासी लोक आजारी असतात. परंतु योग्य वेळी त्यांच्यावर उपचार होत नाही. त्यामुळे या भागात मृत्यूची संख्या वाढत जाते. या परिस्थितीवर नियंत्रणात्मक उपाय म्हणून शासनाने आदिवासी भागासाठी भरारी पथक योजना कार्यान्वित केली आहे. या भरारी पथकामध्ये गावपातळीवरील प्रमुख लोकांना सोबत घेऊन प्राथमिक आरोग्य केंद्रातील डॉक्टर, आरोग्य कर्मचारी भरारी पथकात असतात. हे भरारी पथक गावागावात जाऊन आजारी असणाऱ्या आदिवासींची तपासणी करणे, त्यांच्यावर उपचार करणे, गंभीर आजारी रुग्ण असल्यास त्याला प्राथमिक आरोग्य केंद्रात हलविणे व उपचार करणे, तसेच गावात आजाराची साथ येऊ नये यासाठी सार्वजनिक स्वच्छतेकरिता ग्रामपंचायतींना सूचना देणे, पिण्याच्या पाण्याची तपासणी करणे, अशुद्ध पाणी असेल तर ते पाणी शुद्धीकरणासाठी ग्रामपंचायतीला सूचना देणे इत्यादी कार्ये भरारी पथक योजनेअंतर्गत करण्यात येतात. ही योजना कार्यान्वित करण्यासाठी शासनाने दरवर्षी आदिवासी भागात मोठा निधी उपलब्ध करून दिलेला आहे. हे सर्व कागदोपत्री लिखित असले तरी आदिवासी भागातील वास्तविकता वेगळीच आहे ती पुढीलप्रमाणे–

तक्ता क्रमांक ५.४

भरारी पथक योजना निधी

अ.क्र.	वर्ष	प्राप्त अनुदान (रुपयात)	प्रत्यक्ष झालेला खर्च (रुपयात)	प्रतिशत प्रमाण
१	२०००–०१	६,३०,०००	७९,०००	१२.५४%
२	२००१–०२	२१,६२,०००	३,०२,०००	१३.९७%
३	२००२–०३	१२,००,०००	१,०४,०००	८.६७%
४	२००३–०४	२२,६३,०००	२,४२,०००	१०.६९%
५	२००४–०५	३२,४०,०००	३,७०,०००	११.४२%
आधार : जि. प. आरोग्य विभाग अमरावती				

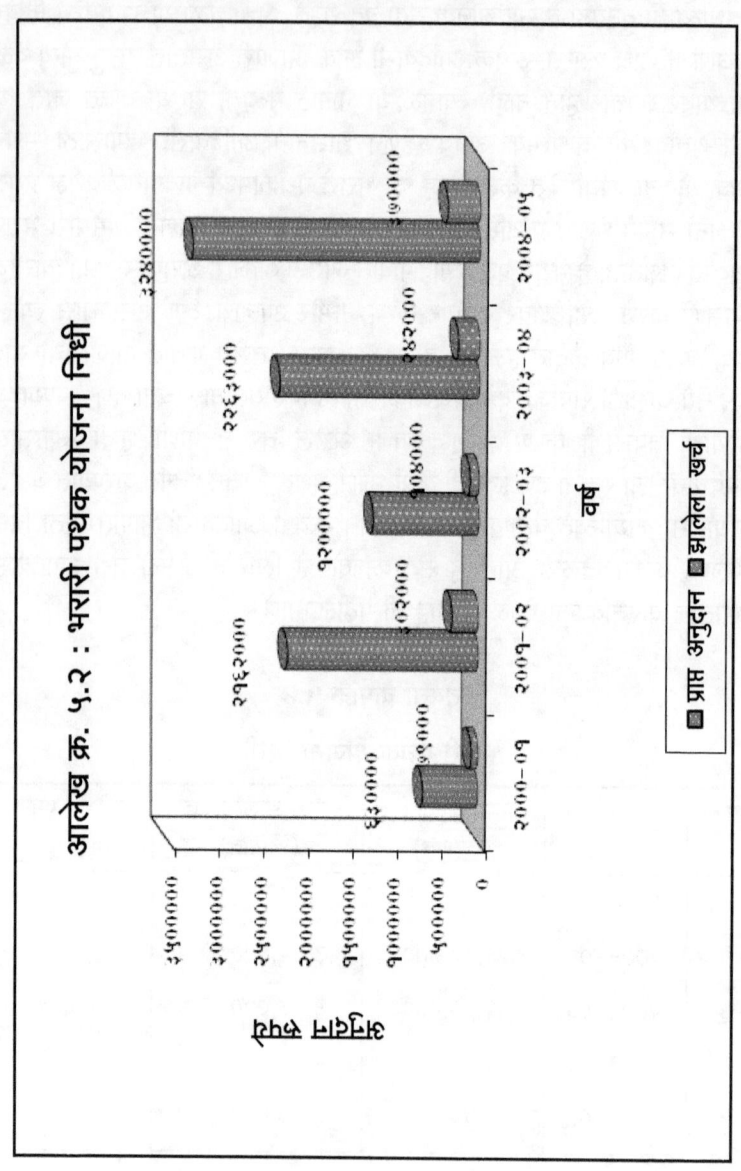

आलेख क्र. ५.२ : भरारी पथक योजना निधी
अनुदान रुपये
३५०००००
३००००००
२५०००००
२००००००
१५०००००
१००००००
५०००००
०
६३००००
९२०००
२९६३०००
३०२०००
१२०००००
१०८०००
२२६३०००
२८२०००
३३८००००
३६००००
२०००-०१
२००१-०२
२००२-०३
२००३-०४
२००४-०५
वर्ष
प्राप्त अनुदान
झालेला खर्च

तक्ता क्रमांक ५.४ नुसार भरारी पथक योजना ही आदिवासी क्षेत्रात कार्यान्वित करण्यासाठी शासनाने २०००-०१ मध्ये ६,३०,००० रुपये इतके अनुदान मंजूर केले त्यापैकी ७९,००० रुपये एवढाच खर्च प्रत्यक्षरीत्या करण्यात आला; त्याचे प्राप्त निधीशी प्रमाण १२.५४% आहे. तसेच २००१-०२, २००३-०४, २००४-०५ यावर्षात अनुक्रमे २१,६२,००० रुपये, २२,६३,००० रुपये, ३२,४०,००० रुपये इतके अनुदान मंजूर केले गेले. त्यापैकी प्रत्यक्ष खर्च अनुक्रमे ३,०२,००० रुपये, २,४२,००० रुपये, ३,७०,००० रुपये इतका करण्यात आला. त्याचे प्रमाण अनुक्रमे १३.९७%, १०.६९% व ११.४२% आहे. म्हणजेच वरील चारही वर्षात सरासरीने खर्च करण्यात आला; तर २००२-०३ या वर्षात मंजूर अनुदान १,२०,००० रुपये आहे. त्यापैकी प्रत्यक्ष खर्च १,०४,००० रुपये करण्यात आला, त्याचे प्राप्त निधीशी प्रमाण ८.६७% आहे. २००२-२००३ वर्षात झालेला खर्च व प्राप्त अनुदान हे २०००-०१, २००१-०२, २००३-०४, २००४-०५ या चार वर्षातील प्रत्यक्ष झालेला खर्च व प्राप्त अनुदान यांच्या तुलनेत फारच कमी असल्याचे स्पष्ट होते.

यावरून असे स्पष्ट होते की, शासनाकडून या योजनेकरिता मंजूर अनुदान पूर्णपणे खर्च करण्यात येत नाही. २००२-०३ या वर्षात कमी अनुदान प्राप्त होऊनही तो पूर्णपणे खर्च झालेला नाही. थोडक्यात, प्राप्त निधीचा योग्य मार्गाने उपयोग होत नसल्यामुळे योजना यशस्वी होत नाहीत म्हणून या दुर्गम आदिवासी भागात वरील अडचणींमुळे विविध आजाराने आदिवासी ग्रस्त आहेत.

क) अमरावती जिल्ह्यातील आदिवासी क्षेत्रातील पाडा स्वयंसेवक योजना लाभार्थी

आदिवासी भागात दरवर्षी मोठ्या प्रमाणात कुपोषणामुळे होणारे बालमृत्यू, अन्नधान्याचा अभाव, आवश्यक गरजांची कमतरता, कमीत कमी रोजगार अशा विभिन्न समस्यांमुळे होणाऱ्या मातामृत्यूंची संख्या अधिक, असे भिषण चित्र महाराष्ट्रातील अमरावती जिल्ह्यातील आदिवासी भागात दिसून येते. तसेच या भागात विविध आजारांचा प्रादुर्भाव सातत्याने होत असतो. त्यामुळे अनेक आदिवासींना आपला जीव गमवावा लागतो. यासाठी शासनाने नियंत्रणात्मक उपाय म्हणून काही विशेष योजना या भागात कार्यान्वित केल्या आहेत. त्यामध्ये पाडा स्वयंसेवक योजना असून काही संबंधित आदिवासी गावातील तरुणांना पाडा स्वयंसेवक म्हणून निवडण्यात येते. व त्यांना प्रशिक्षण दिले जाते. हे कार्य करण्याकरिता शासन प्रत्येकी ३०० रुपये प्रतिमाह मानधन म्हणून देत असते. विशेष करून ही योजना मे ते ऑक्टोबर या कालावधीत कार्यान्वित केली जाते. या योजनेचे अध्ययन काळातील आदिवासी लाभार्थी किती आहेत याबाबत माहिती पुढील तक्त्यात नमूद केली आहे.

तक्ता क्रमांक ५.५

पाडा स्वयंसेवक योजना लाभार्थी

अ. क्र.	वर्ष	वयोगटनिहाय आदिवासी लाभार्थी				एकूण लाभार्थी
		० ते २० वर्षे	२१ ते ४० वर्षे	४१ ते ६० वर्ष	६० वर्षांनंतर	
१	२०००–२००१	३४,५८० (३१.२६%)	२७,६६५ (२५.००%)	३०,२४२ (२७.३३%)	१८,१५३ (१६.४१%)	१,१०,६४० (१००.००%)
२	२००१–२००२	३४,९५३ (३१.५०%)	२७,८४५ (२५.०९%)	३०,१९१ (२७.२०%)	१७,९९५ (१६.२१%)	१,१०,९८४ (१००.००%)
३	२००२–२००३	३४,२५१ (३१.६१%)	२७,११३ (२५.०२%)	२९,५६३ (२७.२८%)	१७,४३५ (१६.०९%)	१,०८,३६२ (१००.००%)
४	२००३–२००४	३३,१५३ (३१.६८%)	२६,५९३ (२५.४२%)	२८,२५४ (२७.०१%)	१६,६२३ (१५.८९%)	१,०४,६२३ (१००.००%)
५	२००४–२००५	३२,९२३ (३१.९३%)	२६,११३ (२५.३२%)	२७,९८५ (२७.१४%)	१६,१०४ (१५.६१%)	१,०३,१२५ (१००.००%)

आधार : संकलित माहितीच्या आधारे

वरील तक्त्यानुसार असे आढळते की, अतिदुर्गम आदिवासी भागात कार्यरत असणाऱ्या पाडा स्वयंसेवक योजनेचा २०००–२००१ वर्षात ११०६४० इतक्या लाभार्थींना फायदा मिळाला आहे. वयोगटानुसार वर्गीकरणात ० ते २० वर्षे वयोगटात ३१.२६% लाभार्थी आहेत. २१ ते ४० वर्षे वयोगटात २५% तसेच ४१ ते ६० वर्षे वयोगटात २७.३३% व ६१ वर्षाच्या वरील वयोगटात १६.४१% आदिवासी लाभार्थी रुग्णांना या योजनेचा लाभ मिळाला आहे. म्हणजेच ० ते २० वर्षे वयोगटातील लाभार्थींना या योजनेचा सर्वात जास्त लाभ मिळाला असून ६१ वर्षांवरील वयोगटातील सर्वात कमी लाभार्थी रुग्णांनी या योजनेचा फायदा घेतला आहे.

२००१–०२, २००२–०३, २००३–०४ व २००४–०५ या वर्षात सरासरीने ० ते २० वर्ष वयोगटात ३२% पर्यंत लाभार्थी आदिवासींनी या योजनेचा फायदा घेतला असे दिसून येते. २१ ते ४० वर्षे वयोगटात वरील चार वर्षात २५% इतक्या आदिवासी लाभार्थी रुग्णांनी प्रत्येक वर्षी लाभ घेतला. ४१ ते ६० वर्षे वयोगटातील आदिवासी लाभार्थींचे प्रमाण दरवर्षी २७% इतके सरासरीने आढळते; तर ६१ वर्षांच्या वर असणाऱ्या लाभार्थींचे प्रमाण १६% इतके दरवर्षी आढळते.

अध्ययन क्षेत्रातील आदिवासी भागात अध्ययन काळात आदिवासींची एकूण संख्या जणगणनेप्रमाणे २,७६,६०२ असून त्याच्या तुलनेत २०००–२००१ या वर्षात पाडा स्वयंसेवक योजनेचा लाभ घेणाऱ्या आदिवासींची एकूण संख्या१,१०,६४० इतकी आहे. याचे एकूण आदिवासी लोकसंख्येशी प्रमाण ४०.००% इतके आहे. २००१–०२ या वर्षात १,१०,९८४ इतकी या योजनेच्या लाभार्थींची संख्या असून त्यांचे जणगणनेप्रमाणे एकूण आदिवासी लोकसंख्येशी प्रमाण ४०.१२% आहे. २००३–०४ या वर्षात १०४६२३ इतकी लाभार्थी संख्या असून त्याचे एकूण आदिवासी लोकसंख्येशी प्रमाण ३७.८२% आहे व २००४–०५ या वर्षात या योजनेचे लाभार्थी १०३१२५ इतके असून त्यांचे एकूणशी प्रमाण ३७.२८% आहे. यावरून असे स्पष्ट होते की पाडा स्वयंसेवक योजना ज्या उद्देशाने कार्यान्वित केली गेली तो उद्देश या लाभार्थी संख्यांवरून सफल झाल्याचे स्पष्ट होत नाही. कारण संपूर्ण आदिवासींमध्ये असणाऱ्या आजाराचे प्रमाण लक्षात घेता केवळ ४०% पर्यंतच आदिवासी लाभार्थी रुग्णांना या योजनेचा काही अंशी लाभ घेता आला परंतु उर्वरित ६०% आदिवासींना या काळात या योजनेचा कुठल्याही प्रकारचा लाभ प्राप्त होऊ शकला नाही. परिणामत: आजारी रुग्णांचे प्रमाण पूर्वी इतकेच आहे. प्रत्यक्ष प्राप्त लाभार्थींच्या आकडेवारीवरून ही योजना योग्यरीत्या राबविली जात नाही असे स्पष्ट होते.

आदिवासी भागात शासन, आरोग्य विभागामार्फत विविध योजना राबवितात. त्यापैकी पाडा स्वयंसेवक योजना या भागात कार्यरत आहे. या योजनेचा उद्देश अतिदुर्गम आदिवासी गावातील लोकांपर्यंत आरोग्य सेवा व सुविधा पोहोचविण्याकरिता प्रत्येक गावात एका आदिवासी युवकाची पाडा स्वयंसेवक म्हणून नेमणूक करून त्यांच्याकडून आजारी रुग्णाची माहिती तत्परतेने मिळविणे व आजारी रुग्णापर्यंत आरोग्य सेवा प्राथमिक आरोग्य केंद्राकडून उपलब्ध करून देणे हा शासनाचा प्रमुख उद्देश आहे. यासाठी शासन स्वतंत्र अनुदानाची तरतूद करून ते मंजूर करते. ते मंजूर अनुदान पुढीलप्रमाणे.

तक्ता क्रमांक ५.६

पाडा स्वयंसेवक योजना निधी

अ.क्र.	वर्ष (रुपये)	प्राप्त अनुदान खर्च (रुपये)	प्रत्यक्ष झालेला	प्रमाण
१	२०००-०१	१०,२५,०००	१,२८,०००	१२.४९%
२	२००१-०२	१२,६०,०००	१,१९,०००	९.४४%
३	२००२-०३	१२,१०,०००	२,००,०००	१६.५३%
४	२००३-०४	१८,८०,०००	७,२९,०००	३८.७७%
५	२००४-०५	१६,८०,०००	६,२१,०००	३६.९६%
आधार - आरोग्य विभाग, जिल्हा परिषद, अमरावती				

तक्ता क्रमांक ५.६ नुसार अध्ययन क्षेत्रातील आदिवासी भागात पाडा स्वयंसेवक योजना कार्यरत आहे. त्याकरिता शासनाने अध्ययन कालावधीत २०००-०१ या पहिल्या वर्षात १०,२५,००० रुपये इतके अनुदान दिले. त्यापैकी प्रत्यक्ष खर्च १,२८,००० रुपये इतका झाला. त्याचे प्रतिशत प्रमाण १२.४९% आहे. याच सरासरीने २००१-०२, २००२-०३ या दोन वर्षांत १२,६०,००० रुपये व १२,१०,००० रुपये प्राप्त अनुदानापैकी १,१९,००० व २,००,००० रुपये या योजनेवर प्रत्यक्ष खर्च करण्यात आला. त्याचे एकूण प्राप्त निधीशी प्रमाण अनुक्रमे ९.४४% व १६.५३% आहे. वरील तीन वर्षांच्या तुलनेत २००३-०४ तसेच २००४-०५ या दोन वर्षांत १८,८०,००० रुपये व १६,८०,००० रुपये इतके अनुदान प्राप्त झाले. त्यापैकी ७,२९,००० रुपये व ६,२१,००० रुपये प्रत्यक्षात खर्च करण्यात आला. याचे एकूण प्राप्त निधीशी प्रमाण अनुक्रमे ३८.७७% व ३६.९६% आहे. या दोन वर्षातील प्राप्त

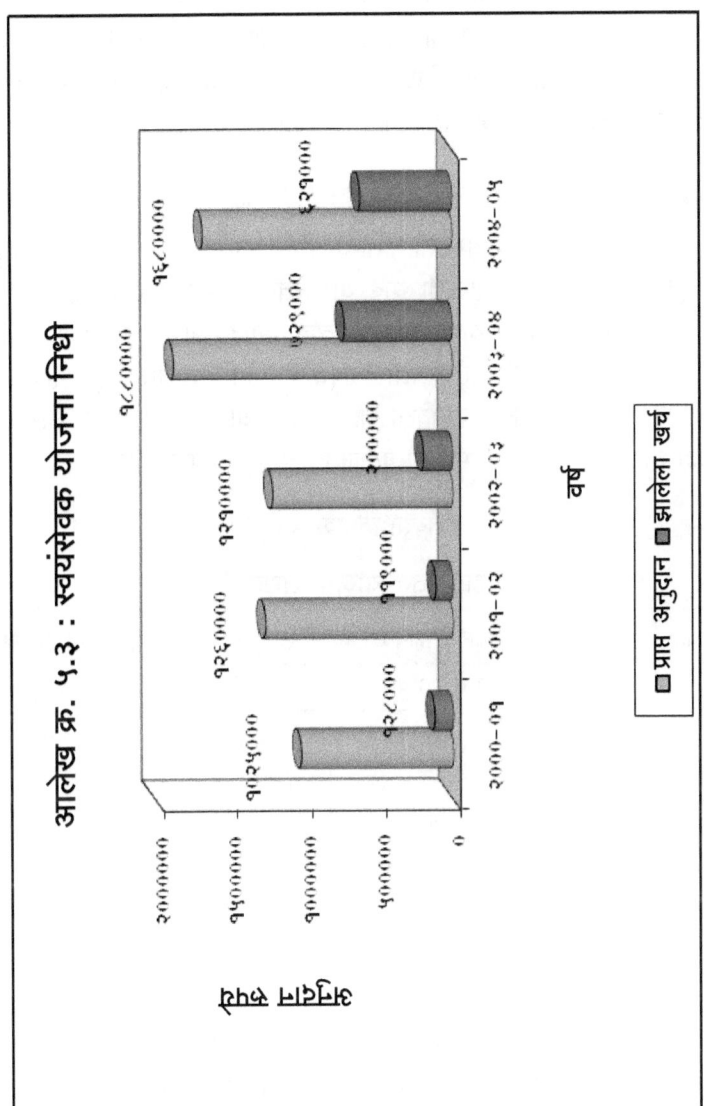

आलेख क्र. ५.३ : स्वयंसेवक योजना निधी

अनुदानाचा खर्च सुरुवातीच्या तीन वर्षांच्या तुलनेत थोडा अधिक प्रमाणात झालेला आहे असे स्पष्ट होते.

यावरून या योजनेसाठी प्राप्त अनुदान व झालेला खर्च याची तुलना करता ही योजना योग्यरीत्या कार्यरत आहे असे म्हणता येणार नाही; कारण इतक्या कमी खर्चात वर्षभर ही योजना राबविणे या भागामध्ये अत्यंत कठीण आहे. त्यामुळे आदिवासी लोकांना या योजनेचा फायदा मिळत नाही.

ड) अमरावती जिल्ह्यातील आदिवासी क्षेत्रातील दाई बैठक योजना लाभार्थी

आदिवासी भागात गर्भवती मातांची सुरक्षित प्रसूती करण्याच्या दृष्टीने तसेच मातामृत्यू व अर्भक मृत्यू टाळता यावे याकरिता या भागात दाई बैठक योजना राबविण्यात येत असून या योजनेअंतर्गत प्रत्येक आदिवासी गावात किंवा पाळ्यात एका दाईला प्रशिक्षण दिले जाते व पन्नास रुपये प्रतिदिन दरानुसार मजुरी दिली जाते. ही योजना किती प्रभावीपणे राबविली जात आहे? या योजनेचा किती लाभार्थींनी फायदा घेतला आहे? याची माहिती पुढील तक्त्यानुसार पाहता येईल.

तक्ता क्रमांक ५.७

दाई बैठक योजना लाभार्थी

अ.क्र.	वर्ष	वयोगटनिहाय आदिवासी लाभार्थी स्त्रिया		एकूण लाभार्थी स्त्रिया
		० ते २० वर्षे	२१ ते ४० वर्षे	
१	२०००-२००१	३१३५ (३६.६९%)	५४०९ (६३.३१%)	८५४४ (१००.००%)
२	२००१-२००२	२७६१ (३७.८५%)	४५३४ (६२.१५%)	७२९५ (१००.००%)
३	२००२-२००३	१२७३ (३९.९४%)	१९२२ (६०.०६%)	३१८७ (१००.००%)
४	२००३-२००४	२४४६ (४२.४१%)	३३२१ (५७.५९%)	५७६७ (१००.००%)
५	२००४-२००५	१९८४ (३६.६०%)	३४३७ (६३.४०%)	५४२१ (१००.००%)

आधार - संकलित माहितीच्या आधारे

वरील तक्त्यानुसार प्रसूतीकालीन स्त्रियांनी दाईबैठक योजनेचा लाभ घेतलेला असून २000-२00१ मध्ये एकूण ८५४४ लाभार्थी स्त्रियांनी फायदा घेतला. वयोगटानुसार 0 ते २० वर्षे वयोगटातील ३६.६९% प्रसूतीकालीन स्त्रियांनी या योजनेचा फायदा घेतला. तसेच २१ ते ४० वर्षे वयोगटातील ६३.३१% इतक्या लाभार्थींनी फायदा घेतलेला आढळतो. २00१-0२, २00२-0३, २00३-0४ व २00४-0५ या वर्षांमध्ये अनुक्रमे ७२९५, ३१८७, ५७६७, ५४२१ इतक्या प्रसूती कालीन स्त्रियांनी दाईंच्या मार्फत घरीच प्रसूती करवून घेतली. यामध्ये 0 ते २० वर्ष वयोगटातील प्रसूतीकालीन स्त्रियांचे प्रमाण प्रत्येक वर्षी ४२% पर्यंत असलेले दिसून येते. तर २१ ते ४० वर्षे वयोगटात हे प्रमाण जवळ जवळ ६४% पर्यंत असल्याचे स्पष्ट होते.

यावरून असे म्हणता येईल की आदिवासी अतिदुर्गम भागात घरीच प्रसूती करून घेणाऱ्यांचे प्रमाण जास्त आहे. प्रसूती काळात सुरक्षितता असावी म्हणून शासनाने दाई बैठक योजना कार्यान्वित करून दाईंच्या मार्फत स्त्रियांची प्रसूती करण्यात यावी असे सुचविले आहे. या योजनेचा फायदा प्रथम दर्शनी जास्त दिसत असला तरी उर्वरित स्त्रिया (विशेषत: 0 ते २० वयोगटातल्या) अजूनही दाई योजनेचा फायदा मोठ्या प्रमाणात घेत नसल्याचे आढळते.

अमरावती जिल्ह्यातील मेळघाट आदिवासी क्षेत्रात गर्भवती मातांची सुरक्षित प्रसूती व्हावी या दृष्टीने आदिवासी भागातील बालमृत्यू व मातामृत्यू यावर नियंत्रण ठेवण्यासाठी शासनाने आदिवासी भागाकरिता दाई बैठक योजना कार्यान्वित केली. त्यासाठी शासन दरवर्षी स्वतंत्र अनुदान मंजूर करत आहे. परंतु प्रत्यक्षात मात्र प्राप्त अनुदानाच्या सरासरीने १५% अनुदान या योजनेवर खर्च करण्यात येते. उर्वरित गैरव्यवस्थापनामुळे ८५% अनुदान शासनाला परत जाते हे पुढील तक्त्यानुसार अधिक स्पष्ट होईल.

तक्ता क्रमांक ५.८

दाई बैठक योजना निधी

अ.क्र.	वर्ष	प्राप्त अनुदान रु.	प्रत्यक्ष झालेला	प्रतिशत प्रमाण
१	२०००-०१	२,६०,०००	२०,०००	७.६९%
२	२००१-०२	४,००,०००	१४,०००	३.५०%
३	२००२-०३	१,००,०००	१०,५००	१०.५०%
४	२००३-०४	१,३०,०००	२०,०००	१५.३८%
५	२००४-०५	१,००,०००	१०,०००	१०.००%

आधार : वार्षिक अहवाल जि. प. अमरावती

तक्ता क्रमांक ५.८ नुसार आदिवासी भागात दाई बैठक योजना शासनाने चालविली असून ती अध्ययन कालावधीत कार्यरत आहे. २०००-०१ या वर्षात या योजनेसाठी प्राप्त अनुदान २,६०,००० रुपये इतके आहे तर त्यापैकी प्रत्यक्ष खर्च २०,००० रुपये इतका आहे. त्याचे प्रमाण ७.६९% आहे त्याचप्रमाणे २००१-०२ या वर्षात प्राप्त अनुदान ४,००,००० रुपये आहे. प्रत्यक्ष खर्च मात्र केवळ १४,००० रुपये इतकाच आहे. त्याचे प्रमाण ३.५०% आहे. या दोनही वर्षात अनुदान पुरेसे असूनसुद्धा प्रत्यक्ष खर्च मात्र अतिशय कमी आहे. तर २००२-०३, २००३-०४ व २००४-०५ या अध्ययन वर्षात या योजनेसाठी प्राप्त अनुदान अनुक्रमे १,००,०००, १,३०,००० व १,००,००० रुपये आहे. त्यापैकी प्रत्यक्ष खर्च अनुक्रमे १०,५०० रुपये, २०,००० रुपये व १०,००० रुपये इतका केला आहे. त्याचे प्रमाण अनुक्रमे १०.५०%, १५.३८% व १०.००% इतके आहे. या तीन वर्षात प्राप्त अनुदान हे २०००-०१ व २००१-०२ या वर्षातील प्राप्त अनुदानाच्या तुलनेत कमी आहे तसेच या तीन वर्षात झालेल्या खर्चाच्या तुलनेत २०००-०१ व २००१-०२ या दोन वर्षात झालेला खर्च अत्यंत कमी आहे.

यावरून असे स्पष्ट होते की ही योजना आदिवासी भागात कागदोपत्री कार्यरत आहे असे दाखविले जाते. परंतु, प्रत्यक्षात मात्र ही योजना आदिवासी भागात विशेष कार्यरत नाही असे दिसून येते. परिणामी आदिवासी भागात दाई बैठक योजना ही सक्षमरीत्या कार्यरत नाही. परिणामतः मातामृत्यू, अर्भकमृत्यू व बालमृत्यूचे प्रमाण जास्त आहे.

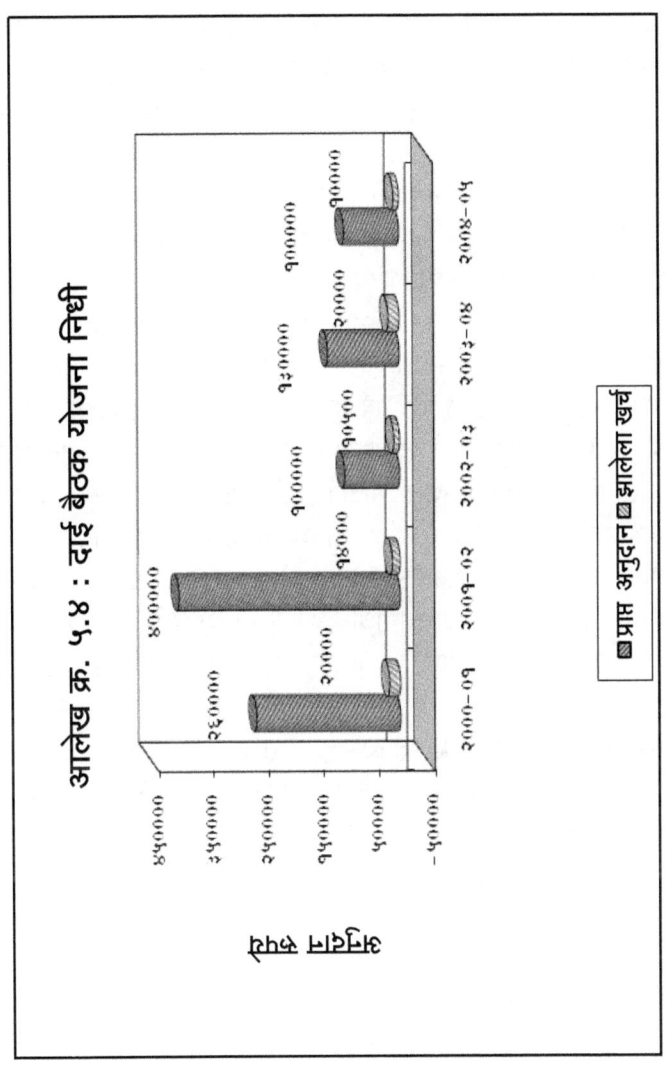

आलेख क्र. ५.४ : दाई बैठक योजना निधी

इ) अमरावती जिल्ह्यातील आदिवासी क्षेत्रातील आहार योजना लाभार्थी

अमरावती जिल्ह्यातील आदिवासी भागात शासनाने आदिवासी लोकांकरिता स्वस्त धान्य दुकान, धान्य कोष योजना या अंतर्गत सकस आहार योजना कार्यान्वित केली आहे. या योजनेचा उद्देश आदिवासींना सकस व पोटभर अन्न मिळावे परिणामी त्यांचे आरोग्य सुदृढ राहील. ही मुख्य भूमिका घेऊन या दुर्गम भागात आरोग्य विभागाने आश्रम शाळांमार्फत प्रसूती कालावधीतील व चार वर्षाखालील बालके यांच्याकरिता पोषक आहार योजना राबविली आहे. अध्ययन काळात या योजनेचा लाभ किती आदिवासींना झाला याची संक्षिप्त माहिती पुढील तक्त्यात दिली आहे.

पुढील आहार योजना लाभार्थी तक्त्यानुसार अध्ययन कालावधी २०००-२००१ ते २००४-२००५ यापैकी २००२-२००३ ते २००४-२००५ या वर्षात ही योजना कार्यान्वित झाली. इ.स. २००२-२००३ मध्ये आहार योजनेचे आदिवासी लाभार्थी ५८,०८६ इतके असून ते एकूण आदिवासी लोकसंख्येच्या तुलनेत २१% इतके कमी दिसून येते. ० ते २० वर्षे वयोगटामध्ये या योजने अंतर्गत आदिवासी लाभार्थी ३९,५२३ असून त्याचे एकूण लाभार्थींशी प्रमाण ६८.०४% इतके आहे. तर २१ ते ४० वर्षे वयोगटात असणारे आदिवासी लाभार्थी १८५३६ असून त्याचे प्रमाण ३१.९६% इतके आहे. २००३-२००४ या वर्षात ५७०५८ लाभार्थींनी या योजनेचा लाभ घेतला त्याचे एकूण आदिवासी लोकसंख्येशी प्रमाण २०.६३% इतके आहे. ० ते २० वयोगटात या योजनेच्या लाभार्थींचे प्रमाण ६८.२६% इतके आहे. २१ ते ४० वर्षे वयोगटात लाभार्थींचे प्रमाण ३१.७४% इतके आहे. २००४-२००५ या वर्षात ५८०१८ इतक्या लाभार्थींनी या योजनेचा लाभ घेतला. त्याचे एकूण आदिवासी लोकसंख्येशी प्रमाण २०.९८% इतके आहे. ० ते २० वर्षे वयोगटात ६९.०२% या योजनेचे लाभार्थी होते. तसेच २१ ते ४० वर्षे वयोगटात ३०.९८% आदिवासी लाभार्थींनी या योजनेचा लाभ घेतला आहे.

यावरून असे दिसून येते की अमरावती जिल्ह्यातील अतिदुर्गम आदिवासी भागात कार्यक्षमरीत्या ही योजना राबविली जात नाही. त्यामुळे २१% इतक्याच आदिवासी लाभार्थींनी लाभ घेतल्याचे स्पष्ट होते. त्यापैकी सर्वात जास्त लाभ घेणाऱ्या आदिवासी लाभार्थींमध्ये ० ते २० वर्षे या वयोगटात इतर वयोगटाच्या तुलनेत सर्वात जास्त या योजनेचे लाभार्थी दिसून येतात. या योजनेचा लाभ फक्त ० ते २० वर्षे वयोगटातील लाभार्थींनी फार मोठ्या प्रमाणात फायदा घेतला आहे. २० वर्षे वयापेक्षा जास्त वयोगटातील लाभार्थींनी कमी प्रमाणात फायदा घेतलेला आहे. आणि ४० वर्षे वयापेक्षा जास्त लाभार्थींनी काहीच फायदा घेतलेला नाही.

तक्ता क्रमांक ५.९

आहार योजना लाभार्थी

अ. क्र.	वर्ष	वयोगटनिहाय आदिवासी लाभार्थी				एकूण लाभार्थी
		० ते २० वर्षे	२१ ते ४० वर्षे	४१ ते ६० वर्षे	६० वर्षांचे वर	
१	२०००–२००१	–	–	–	–	–
२	२००१–२००२	–	–	–	–	–
३	२००२–२००३	३९,५२३ (६८.०४%)	१८,५६३ (३१.९६%)	–	–	५८०८६ (१००.००%)
४	२००३–२००४	३८,९४५ (६८.२६%)	१८,११३ (३१.७४%)	–	–	५८०८६ (१००.००%)
५	२००४–२००५	४०,०४५ (६९.०२%)	१७,९७३ (३०.९८%)	–	–	५८०१८ (१००.००%)

आधार – संकलित माहितीच्या आधारे

यावरून ही योजना अकार्यक्षम ठरली आहे असे सिद्ध होते.

आदिवासी भागात शासनाने ही योजना कार्यान्वित केली आहे. त्यासाठी स्वतंत्र अनुदान शासन स्तरावर दरवर्षी मंजूर करण्यात येते. परंतु, आदिवासी भागातील स्थानिक अधिकारी व कर्मचाऱ्यांच्या उदासीनतेमुळे या योजनेवर करण्यात आलेला खर्च अत्यंत कमी आहे. असे तक्त्यातील आकडेवारीवरून स्पष्ट होते.

तक्ता क्रमांक ५.१०

आहार योजना निधी

अ.क्र.	वर्ष	प्राप्त अनुदान रु.	प्रत्यक्ष झालेला खर्च रु.	प्रतिशत प्रमाण
१	२०००-०१	-	-	-
२	२००१-०२	-	-	-
३	२००२-०३	४५,०००	६,५००	१४.४४%
४	२००३-०४	२,२५,०००	७५,०००	३३.३३%
५	२००४-०५	४०,०००	५,०००	१२.५०%

आधार :- वार्षिक अहवाल जि. प. अमरावती

तक्ता क्रमांक ५.१० नुसार आहार योजना आदिवासी भागात शासनाने २००२-०३ पासून कार्यरत केली. या वर्षात या योजनेसाठी शासनाने ४५,००० रुपये अनुदान मंजूर केले. त्यापैकी ६,५०० रुपये खर्च झाला. त्याचे प्रमाण १४.४४% आहे. २००३-०४ या वर्षात गत वर्षीच्या तुलनेत शासनाने या योजनेसाठी अधिक अनुदान मंजूर केले. ते २,२५,००० रुपये एवढे होते. प्राप्त अनुदानापैकी ७५,००० रुपये प्रत्यक्ष खर्च या योजनेवर करण्यात आला, त्याचे प्रमाण ३३.३३% आहे. तसेच अध्ययन कालावधीतील शेवटच्या वर्षात २००४-०५ मध्ये प्राप्त अनुदान ४०,००० रुपये इतके आहे. त्यापैकी खर्च फक्त ५,००० रुपये करण्यात आला त्याचे प्रमाण १२.५०% आहे.

यावरून असे स्पष्ट होते की अध्ययन कालावधीतील तीन वर्षांत ही योजना कार्यान्वित होती. २००२-०३ व २००४-०५ च्या तुलनेत २००३-०४ या वर्षात शासनाकडून अनुदान समाधानकारक प्राप्त झाले व खर्चही या दोन वर्षांच्या तुलनेत २००३-०४ या वर्षात खर्च अधिक करण्यात आला. एकंदरीत पाहता ही योजना अत्यंत महत्त्वपूर्ण असून सुद्धा स्थानिक पातळीवरील कमकुवत प्रशासन व उदासीनता

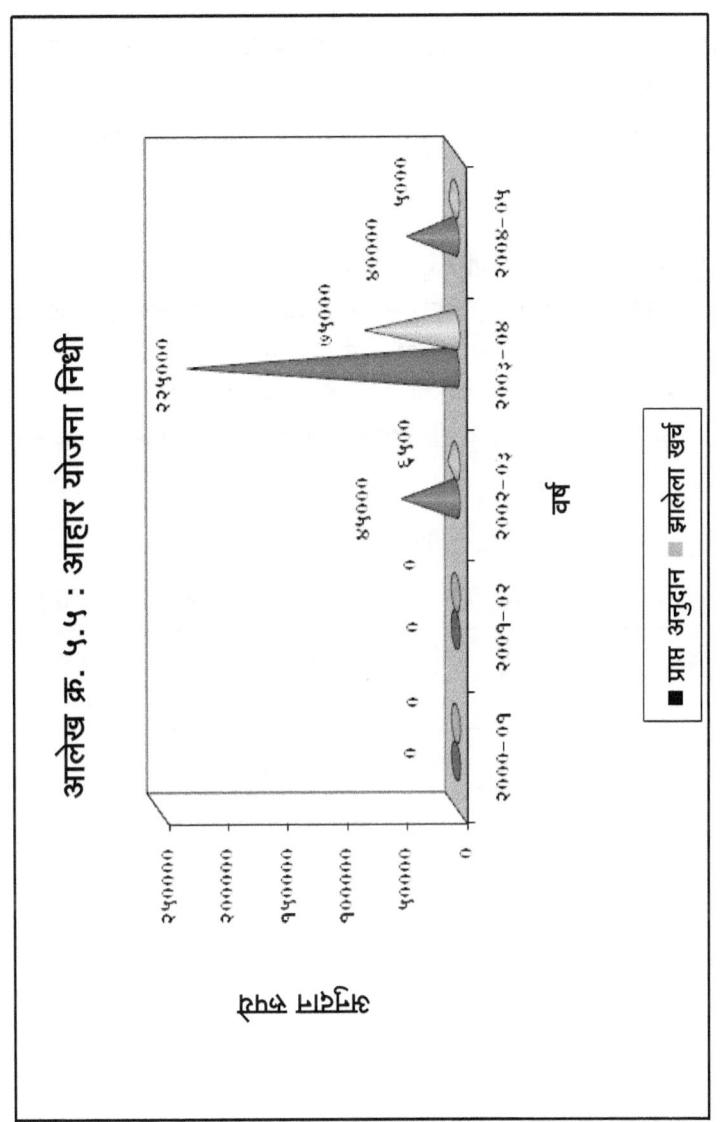

आलेख क्र. ५.५ : आहार योजना निधी

यामुळे ही योजना निष्फळ ठरली व या योजनेचा आदिवासी रुग्णांना विशेष फायदा झाला नाही.

फ) श्रेणी ३ व ४ भरती कुपोषित बालकांच्या पालकांना मजुरी मोबदला योजना लाभार्थी

अमरावती जिल्ह्यातील दुर्गम आदिवासी भागात काही वर्षांपासून सातत्याने बालमृत्यू व मातामृत्यू मोठ्या प्रमाणात होत आहेत. त्याची काही कारणे दिसून येतात. त्यामध्ये निकृष्ट राहणीमान, अल्प रोजगार, उत्पन्नाचे प्रमाण कमी, त्याचबरोबर अपुरे पोषण या मुख्य कारणांनी हा आदिवासी भाग महाराष्ट्रात चर्चेचा विषय ठरलेला आहे. कुपोषणामुळे होणारे बालमृत्यू नियंत्रणात आणण्यासाठी शासनाने काही योजना राबविल्या असून त्यामध्ये श्रेणी ३ व ४ कुपोषित भरती बालकांच्या पालकांना मजुरी मोबदला योजना ही या भागात २००२-२००३ या वर्षापासून कार्यरत असून या योजनेचा लाभ किती आदिवासी लाभार्थींनी घेतला याची सविस्तर माहिती पुढील तक्त्यानुसार दिली आहे.

तक्ता क्रमांक ५.११

कुपोषित भरती बालकांच्या पालकांना मजुरी मोबदला योजना लाभार्थी

अ.क्र.	वर्ष	आदिवासी लाभार्थी बालकांचे पालक		एकूण लाभार्थी
		कुपोषण श्रेणी ३	कुपोषण श्रेणी ४	
१	२०००-२००१	-	-	-
२	२००१-२००२	-	-	-
३	२००२-२००३	५८३ (८९.०१%)	७२ (१०.९९%)	६५५ (१००.००%)
४	२००३-२००४	१०५५ (८८.५८%)	१३६ (११.४२%)	११९१ (१००.००%)
५	२००४-२००५	८७९ (८७.९०%)	१२१ (१२.०१%)	१००० (१००.००%)

आधार - संकलित माहितीच्या आधारे

वरील तक्त्यानुसार अमरावती जिल्ह्यातील आदिवासी भागात श्रेणी ३ व ४ कुपोषित भरती बालकांच्या पालकांना प्रत्येकी दर दिवसाला ४० रुपये इतकी मजुरी म्हणून शासन खर्च करते. अध्ययन कालावधी २०००–२००१ व २००१–२००२ या दोन वर्षात ही योजना कार्यान्वित नव्हती. २००२–२००३ ते २००४–२००५ या वर्षात ही योजना कार्यान्वित केली गेली. आदिवासी लाभार्थींनी त्याचा फायदा घेतला तो पुढीलप्रमाणे २००२–०३ मध्ये ६५५ इतक्या श्रेणी ३ व ४ कुपोषित भरती बालकांच्या पालकांनी या योजनेचा फायदा घेतला. श्रेणी ३ मधील कुपोषित बालकांची संख्या ५८३ इतकी होती. त्यांचे प्रमाण ८९.०१% इतके आहे. त्यासोबतच श्रेणी ४ मधील बालकांची संख्या ७२ इतकी असून त्याचे प्रमाण १०.९९% इतके आहे. २००३–०४ या वर्षात श्रेणी ३ च्या कुपोषित बालकांची संख्या १०५५ असून त्याचे एकूण लाभार्थींशी प्रमाण ८८.५८% आहे. श्रेणी ४ मधील बालकांची संख्या १३६ इतकी असून त्यांचे प्रमाण ११.४२% इतके लाभार्थी आहे. २००४–०५ या वर्षात ८७९ इतक्या श्रेणी ३ मधील कुपोषित बालकांच्या पालकांनी लाभ घेतला; त्याचे एकूण लाभार्थींशी प्रमाण ८७.९०% आहे. श्रेणी ४ मधील कुपोषित बालकांची संख्या १२१ असून त्याचे एकूण लाभार्थींशी प्रमाण १२.०१% इतके आहे.

यावरून असे लक्षात येते की आदिवासी भागात विशेष मोहीम म्हणून श्रेणी ३ व ४ भरती कुपोषित बालकाच्या मजुरी मोबदला योजना कार्यान्वित असून त्यासाठी शासनाने मोठ्या निधीची तरतूद केली आहे. परंतु, या योजनेचा लाभ घेणाऱ्या लाभार्थींचे प्रमाण फार अल्प आहे. असे निष्कर्षाप्रती म्हणता येईल. कारण बहुतांश श्रेणी ३ व ४ मधील कुपोषित बालकांना त्यांच्या पालकवर्गाकडून प्राथमिक आरोग्य केंद्रावर भरती करण्यासाठी निरुत्साह दिसून येतो. त्यामुळे या योजनेची यशस्विता श्रेणी ३ व ४ मधील कुपोषित बालके किती दिवस प्राथमिक आरोग्य केंद्रात भरती आहेत तेवढ्या दिवसाकरिता त्यांच्या पालकांना मजुरी देणे यावर या योजनेचे यश अवलंबून आहे. परंतु, श्रेणी ३ व ४ मधील बालकांची प्राथमिक आरोग्य केंद्रात भरती असणाऱ्यांची संख्या अत्यंत कमी दिसून येते. त्यामुळे ही योजना पाहिजे त्या प्रमाणात यशस्वी झालेली नाही. परिणामी आदिवासी भागात कुपोषणामुळे बालमृत्यूची संख्या दरवर्षी तशीच कायम असते.

अमरावती जिल्ह्यातील मेळघाट आदिवासी भागात कुपोषणाचे प्रमाण दरवर्षी जास्त असते तसेच कुपोषणामुळे बालकांचा मृत्यूही या भागात मोठ्या प्रमाणात होत असतो अशा दुर्दैवी घटना टाळण्यासाठी शासनाने आरोग्य विभागामार्फत कुपोषित श्रेणी ३ व ४ या बालकांना प्राथमिक आरोग्य केंद्रावर उपचार करण्याकरिता भरती

करण्यात येणाऱ्या कालावधी दरम्यान त्यांच्या पालकांना दरदिवसीय मजुरी मोबदला दिला जात असतो तो पुढीलप्रमाणे दर्शविण्यात आला आहे.

तक्ता क्रमांक ५.१२

श्रेणी ३ व ४ भरती कुपोषित बालकांच्या पालकांना मजुरी मोबदला योजना निधी

अ.क्र.	योजना	वर्ष	प्राप्त अनुदान रु.	झालेला खर्च रु.	प्रतिशत प्रमाण
१	ग्रेड ३ व ४	२०००-०१	-	-	-
	भरती कुपोषित	२००१-०२	-	-	-
	बालकांच्या	२००२-०३	१,४५,०००	१३,०००	०८.९७%
	पालकांना मजुरी	२००३-०४	२,०७,०००	७९,०००	३८.१६%
	मोबदला	२००४-०५	१,५६,०००	५३,०००	३३.९७%
					आधार : आरोग्य विभाग, जि.प. अमरावती

तक्ता क्र. ५.१२ नुसार कुपोषित श्रेणी ३ व ४ भरती बालकांच्या पालकांना मजुरी म्हणून ४० रु. प्रती दिवस दरानुसार मोबदला देण्यात येईल. असे २००२ पासून शासनाने निश्चित केले. सन २००२-२००३ मध्ये या योजनेकरिता प्राप्त अनुदान १,४५,०००/- रुपये प्राप्त झाले असून त्यामधून खर्च १३,०००/- रुपये इतका करण्यात आला. याचे प्रमाण ०८.९७% होते. २००३-२००४ व २००४-२००५ या वर्षात योजनेकरिता प्राप्त अनुदान म्हणून अनुक्रमे २,०७,०००/- रुपये व १,५६,०००/- रुपये इतके मिळाले होते. या तुलनेत झालेला खर्च अनुक्रमे ७९,०००/- रुपये, ५३,०००/- रुपये इतका होता; याचे प्रमाण अनुक्रमे ३८.१६% व ३३.९७% इतके होते.

यावरून असे दिसून येते की, २००१-०२, २००२-०३ या दोन वर्षांच्या तुलनेत २००३-२००४ मध्ये या योजनेवर सर्वात जास्त प्रमाणात खर्च करण्यात आला. यावरून असे लक्षात येते की, आदिवासी भागातील कुपोषणाचे प्रमाण तसेच कुपोषित बालमृत्यूचे प्रमाण रोखण्याकरिता या योजनेवरील खर्च दरवर्षी वाढविणे आवश्यक आहे. त्यामुळे या योजनेवरील प्राप्त अनुदानाची रक्कम दरवर्षी वाढविली पाहिजे असे प्रखरतेने वाटते. वास्तविक पाहता या भागात पालक वर्ग कुपोषणाबाबत जागरूक नसून त्यांना प्रबोधन करणे अत्यंत गरजेचे असते; त्यांच्या कुपोषित श्रेणी ३ व ४ बालकांना प्राथमिक आरोग्य केंद्रावर उपचारांकरिता भरती करणे व शेवटपर्यंत

आलेख क्र. ५.६ श्रेणी ३ व ४ भरती कुपोषित बालकांच्या पालकांना मजुरी मोबदला योजना निधी

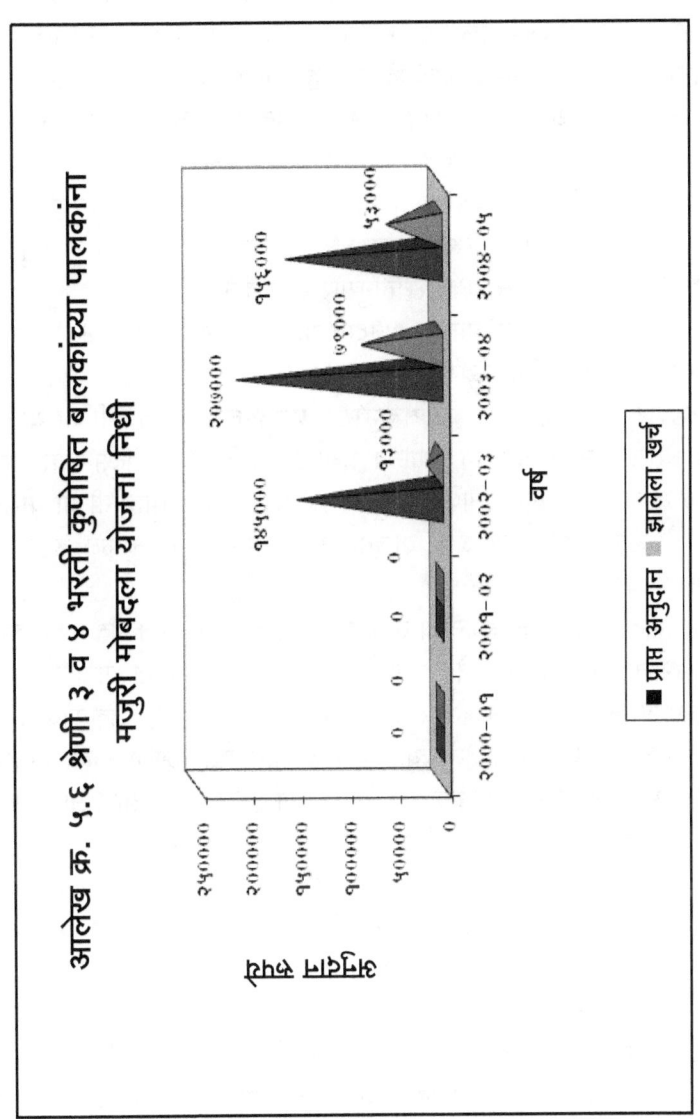

त्यांच्यावर उपचार व्हावा, त्यांचा आजार बरा व्हावा या दृष्टीने या बालकांना तेवढ्या कालावधीकरिता आरोग्य केंद्रावर भरती करून ठेवणे अत्यंत आवश्यक असते. परंतु, या बालकांच्या पालकांना इतके दिवस आरोग्य केंद्रावर भरती करून ठेवणे शक्य होत नाही. त्यामुळे काही पालकवर्ग उपचार अर्धवट सोडून कुपोषित बालकांना घरी परत घेऊन जातात. त्यामुळे काही दिवसात हे कुपोषित बालक घरीच दगावते. अशा प्रकारच्या अनेक घटना या भागात सातत्याने होत असतात. यावर नियंत्रण ठेवता यावे म्हणून शासनाने या कुपोषित भरती बालकांच्या पालकांना वास्तविक दरानुसार मजुरी मोबदला दिला गेला पाहिजे. ही योजना या भागात आणखी प्रबळ होणे गरजेचे आहे. त्यासाठी शासनाने या योजनेवर जास्तीत जास्त खर्च करावा व अनुदानाचे प्रमाण वाढवावे असे वास्तविक स्थितीनुसार स्पष्ट होते.

आदिवासी भागात मातृत्व अनुदान योजने अंतर्गत सरासरीने केवळ २% इतक्या प्रसूतीकालीन स्त्रियांनी या योजनेचा फायदा घेतला आहे, असे आकडेवारीवरून स्पष्ट होते. इतर बहुसंख्य प्रसूतीकालीन स्त्रियांनी या योजनेचा लाभ घेतलेला नाही. यावरून स्थानिक प्रशासनाची निष्क्रियता दिसून येते. भरारी पथक योजना या भागात निष्क्रि असून २५% पेक्षा कमी लाभार्थींनी या योजनेचा लाभ घेतलेला आहे. त्यामुळे ही योजना अनेक समस्यांमुळे निष्फळ ठरली आहे असेच म्हणावे लागेल.

पाडा स्वयंसेवक योजनांचा लाभ या आदिवासी भागात कमीत कमी रुग्णांना घेता आला, असे स्पष्ट होते. कारण बऱ्याच वेळा गावागावात पाडा स्वयंसेवक कार्यरत असूनही आदिवासी लोक त्यांना सहकार्य करत नाही. दाई बैठक योजनेअंतर्गत प्रसूतीकालीन स्त्रियांना पाहिजे त्या प्रमाणात लाभ घेता आला नाही. अतिदुर्गम भागात अतिजोखमीच्या प्रसूतीकालीन स्त्रियांना या दाईकडून कुठलाही लाभ मिळाला नाही. त्यामुळे बऱ्याच वेळा प्रसूतीकाळात मातांचा दुर्दैवी मृत्यू होतो.

आहार योजनांतर्गत या भागातील आदिवासी लाभार्थी प्रमाण केवळ २१% इतके कमी असल्यामुळे आहार योजना यशस्वी होऊ शकली नाही असे म्हणावे लागेल. कारण प्रसूतीकालीन स्त्रियांना व बालकांना पोषक आहार मिळणे, त्यांच्या स्वास्थ्याकरिता आवश्यक असते परंतु प्राप्त माहितीनुसार आहार योजनेचा कमीतकमी आदिवासींनीच लाभ घेतला आहे असे दिसून येते. कुपोषित श्रेणी ३ व ४ च्या बालकांच्या पालकांना मजुरी मोबदला योजना कार्यान्वित असून ही योजना अत्यल्प लाभार्थींनाच लाभ देऊ शकली आहे, असे प्राप्त माहितीवरून म्हणता येईल. कारण श्रेणी ३ व ४ मधील कुपोषित बालकांच्या मृत्यूचे प्रमाण अजूनही अधिकच असल्याचे

दिसून येते. शासनाने वरील सर्व योजनांसाठी मंजूर केलेला निधींचा आढावा पुढील तक्त्याच्या साहाय्याने घेता आला आहे.

तक्ता क्रमांक ५.१३

आदिवासी भागात योजनेकरिता मंजूर निधी व परत गेलेला निधी

अ.क्र.	वर्ष रुपयात	प्राप्त अनुदान खर्च रुपयात	प्रत्यक्ष झालेला	परत गेलेला निधी शिल्लक रक्कम रुपयात
१.	२०००-०१	७७,७१,००० (१००%)	६,३७,००० (८.२०%)	७१,३४,००० (९१.८०%)
२.	२००१-०२	८०,४८,००० (१००%)	६,५७,००० (८.१६%)	७३,९१,००० (९१.८४%)
३.	२००२-०३	३९,००,००० (१००%)	४,१४,००० (१०.६२%)	३४,८६,००० (८९.३८%)
४.	२००३-०४	८१,०५,००० (१००%)	१२,५७,००० (१५.५१%)	६८,४८,००० (८४.४९%)
५.	२००४-०५	८९,४६,००० (१००%)	२०,१५,००० (२२.५२%)	६९,३१,००० (७७.४८%)
एकूण		३,६७,७०,००० (१००%)	४९,८०,००० (१३.५४%)	३,१७,९०,००० (८६.४६%)
आधार : वार्षिक अहवाल, आरोग्य विभाग जिल्हा परिषद, अमरावती				

तक्ता क्रमांक ५.१३ नुसार अध्ययन कालावधी २०००-०१ ते २००४-०५ या पाच वर्षात अध्ययन क्षेत्र असलेल्या अमरावती जिल्ह्यातील आदिवासी भागात शासनाने विविध योजनांना निधी मंजूर केला आहे. प्राप्त झालेला निधी रु.३,६७,७०,०००/- पैकी केवळ रुपये ४९,८०,०००/- खर्च करण्यात आला आहे. त्याचे प्राप्त निधीशी प्रमाण १३.५४% इतके कमी आहे. केलेला खर्च वजा जाता शिल्लक निधी या पाचही वर्षात रुपये ३,१७,९०,०००/- शासनाला परत पाठविण्यात आला आहे. त्याचे एकूण प्राप्त निधीशी प्रमाण ८६.४६% इतके जास्त आहे.

यावरून असा निष्कर्ष निघतो की, आदिवासी भागात आदिवासींच्या आरोग्याच्या दृष्टीने पाठविण्यात येणारा शासकीय निधी गैरव्यवस्थापनामुळे पूर्णपणे खर्च केला जात नाही. तो अत्यंत अल्प प्रमाणात (१३.५४%) खर्च केला गेलेला आहे. म्हणूनच या भागात आदिवासी लाभार्थी रुग्णांना या योजनांचा कोणताही फायदा होत नाही. त्यामुळे या भागात विविध आजारांनी ग्रासलेल्या आदिवासी लोकांची संख्या सातत्याने वाढतच आहे.

शासनाने आदिवासी क्षेत्रात आरोग्याच्या काळजीबाबत महत्त्वपूर्ण उद्देशामध्ये आरोग्याची गंभीर समस्या सोडविण्याकरिता विशेष योजनांचा अंतर्भाव केला आहे. यात मातृत्व अनुदान योजना, भरारी पथक योजना, पाडा स्वयंसेवक योजना, दाई बैठक योजना, आहार योजना आणि श्रेणी – ३ व ४ भरती कुपोषित बालकांच्या पालकांना मजुरी मोबदला योजना इत्यादी अशा योजनांद्वारे आदिवासींच्या आरोग्यामध्ये सुधारणा घडवून आणण्याचा शासनाचा महत्त्वपूर्ण उद्देश आहे. या योजनांसाठी शासनाने स्वतंत्ररीत्या वार्षिक निधीची तरतूद केली आहे. परंतु, स्थानिक प्रशासकिय अधिकारी व कर्मचाऱ्यांच्या उदासीन प्रवृत्तीमुळे या सर्व योजनांवर शासनाकडून प्राप्त झालेला निधी संपूर्णपणे खर्च केला जात नाही. तो अल्पप्रमाणात खर्च केला जात असून शिल्लक निधी शासनाला परत पाठविण्यात येत असल्याचे वास्तव चित्र या भागात आहे. त्यामुळे अतिदुर्गम आदिवासी भागातील रुग्णांना या योजनेचा काहीच लाभ मिळत नाही. शासनाने आरोग्य विभागाद्वारे चालविलेल्या योजना कागदोपत्रीच राहतात असे दिसून येते. याचा परिणाम असा होतो की, या आदिवासींना झालेल्या आजारांवर योग्य वेळी औषधोपचार होत नाही, तसेच शासनाकडून जाहीर झालेली आर्थिक मदत, पौष्टिक आहार इत्यादी या आदिवासी रुग्णांपर्यंत पोहोचत नाही. ही शोकांतिका या भागात सर्वेक्षणातून स्पष्ट होत आहे.

आरोग्य विभागाकडून आदिवासी भागात या योजना कार्यान्वित केल्या गेल्या; परंतु ज्या उद्देशाने कार्यान्वित झाल्या तो उद्देश मूलतः सफल झाला नाही. असे दुर्दैवाने म्हणता येईल. कारण या योजनांची अंमलबजावणी अकार्यक्षम असल्यामुळे पाहिजे त्याप्रमाणात या योजनेचा लाभ लाभार्थींना मिळाला नाही, असे स्पष्ट होते.

प्रकरण

▮ ६ ▮

निष्कर्ष, अडचणी व शिफारशी

अमरावती विभागातील आदिवासी क्षेत्रातील आदिवासींची अर्थव्यवस्था अत्यंत मागासलेली आहे. पुरेसा शैक्षणिक, आर्थिक तसेच सामाजिक विकास न झाल्यामुळे त्यांच्या आरोग्याबाबत गंभीर समस्या निर्माण झाल्या आहेत. उदा. मलेरिया, विषमज्वर, खरुज हे आजार संसर्गजन्य असून ते या संपूर्ण आदिवासी भागात सातत्याने होत आहेत. त्यासोबतच अर्भकमृत्यू, बालमृत्यू व मातामृत्यू व इतर रोगांमुळे होणारे मृत्यू हे या भागातील विशेष आजार आहेत. त्यामुळे आदिवासींच्या जीवनात नैराश्य निर्माण झाल्याचे दिसून येते. म्हणजेच वरील मृत्यू-प्रकारांनी मृत्यू पावलेल्यांची संख्या अधिक आढळते. आदिवासी लोक उपजीविकेसाठी शेती व वनउत्पादन गोळा करणे हे प्रमुख व्यवसाय करतात. याद्वारे केवळ उदरनिर्वाहाचे साधन म्हणून त्याचा वापर केला जात आहे. उदा. शेतीमधून भात, ज्वारी, बाजरी, नाचणी, वरई इत्यादी प्रमुख पिके घेतली जातात. तसेच जंगलातील डिंक, चारोळी, लाख, मध, वनौषधी व वनस्पती इत्यादी गोळा करून ते आपला चरितार्थ चालवितात. यातून विशेष आर्थिक स्रोत निर्माण होत नाही. आदिवासी भागात वास्तव्यास आलेले मोठे व्यापारी व दलालांकडून त्यांची फसवणूक होत असल्यामुळे त्यांना पुरेसे उत्पन्न मिळत नाही. आदिवासी कष्टाळू असून श्रमाचा योग्य मोबदला प्राप्त होत नाही. अनेक आदिवासी जमातीतील लोक भूमिहीन असल्याचेही दिसून येते. निसर्गावर या आदिवासींचा दृढ

विश्वास आहे. परंतु, अंधश्रद्धा हा त्यांच्या विकासामध्ये मोठा अडसर आहे. त्यामुळे या भागातील आदिवासींचे राहणीमान निकृष्ट दर्जाचे आहे. पर्यायाने सर्वेक्षणातून असे दिसून आले की, आदिवासी रुग्ण लाभार्थ्यांच्या आरोग्य व आरोग्य सेवांबाबत मूळ अडचणी पुढीलप्रमाणे आहेत.

१) आरोग्य काळजी घेण्यासंबंधात सामाजिक व सांस्कृतिक अडचणी : दुर्गम आदिवासी भागात सामाजिक व सांस्कृतिक रूढीपरंपरेनुसार मुलींचे लहान वयात लग्न करणे, गर्भवती मातांना सकस आहार देण्याबाबत काळजी न घेणे, तसेच या भागात मुलांना होणाऱ्या हगवण, न्यूमोनिया व कुपोषण इ. आजार सातत्याने सुरू असतात. याकडे दुर्लक्ष केल्यामुळे मूल कमजोर/अशक्त होते; त्याची प्रतिकारशक्ती कमी राहते व मूल कुपोषित होते.

२) रोजगाराची समस्या : आदिवासी भागात उत्पन्न मिळविण्याचे स्रोत फार कमी आहेत. रोजगार वर्षभर राहत नाही. कदाचित रोजगार असला तरी मिळणारी मजुरी फार कमी असते. उदा. ३० ते ४० रु. यातून त्यांच्या दैनंदिन गरजा पूर्ण होत नाहीत.

३) आदिवासी भागातील आरोग्य केंद्रावरील उपलब्ध आरोग्य सेवांच्या संदर्भात अडचणी : प्राथमिक आरोग्य केंद्रांवर असणारे डॉक्टर व कर्मचारी हे बऱ्याचवेळेस स्थानिक पातळीवर उपस्थित न राहणे तसेच प्रशासकीय अधिकाऱ्यांचे दुर्लक्ष, ह्या बाबी लाभार्थी रुग्णांकरिता अडचणीच्या ठरतात व योग्य वेळी उपचार होण्यास टाळाटाळ होते.

४) आदिवासी भागातील स्थानिक राजकीय नेते व अधिकाऱ्यांच्या स्वार्थापोटी शासकीय यंत्रणेचे दुर्लक्ष : या भागात गाव स्वच्छता, शुद्ध पिण्याचे पाणी पुरविणे इ. बाबींकडे अधिकारी वर्ग स्वार्थापोटी दुर्लक्ष करतात. त्यामुळे दूषित पाणी, ग्राम स्वच्छतेचा अभाव इत्यादींमुळे गावात अतिसार, मलेरिया इत्यादी विविध आजारांचा प्रादुर्भाव होतो.

अडचणीमुळे अतिदुर्गम आदिवासी भागातील लोकांचे आरोग्य चांगले राहात नाही. त्यांच्यात आजाराचे प्रमाण जास्त आहे.

शासनाने आदिवासींच्या विकास कार्यक्रमांतर्गत आदिवासींचा राहणीमानाचा दर्जा सुधारावा या दृष्टिकोनातून शेती, शिक्षण, रोजगार व इतर सामाजिक सेवांसोबतच आरोग्याबाबतच्या योजना अंमलात आणल्या आहेत. जवळ जवळ ३२५ पेक्षा जास्त विविध प्रकारच्या योजना या आदिवासी विकास योजने अंतर्गत राबविण्यात येतात. न्यूक्लीयस बजेट या नावाने प्रकल्प अधिकाऱ्यांच्या निर्देशनाखाली विशेष केंद्रीय

अनुदानांतर्गत काही योजना राबविण्यात आल्या आहेत. विशेष कृती कार्यक्रम १९९८–९९ मध्ये शासनाने मंजूर केला आहे. त्या अंतर्गत आदिवासी भागातील रस्ते, विकास, पाणी, विद्युत, जलसिंचन, माध्यमिक शिक्षण, आश्रमशाळा दुग्धव्यवसाय व पशुसंवर्धन, पोषण व आहार, क्रीडा व सांस्कृतिक कार्यक्रम आणि आरोग्य सेवा अंतर्गत आदिवासी भागात, सुरक्षित प्रसूती, बाळाची काळजी, लसीकरण, प्रजनन आरोग्य, आरोग्य शिक्षण, दायी व पाडा स्वयंसेवक योजना, अंगणवाडी सेविका, आरोग्य प्रशिक्षण, गर्भवती मातांना अनुदान देणे, कुपोषित बालकांच्या पालकांना मजुरी देणे, बालरोगतज्ज्ञ व स्त्रीरोगतज्ज्ञांची सेवा उपलब्ध करून देणे, पावसाळ्यापूर्वी आरोग्य तपासणी कार्यक्रम व नियंत्रणात्मक उपाययोजना इत्यादींसाठी अंदाजपत्रकीय तरतूद करण्यात आली आहे. तसेच केंद्र व राज्यशासन या योजनांची फेररचना करीत आहे.

आदिवासी विकास या संकल्पने अंतर्गत विकासाच्या संख्यात्मक पैलूंचा जास्त विचार केला जात असून गुणात्मक पैलूंकडे प्रकर्षाने लक्ष न दिल्यामुळे विकासाच्या अनेक योजना या आदिवासी भागात राबवून देखील खऱ्या अर्थाने आदिवासींचा विकास साधता आलेला नाही. तसेच या अधिकाऱ्यांमधील, प्रशासकीय यंत्रणेमधील समन्वयाचा अभाव या सारख्या कारणांमुळे देखील म्हणावा तसा विकास होऊ शकला नाही. एकूणच आदिवासी लोकांचा राहणीमानाचा दर्जा निकृष्टच आहे असा निष्कर्ष या अभ्यासातून निघालेला आहे.

'अमरावती जिल्ह्यातील आदिवासी क्षेत्रातील आरोग्य सेवा विभागाची आर्थिक स्थिती' या संशोधन विषयाच्या संदर्भात मांडलेल्या गृहितांचे परीक्षण करण्यात आलेले आहे. मांडलेली गृहीतके पुढीलप्रमाणे :–

(१) आदिवासी क्षेत्रात आरोग्य विभागाकडून कुपोषित बालके व गर्भवती मातांना आर्थिक अनुदान तसेच आजारांवर उपचार करून चांगली सेवा उपलब्ध व्हावी याकरिता शासनाकडून योजना राबविण्यात येत आहेत; परंतु आदिवासींना त्याचा लाभ मिळालेला नाही.

कुपोषित बालकांच्या संदर्भात तक्ता क्र. ४.१६ ला X^2 Test च्या सूत्राचा वापर केल्यानंतर प्राप्त उत्तर ३४.५१ इतके आले. X^2 चे सारणीय मूल्य ०.०५ सार्थक स्तरावर १ स्वातंत्र्याची मात्रावर मूल्य ३.८४ आहे. प्राप्त X^2 चे मूल्य सारणीय X^2 च्या मूल्यापेक्षा जास्त असल्यामुळे असा निष्कर्ष काढता येतो की, दोन्ही पर्यायांमध्ये आलेल्या वारंवारितांमध्ये सार्थक अंतर आहे. याचा अर्थ कुपोषित लाभार्थी आणि कुपोषित अलाभार्थींचे

शासकीय योजनांचा लाभ घेण्यामध्ये सार्थक अंतर आहे. याचा अर्थ आदिवासी क्षेत्रात आरोग्य विभागाकडून कुपोषित बालकांसाठी आर्थिक अनुदान तसेच आजारांवर उपचाराकरिता चांगली सेवा उपलब्ध व्हावी याकरिता शासनाकडून योजना राबविण्यात येत आहेत, परंतु कुपोषित बालकांना त्याचा लाभ मिळालेला नाही.

गर्भवती मातांच्या संदर्भात तक्ता क्र. ४.१७ ला X^2 Test च्या सूत्राचा वापर केल्यानंतर प्राप्त उत्तर १२४.७४ इतके आले. X^2 चे सारणीय मूल्य ०.०५ सार्थक स्तरावर १ स्वातंत्र्याची मात्रावर मूल्य ३.८४ आहे. प्राप्त X^2 चे मूल्य सारणीय X^2 च्या मूल्यापेक्षा जास्त असल्यामुळे असा निष्कर्ष काढता येतो की, दोन्ही पर्यायांमध्ये आलेल्या वारंवारितामध्ये सार्थक अंतर आहे. याचा अर्थ आदिवासी गर्भवती मातांसाठी शासनाने योजना राबविली असूनही त्याचा गर्भवती मातांनी लाभ घेतलेला नाही हे सिद्ध होते.

(२) शासनाने आदिवासी क्षेत्रात आरोग्य सेवांसाठी अभिनव योजना कार्यान्वित केल्या असूनही प्रभावी व्यवस्थापनाच्या उणिवेमुळे या योजनांचा फायदा आदिवासी रुग्णांना घेता आला नाही.

तक्ता क्र. ३.३३ ला X^2 Test च्या सूत्राचा वापर केल्यानंतर प्राप्त उत्तर ५.४० इतके आले. X^2 चे सारणीय मूल्य ०.०५ सार्थक स्तरावर १ स्वातंत्र्याची मात्रावर मूल्य ३.८४ आहे. प्राप्त X^2 चे मूल्य सारणीय X^2 च्या मूल्यापेक्षा जास्त असल्यामुळे असा निष्कर्ष काढता येतो की, दोन्ही पर्यायांमध्ये आलेल्या वारंवारितांमध्ये सार्थक अंतर आहे. याचा अर्थ आदिवासी भागात प्रभावी व्यवस्थापनाच्या उणिवेमुळे योजनांचा फायदा रुग्णांना घेता आला नाही हे सिद्ध होते.

(३) आदिवासी क्षेत्रात व्यक्तींची शैक्षणिक स्थिती ही अत्यंत निकृष्ट असल्यामुळे त्यांच्यात आजारांचे प्रमाण जास्त आहे.

तक्ता क्र. ३.२६ ला X^2 Test च्या सूत्राचा वापर केल्यानंतर प्राप्त उत्तर ११.२६ इतके आले. X^2 चे सारणीय मूल्य ०.०५ सार्थक स्तरावर १ स्वातंत्र्याची मात्रावर मूल्य ३.८४ आहे. प्राप्त X^2 चे मूल्य सारणीय X^2 च्या मूल्यापेक्षा जास्त असल्यामुळे असा निष्कर्ष काढता येतो की, दोन्ही पर्यायांमध्ये आलेल्या वारंवारितांमध्ये सार्थक अंतर आहे. याचा अर्थ आदिवासी क्षेत्रातील व्यक्तींची शैक्षणिक स्थिती अत्यंत निकृष्ट असल्यामुळे त्यांच्यात आजारांचे प्रमाण जास्त आहे हे सिद्ध होते.

ही गृहीतके मांडली असून प्रत्यक्ष संशोधनातून व परीक्षणातून किती सत्य ठरलेली आहेत? याचा निष्कर्षात्मक अभ्यास केलेला आहे. या सोबतच या प्रकरणांमध्ये प्रस्तुत विषयासाठी संशोधनाची उद्दिष्टे ठरविण्यात आली होती. त्याचाही आढावा घेऊन त्यांची परिपूर्ती करण्यात आलेली आहे.

आदिवासी क्षेत्रातील आरोग्यसेवा कार्य व आर्थिक स्थितीबाबत विश्वसनीय संशोधनाचा पाठपुरावा केलेला आहे. याकरिता विभिन्न तज्ज्ञांची मते मांडण्यात आलेली आहेत. आरोग्य सेवा विभागाचे प्रशासन व व्यवस्थापन प्रकरण नं.३ मध्ये केलेला आहे. त्यानुसार असे स्पष्ट होते की, आदिवासी क्षेत्रात शासनाकडून आरोग्यसेवा पुरविण्याकरिता प्रशासकीय रचनेनुसार योजनांची अंमलबजावणी करण्यात येत आहे. त्यामध्ये पाणीपुरवठा व साफसफाई यंत्रणा, संसर्गजन्य रोगांवरील नियंत्रण, वैद्यकीय शिक्षण, प्रशिक्षण आणि संशोधन, वैद्यकीय देखभालीमध्ये अंतर्भूत मोठी इस्पितळे, दवाखाने आणि प्राथमिक आरोग्य केंद्रे, सार्वजनिक आरोग्य सुविधा, कुटुंब नियोजन कार्यक्रमाची अंमलबजावणी आणि आरोग्याबाबत अंतर्गत यंत्रणा हे सर्व विभाग पंचवार्षिक योजनेमध्ये ठरविण्यात आले होते. त्यानुसार आदिवासी भागातील आरोग्याबाबत असणारी भीषण समस्या दूर करण्याचा शासनाकडून प्रयत्न केला जात आहे.

स्थानिक स्वराज्य संस्था आणि जिल्हा आरोग्य अधिकारी यांच्या संगनमताने योजनांची अंमलबजावणी करण्यात येत आहे. ही अंमलबजावणी करताना काही अडचणी उद्भवतात. त्या दूर करण्यासाठी विशिष्ट उपाययोजना राबविल्या जातात. त्यामध्ये वेळोवेळी प्रशासकीय स्तरावर आढावा बैठकीचे आयोजन करून, राबविण्यात येणाऱ्या कार्यक्रमांचे नियोजन करून उद्दिष्टानुरूप चर्चेच्या आधारे इतिवृत्त तयार करण्यात येते. इतिवृत्तामध्ये कार्यक्रमानुरूप निश्चित केलेल्या निधीचे वाटप व कार्यक्रमाची अंमलबजावणी कशा प्रकारे करण्यात यावी या संदर्भात कार्यक्रम पत्रिका तयार करण्यात येते. कार्यक्रम राबवीत असताना अडचणी निर्माण झाल्यास त्या कोणत्या मार्गाने सोडविता येतील याचाही उल्लेख करण्यात येत असतो. आदिवासी करिता योजना राबवीत असताना एकात्मिक आदिवासी विकास प्रकल्प अधिकारी धारणी यांच्याकडून आदिवासी क्षेत्रातील सर्व घटक कार्यक्रमांची अंमलबजावणी करणाऱ्या अधिकाऱ्यांमध्ये समन्वय तसेच संनियंत्रण ठेवण्याचे प्रयत्न केले जातात. तसेच संबंधित जिल्हाधिकारी व जिल्हा परिषदेचे मुख्य कार्यकारी अधिकारी यांच्याकडून या कार्याच्या अंमलबजावणीची नोंद घेण्यात येत असते. याद्वारे एकात्मिक बाल विकास सेवा योजनेद्वारा गाव पातळीवर समिती स्थापन करण्यात येत आहे. इत्यादी कार्यक्रम आरोग्य सेवा विभागाचे प्रशासन व व्यवस्थापना अंतर्गत केले जात आहेत.

अध्ययन क्षेत्र असलेले अमरावती जिल्ह्यातील आदिवासी क्षेत्रातील आरोग्य सेवा केंद्रांच्या कार्यपद्धती नुसार या भागात प्राथमिक आरोग्य केंद्रांकडून मलेरिया रोगाचे निर्मूलन करणे, आदिवासी विद्यार्थ्यांना क्ष-किरण व प्रयोगशाळा याचे प्रशिक्षण देणे खरुज, हगवण, गलगंड, कुपोषण इत्यादी रोगांचे निर्मूलन करण्याच्या उद्देशाने उपचारात्मक सुविधा देणे, आश्रमशाळेतील विद्यार्थ्यांची वैद्यकीय तपासणी करणे व आरोग्य मार्गदर्शकाची नेमणूक करून त्यांना प्रशिक्षण देणे ही कार्ये केली जात आहेत.

अध्ययन क्षेत्रात संशोधकाने सर्वेक्षण केले असता त्यातून वास्तविक स्थिती स्पष्ट झालेली आहे. तक्ता क्रमांक ३.१, ३.२, ३.३ च्याद्वारे नमुना म्हणून घेतलेल्या १५ प्राथमिक आरोग्य केंद्रांवर आदिवासींना आरोग्य सेवा पुरविण्याकरिता वैद्यकीय अधिकारी (डॉक्टर) व आरोग्य कर्मचारी कार्यरत आहेत. प्राथमिक आरोग्य केंद्रानुसार येणाऱ्या आदिवासी लोकसंख्येच्या तुलनेत स्थायी स्वरूपातील डॉक्टर व कर्मचाऱ्यांची पदे ही शासकीय निकषाच्या तुलनेने अत्यंत कमी दिसून आलेली आहेत. शासकीय निकषानुसार आदिवासी भागात प्रती ६००० लोकसंख्येला १ डॉक्टर, १ कर्मचारी, २ चतुर्थश्रेणी कर्मचारी असे प्रमाण आहे. परंतु, अमरावती जिल्ह्यातील आदिवासी भागात प्राथमिक आरोग्य केंद्रानुसार येणारी लोकसंख्या ही ४९००० पर्यंत असून तेथे कार्यरत फक्त १ वैद्यकीय अधिकारी, २ डॉक्टर, १ तंत्रज्ञ, २ परिचारिका, १ भांडारपाल आणि २ चतुर्थश्रेणी कर्मचारी असे एकूण ९ कर्मचारी कार्यरत आहेत. यावरून असा निष्कर्ष निघतो की या भागात प्राथमिक आरोग्य केंद्रांशी असणारी लोकसंख्या व त्यांचे कार्यरत डॉक्टर व आरोग्य कर्मचारी यांच्याशी असलेले प्रमाण हे फक्त ०.०१८% असल्याचे दिसून आले. म्हणूनच दुर्गम आदिवासींपर्यंत या ठिकाणची आरोग्य सेवा तसेच आजारी रुग्णांवर उपचारात्मक सुविधा मुळीच पोहचत नाहीत, असे सिद्ध होते. सोबत या भागातील अस्थायी पदे व रिक्त पदे याचे प्रमाण सुद्धा मोठे आहे. त्यामुळे या भागात आजारांमुळे मृत्यूची संख्या मोठी आहे.

आदिवासी क्षेत्रात प्राथमिक आरोग्य केंद्रावर कार्यरत असणाऱ्या डॉक्टरांच्या शैक्षणिक पात्रतेबाबत पाहणी केली असता असे दिसून आले की त्यांचे बी.ए.एम.एस. आणि एम.बी.बी.एस. असे शिक्षण झालेले आहे. यामध्ये एम.बी.बी.एस. असणाऱ्या डॉक्टरांचे प्रमाण (तक्ता क्र. ३.४ नुसार) फक्त १२.२०% आहे. तर बी.ए.एम.एस. शिक्षण घेतलेल्या डॉक्टरांचे प्रमाण ८७.८०% इतके जास्त आहे. यावरून असा निष्कर्ष निघतो की, एम.बी.बी.एस. शिक्षण घेतलेले तज्ज्ञ डॉक्टर या आदिवासी भागात आरोग्य सेवा देण्यास इच्छुक नसतात. त्यामुळे बी.ए.एम.एस. या डॉक्टरांचे प्रमाण जास्त आहे. त्यामुळे आदिवासी लोकांना तज्ज्ञ डॉक्टरांची सेवा मिळत नाही.

ही दुर्दैवाची बाब आहे. म्हणून या भागात नेहमीच आजारांचे मोठे प्रमाण व त्यामुळे होणाऱ्या मृत्यूंची संख्या जास्त आहे असे स्पष्ट होते.

तक्ता क्रमांक ३.७ नुसार अध्ययन क्षेत्र असलेल्या आदिवासी भागातील प्राथमिक आरोग्य केंद्रांवर उपचारांसाठी येणाऱ्या रुग्णांमध्ये विविध आजार आढळतात. त्यामध्ये न्यूमोनिया असणारे रुग्ण ७३.३३%, अतिसार असणारे रुग्ण ८६.६७%, मलेरिया असणारे रुग्ण ९३.३३% इतके जास्त असून सोबतच बालरुग्णांमध्ये कुपोषणाचे प्रमाण जास्त आढळते. या आजारांवर तज्ज्ञ डॉक्टरांकडून उपचार होत नसल्यामुळे हे आजार सातत्याने होत राहतात. परिणामी या रुग्णांचा उपचाराअभावी मृत्यू होतो. असा निष्कर्ष निघतो.

आदिवासी लोकांमध्ये सामाजिक पगडा, मुलं ही देवाची देणगी आहे, मुलगा म्हातारपणाचा आधार आहे, अशा कारणांमुळे हे आदिवासी रुग्ण कुटुंबनियोजनाला सहकार्य करत नाहीत. तक्ता क्र. ३.१० नुसार ६०% आदिवासी या कुटुंबनियोजनाला पूर्णपणे विरोध करतात. तसेच डॉक्टरांनी केलेल्या कुटुंबनियोजनाबाबत प्रबोधनात्मक सूचनांकडे दुर्लक्ष करतात. त्यामुळे याचा परिणाम असा होतो की,अशक्त माता, अशक्त बालक आणि यातूनच माता मृत्यू, अर्भक मृत्यू आणि बालमृत्यू या भागात होत आहेत असा निष्कर्ष निघतो. अध्ययन क्षेत्र असलेल्या आदिवासी भागात दुर्गम व अती दुर्गम गावातील किंवा पाड्यातील आदिवासी आजारी रुग्ण प्राथमिक आरोग्य केंद्रांवर उपचारासाठी येत नाहीत. कारण त्यांच्यामध्ये अंधश्रद्धा, आर्थिक अडचण, वाहतुकीची साधने उपलब्ध नसणे आणि घरगुती उपचारांवर भर देणे इत्यादींमुळे हे आदिवासी रुग्ण उपचारांसाठी आरोग्य केंद्रावर येत नाहीत. तक्ता क्र. ३.१४ नुसार ५३.३५% आदिवासी रुग्ण अंधश्रद्धा व डॉक्टरी उपचारांवर विश्वास नसल्यामुळे आरोग्य केंद्रांवर उपचारासाठी येत नाहीत. तसेच १३.१३% घरगुती उपचारांवर भर देणारे आदिवासी रुग्ण आहेत. त्यासोबतच आर्थिक अडचण, ही या भागातील प्रमुख समस्या आहे. याचा परिणाम असा होतो की योग्य उपचार न मिळाल्यामुळे आदिवासी रुग्ण सतत आजारी राहतात व त्यातच त्यांचा मृत्यू होतो. यावरून निष्कर्षात्मक असे सांगता येईल की आदिवासींमधील प्रथा, परंपरा, अंधश्रद्धा व डॉक्टरी उपचारांवर विश्वास नसल्यामुळे आरोग्य केंद्रांवर उपचारासाठी आदिवासी रुग्ण येत नाहीत. आदिवासींमधील प्रथा, परंपरा, अंधश्रद्धा व डॉक्टरी उपचारांवर विश्वास नसणे; यामुळे आजारातून आदिवासी लोकांचा मृत्यू होतो. कार्यरत असणारी शासकीय यंत्रणा उदा. आरोग्य विभाग, पाणी पुरवठा विभाग आणि ग्रामस्वच्छता विभाग तसेच प्रबोधनात्मक सूचना इत्यादी ठळक मुद्द्यांकडे शासकीय यंत्रणा दुर्लक्ष करीत आहे असे स्पष्ट होते.

तक्ता क्र. ३.२९ नुसार आदिवासींच्या बालकांमध्ये कुपोषणाचे प्रमाण दिसून येते. 'अ' श्रेणीमध्ये ४०% आणि 'ब' श्रेणीमध्ये ३३.३३% इतके प्रमाण निदर्शनास येते. यावरून असा निष्कर्ष निघतो की योग्य डॉक्टरी उपचारांच्या अभावी कुपोषित 'अ' श्रेणीतील बालके यांचा आजार बरा न होता कुपोषित 'ब' श्रेणीमध्ये जातात. या 'ब' श्रेणीत असणाऱ्या कुपोषित बालकांवर योग्य वेळी तज्ज्ञ डॉक्टरांकडून औषधोपचार न झाल्यामुळे कुपोषित श्रेणी 'क' आणि 'ड' मध्ये जी बालके जातात त्यांचा मृत्यू होतो. परिणामी या आदिवासी भागात योग्य औषधोपचार न मिळाल्यामुळे, कुपोषणामुळे बालमृत्यूंची संख्या वाढत आहे.

संशोधकाने नमूद केलेल्या नमुना अध्ययनाच्या विश्लेषणातून असे स्पष्ट होते की, प्राथमिक आरोग्य केंद्रांवर उपचारांकरिता येणारे आदिवासी लाभार्थी रुग्णांचे वय वर्गीकरणानुसार मांडलेले आहे. या वर्गीकरणाचे चार गट केलेले आहेत. त्यात अनुक्रमे ० ते २० वर्षे, २१ ते ४० वर्षे, ४१ ते ६० वर्षे व ६० वर्षांचे वर असून ० ते २० वर्षे या वयोगटातील लाभार्थी आदिवासी रुग्णांचे शेकडा प्रमाण हे इतर तीन गटांच्या तुलनेत सर्वात जास्त आहे ते ५०.९३% आहे. (तक्ता क्र. ४.१ नुसार) यावरून असे स्पष्ट होते की बहुतांश आजारी रुग्ण हे ० ते २० वर्षे या वयोगटात दिसून येतात. कारण या वयोगटात ० ते १ वर्ष व १ ते ५ वर्ष या वयातील बालके सातत्याने कुपोषण, न्यूमोनिया, हगवण, गोवर, पोलिओ, सर्दी, थंडीताप इत्यादी आजारांनी त्रस्त आहेत. तसेच २० वर्षे वयापर्यंतच्या गर्भवती माता ह्या अशक्तपणा, हिवताप व इतर संसर्गजन्य आजार इत्यादींमुळे त्रस्त आहेत व त्या उपचारांकरिता आरोग्य केंद्रात दाखल झालेल्या आहेत. ही परिस्थिती उद्भवण्यासाठी काही कारणे आढळतात. अतिदुर्गम आदिवासी गावात प्राथमिक आरोग्य केंद्र व उपकेंद्र उपलब्ध नसणे, रुग्णांवर उपचारांसाठी आवश्यक त्या सुविधा नसणे, तज्ज्ञ डॉक्टर, प्रशिक्षित परिचारिका, पूरक औषधींचा साठा, खाटांची संख्या जास्त नसणे, ऑक्सिजन सिलेंडरची व्यवस्था नसणे, रक्त पेढीची उपलब्धता नाही, गावात शुद्ध पिण्याचे पाणी उपलब्ध नाही, गावात गरजेएवढे अन्नधान्य उपलब्ध होत नाही, त्यासोबतच स्वच्छतेचा अभाव इत्यादी कारणांमुळे आदिवासी दुर्गम भागात संसर्गजन्य आजारांचे प्रमाण नेहमीच जास्त आहे. असा निष्कर्ष निघतो.

केलेल्या पाहणीनुसार दुर्गम आदिवासी भागात आजारी रुग्ण हे मोठ्या प्रमाणात वैदू, जडीबुटी व भूमका या औषधोपचार पद्धतीचा मोठ्या प्रमाणात उपयोग करतात. प्राथमिक आरोग्य केंद्रांवरील डॉक्टर विविध आजारांवरील रुग्णांवर उपचार करीत असताना गोळ्या व इंजेक्शन या औषध प्रकारांवर जास्तीत जास्त भर देतात. परंतु,

या औषधोपचार प्रकारानुसार रुग्णांचा आजार पाहिजे त्या प्रमाणात बरा होत नाही. म्हणजेच तज्ज्ञ डॉक्टरांची उपलब्धता नसल्यामुळे आजारांवर योग्य औषधोपचार होत नाही. हे सिद्ध होते; म्हणून आदिवासी भागात आजारांचे प्रमाण जास्त आहे.

संकलित माहितीनुसार स्वच्छतेबाबत आदिवासी लोकांकडून घेण्यात येणारी काळजी यासंबंधी पिण्याचे शुद्ध पाणी, शारीरिक स्वच्छता, परिसर स्वच्छता, मुलांचे आरोग्य व त्यासाठी घेतल्या जाणाऱ्या स्वच्छतेबाबत काळजी इत्यादी संबंधित फक्त २६.४९% (तक्ता क्र. ४.१४ नुसार) आदिवासी लोक काळजी घेत आहेत. म्हणजेच ७३.५१% लोक काळजी घेत नाहीत. त्यामुळे या भागात सातत्याने संसर्गजन्य आजार होत आहेत.

शासनाकडून आदिवासी भागात कुपोषणाच्या नियंत्रणाबाबत कार्यक्रम राबविले जात आहेत. त्या अनुषंगाने तक्ता क्र. ४.१८ नुसार ५०९ नमुना आदिवासी लाभार्थी रुग्णांनी असे सांगितले की कुपोषित बालकाच्या आहाराबाबत विशेष काळजी घेतली जात नाही. तसेच कुपोषित बालकांना उपचारासाठी योग्य वेळी प्राथमिक आरोग्य केंद्रावर आणण्याबाबत टाळाटाळ करतात. अशा लाभार्थी रुग्णांचे एकूण रुग्णांशी प्रमाण ९४.९६% इतके जास्त आहे. यावरून असा निष्कर्ष निघतो की अतिदुर्गम आदिवासी भागात आरोग्याबाबत घेतली जाणारी काळजी, कुपोषित बालकांच्या संबंधात विशेषत्वाने काळजी घेतली जात नाही. त्यामुळे या भागात अर्भक मृत्यू व बालमृत्यू यांची संख्या दरवर्षी वाढत आहे.

आदिवासी भागात पिण्याच्या पाण्याकरिता उपलब्ध साधने मुख्यतः नदी व विहीर असे असून त्याद्वारे पुरविण्यात येणारे पिण्याचे पाणी स्वच्छ राहात नाही. तसेच शुद्ध पिण्याच्या पाण्याकरिता वापरण्यात येणारी द्रव्ये उपलब्ध राहात नाहीत. त्यामुळे या भागातील आदिवासींना अशुद्ध पिण्याचे पाणी वापरावे लागते. परिणामी हे लोक विविध संसर्गजन्य आजारांना बळी पडतात. या कारणांमुळेच या भागात आजार सातत्याने होत आहेत; असे स्पष्ट होते. या सोबतच सार्वजनिक स्वच्छतेकरिता उपलब्ध सोयी व सुविधा आवश्यक त्या प्रमाणात उपलब्ध नाहीत. उदा. सुलभ शौचालय, सार्वजनिक शौचालय, सफाई कामगार इत्यादी स्वरूपाच्या सोयी या भागात उपलब्ध नाहीत व त्यामुळे शासनाने जरी संपूर्ण महाराष्ट्रात संत गाडगेबाबा स्वच्छता अभियान राबविले असले तरी अतीदुर्गम आदिवासी भागात सार्वजनिक स्वच्छतेच्या कुठल्याही सोयी उपलब्ध नाहीत. त्यामुळे या भागात घाणीचे साम्राज्य मोठ्या प्रमाणात आहे. याचा परिणाम असा होतो की संसर्गजन्य आजार दूषित वातावरणातून पसरतात. त्यामुळे या भागात आजारी रुग्णांचे मोठे प्रमाण दिसून येते.

तक्ता क्र. ४.१० नुसार अध्ययन क्षेत्र असलेल्या आदिवासी भागातील बहुतांश आदिवासी लाभार्थी रुग्ण पान, गुटखा, विडी, तंबाखू, दारू, ताडी, तसेच इतर नशा करणारे आढळून आलेले आहेत. सर्वेक्षणातून ६२.६९% आदिवासी हे दारू, ताडी व इतर नशा करणारे आहेत. तर जवळपास ३८% आदिवासी विडी, तंबाखू, पान, गुटखा यांचे नियमित सेवन करणारे आढळले. नशा घेत असलेल्या लाभार्थी रुग्णांवर औषधोपचाराचा मुळीच फायदा होत नाही. त्यामुळे अशा रुग्णांचा आजार बरा न होता तो आणखी वाढत जातो व त्यातून अशा रुग्णांचा मृत्यू होतो असे निष्कर्षातून स्पष्ट होते.

तक्ता क्रमांक ४.६ नुसार ७३.१३% आदिवासी लाभार्थी रुग्ण हे दुर्गम भागात असणाऱ्या त्यांच्या गावापासून प्राथमिक आरोग्य केंद्रांपर्यंत पायी जाणे-येणे करतात कारण इतर वाहतुकीची साधने या भागात उपलब्ध नसल्यामुळे त्यांना पायी जाणे-येणे करावे लागते. बऱ्याच वेळा अत्यंत आजारी रुग्णांचा वाटेतच मृत्यू होतो. अशा अनेक घटना या भागात घडत आहेत. हे वास्तविक चित्र आहे. निष्कर्षानुसार असे म्हणता येईल की या भागात दुर्गम भागातील गावांपर्यंत आरोग्याच्या सोयीसुविधा अजूनपर्यंत पोहचलेल्या नाहीत. तसेच वाहतुकीच्या साधनांची कुठलीही व्यवस्था प्राथमिक आरोग्य केंद्रांवर उपलब्ध नसल्यामुळे ही भीषण परिस्थिती या भागात वर्षानुवर्षे चालत आलेली आहे. यावरून शासनाचे या भागाकडे अत्यंत दुर्लक्ष होत असल्याचे पूर्णपणे जाणवत आहे.

आरोग्यविषयक योजनांची सद्य:स्थिती व स्वरूप या पाचव्या प्रकरणामध्ये अध्ययन क्षेत्र असलेल्या आदिवासी भागात आरोग्य विषयक योजना, या योजनांचा लाभ घेणारे लाभार्थी आणि या योजनांकरिता शासनाकडून प्राप्त निधी व झालेला खर्च तसेच उर्वरित शिल्लक निधी परत पाठविण्यात आलेला आहे. या प्रकरणामध्ये आदिवासी क्षेत्रात शासनाने खास योजना राबविल्या असून त्यामध्ये मातृत्व अनुदान योजना, भरारी पथक योजना, पाडा स्वयंसेवक योजना, दाई बैठक योजना, आहार योजना आणि श्रेणी ३ व ४ भरती कुपोषित बालकांच्या पालकांना मजुरी मोबदला योजना इत्यादींच्या अभ्यासातून पुढील निष्कर्ष मांडलेले आहेत.

तक्ता क्र. ५.१ नुसार मातृत्व अनुदान योजना या अंतर्गत २००० ते २००५ या कालावधीत अनुक्रमे ५.३१%, ४.०८%, १.४६%, ३.१७% आणि २.८२% इतक्या कमी आदिवासी रुग्णांनी लाभ घेतलेला आहे. कारण कार्यरत अधिकारी व कर्मचाऱ्यांनी दुर्लक्ष केल्यामुळे या योजनेवर या पाच वर्षांत अनुक्रमे ७%, ५.२५% , ६.६७% , ३.२९% आणि २५.६३% असा अल्प निधी खर्च करण्यात आला. (तक्ता

क्र. ५.२ नुसार) उर्वरित निधी शासनाला परत करण्यात आला आहे. यावरून असा निष्कर्ष निघतो की या भागातील आदिवासी रुग्णांना स्थानिक निष्क्रिय प्रशासन व व्यवस्थापनामुळे पूर्णपणे लाभ घेता आला नाही. परिणामी या भागात मातामृत्यूंची संख्या वाढत असल्याचे निदर्शनास आले आहे.

तक्ता क्र. ५.४ नुसार भरारी पथक योजना या अंतर्गत २000 ते २00५ या पाच वर्षांत अनुक्रमे १२.५४%, १३.९७%, ८.६७%, १0.६९%, ११.४२% इतका अल्प निधी खर्च करण्यात आला व उर्वरित शिल्लक निधी शासनाला परत करण्यात आला. दुर्गम व अतिदुर्गम आदिवासी गावांकरिता कार्यरत असणाऱ्या भरारी पथक योजनेकरिता मोठ्या प्रमाणात निधी मंजूर झाला असला तरी प्रशासनाच्या अकार्यक्षम अंमलबजावणीमुळे या भागातील आदिवासी रुग्णांना याचा मुळीच लाभ झालेला नाही.

तक्ता क्र. ५.६ नुसार पाडा स्वयंसेवक योजने अंतर्गत २000 ते २00५ या कालावधीत अनुक्रमे १२.४९%, ९.४४%, १६.५३%, ३८.७७%, ३६.९६% इतका निधी खर्च करण्यात आला. उर्वरित शिल्लक निधी शासनाला परत करण्यात आला आहे. अध्ययन क्षेत्र असलेल्या दुर्गम व अतिदुर्गम आदिवासी गावातील लोकांपर्यंत आरोग्य सेवा व सुविधा पोहचविण्याकरिता प्रत्येक गावात एका आदिवासी युवकाची पाडा स्वयंसेवक म्हणून नेमणूक करून त्याच्याकडून आजारी रुग्णांची माहिती तत्परतेने मिळविणे व आजारी रुग्णांपर्यंत आरोग्य सेवा प्राथमिक आरोग्य केंद्रांकडून पोहचविणे या उद्देशाने ही योजना या भागात राबविली जात आहे. परंतु, निष्क्रिय अंमलबजावणीमुळे ही योजना या भागात निकामी ठरली आहे.

तक्ता क्र. ५.८ नुसार दाई बैठक योजना शासनाकडून आदिवासी गर्भवती मातांकरिता राबविण्यात येत आहे. यासाठी एका गावाकरिता एक आदिवासी स्त्री दाई म्हणून नियुक्त केली जाते व तिला मानधन देण्यात येत असते. या योजनेकरिता अध्ययन कालावधीत २000 ते २00५ या पाच वर्षांत अनुक्रमे ७.६९%, ३.५0%, १0.५0%, १५.३८% आणि १0% असा निधी खर्च करण्यात आला व उर्वरित शिल्लक निधी शासनाला परत करण्यात आला आहे. या योजनेवर अत्यंत कमी खर्च करण्यात आल्यामुळे ही योजना पूर्णपणे यशस्वी झाली नाही. त्यामुळे या भागात प्रसूती कालावधीत स्त्रियांचा मृत्यू होत आहे.

तक्ता क्र. ५.१0 नुसार आहार योजने अंतर्गत अध्ययन कालावधीतील २00२-0३, २00३-0४, २00४-0५ या तीन वर्षात ही योजना कार्यान्वित होती. त्यासाठी अनुक्रमे १४.४४%, ३३.३३% आणि १२.५0% असा खर्च करण्यात

आला आहे व उर्वरित शिल्लक रक्कम पूर्णपणे शासनाला परत करण्यात आली आहे. या योजनेवर झालेला खर्च पाहता या योजनेचा लाभ दुर्गम आदिवासी रुग्णांना मिळाला नाही. त्यामुळे या भागात पौष्टिक आहाराची कमतरता ही प्रमुख समस्या आहे. त्यामुळे उपाशी पोटी काम करणे, गर्भवती मातांना शारीरिक अशक्तता येणे व माता बरोबर बालक कुपोषित होणे इत्यादी समस्या भीषण असून, शासनाच्या दुर्लक्षामुळे या भागात मातामृत्यू आणि बालमृत्यू होत आहेत.

तक्ता क्र. ५.१२ नुसार श्रेणी ३ व ४ भरती कुपोषित बालकांच्या पालकांना मजुरी मोबदला योजना याद्वारे अध्ययन कालावधीतील २००२-०३, ०३-०४, आणि २००४-०५ या कालावधीत अनुक्रमे ८.९७%, ३८.१६%, आणि ३३.९७% इतका कमी खर्च करण्यात आला. या भागातील ही भीषण समस्या असून कुपोषित बालकांचा मृत्यू मोठ्या प्रमाणात होत आहे. परंतु या भागातील स्थानिक पातळीवरील प्रशासकीय यंत्रणेच्या निष्क्रियतेमुळे ही योजना यशस्वी होऊ शकली नाही. परिणामी दरवर्षी या भागात कुपोषित बालकांच्या मृत्यूचे तांडव राहते. म्हणून शासनाचे अक्षम्य दुर्लक्ष या परिस्थितीसाठी कारणीभूत आहे असे निष्कर्षाप्रत म्हणता येईल.

अभ्यासाअंती संशोधन विषयाच्या संदर्भात प्रामुख्याने पुढील अडचणी आढळून आल्यात :-

अ) रोजगाराची समस्या :

अतिदुर्गम आदिवासी भागात उत्पन्न मिळविण्याचे स्त्रोत फारच कमी आहेत. रोजगार वर्षभर राहात नाही. मिळणारी मजुरी फार कमी असते. उदा. ३० रु. किंवा ४० रु. यातून त्यांच्या दैनंदिन गरजा पूर्ण होत नाहीत. बऱ्याच वेळी तालुका किंवा जिल्ह्याच्या ठिकाणी रोजगाराकरिता जावे लागते. यात मिळेल ते काम करणे, योग्य मजुरी दर न मिळणे , मालक वर्गाकडून शोषण इत्यादी अनेक कारणांमुळे त्यांना दैनंदिन आवश्यक गरजांना मुकावे लागते. तसेच पावसाळ्याच्या दिवसात त्यांना रोजगार मिळत नाही. हे चार महिने त्यांना अन्नधान्य मिळणे कठीण होते. हे आदिवासी झाडाचा पाला, कंदमुळे, रानभाज्या, मोहाची फुले, आंबिल इत्यादी खाऊन स्वत:ची उपासमार टाळतात. अशा परिस्थितीमुळे आदिवासींनी स्वत:च्या आरोग्याकडे दुर्लक्ष करण्यापलीकडे त्यांच्याजवळ पर्याय नसतो. पर्यायाने या अतिदुर्गम आदिवासी भागात मृत्यूचे प्रमाण अधिक असते. रोजगाराचा अभाव व उत्पन्नाची टंचाई ही समस्या गंभीर स्वरूपात असल्याचे दिसून येते.

ब) आदिवासी भागातील आरोग्य केंद्रावरील उपलब्ध आरोग्य सेवांच्या संदर्भात समस्या :

१. अनुसूचीद्वारा प्राप्त उत्तरानुसार ही समस्या फारशी दिसत नाही; परंतु आदिवासी भागातील नमुना प्राथमिक आरोग्य केंद्रांवर असणारे वैद्यकीय अधिकारी (डॉक्टर्स) व आरोग्य कर्मचारी हे काही वेळेस स्थानिक पातळीवर न राहणे, तसेच प्रशासकीय अधिकाऱ्यांचे दुर्लक्ष, ह्या बाबी लाभार्थी रुग्णांकरिता अडचणीच्या ठरतात त्यामुळे योग्य वेळी उपचार होण्यास टाळाटाळ होते. (संदर्भ तक्ता क्र. ४.११)

२. आदिवासी भागात प्राथमिक आरोग्य केंद्रांवर उपचाराच्या वेळी 'रक्त पुरवठा' याची मोठी गरज असते. परंतु, आदिवासी भागात १०० ते १५० कि.मी. अंतरावरून रक्त उपलब्ध करून घ्यावे लागते. अशा प्रसंगी 'रक्त पेढी' ची गरज असून सुद्धा या भागात व्यवस्था नसल्यामुळे वैद्यकीय उपचारात बरीच अडचण येते. अशा प्रसंगी रुग्ण दगावल्याच्या अनेक घटना घडत असतात. ही मोठी उणीव या भागात आरोग्य सेवा संदर्भात दिसून येते.

३. अतिदुर्गम आदिवासी गावात किंवा पाड्यांमध्ये राहणाऱ्या आदिवासी लोकांना आरोग्य सेवा पुरविण्यामध्ये डॉक्टर व आरोग्य कर्मचारी दुर्लक्ष करतात. त्यामुळे आदिवासींना होणाऱ्या आजारांमध्ये वाढ होत राहते.

४. गंभीर आजारी आदिवासी रुग्णास प्राथमिक आरोग्य केंद्रावर पुरेसा तज्ज्ञ कर्मचारी वर्ग उपस्थित राहत नसल्यामुळे रुग्णाच्या आजाराचे निदान होत नसल्यामुळे उपस्थित कर्मचारी भरती करून घेण्यास टाळाटाळ करतात.

५. आदिवासी लोकांचे (रुग्णाचे) गाव ते प्राथमिक आरोग्य केंद्र यांचे अंतर १५ ते ४० कि.मी. इतके जास्त असल्यामुळे रुग्णांना उपचाराकरिता आरोग्य केंद्रांवर जाणे गैरसोईचे होते.

६. काही प्राथमिक आरोग्य केंद्रांवरील उपलब्ध वाहतूक व्यवस्थेकरिता जुन्या दराप्रमाणेच भरणपोषण खर्चाची तरतूद करण्यात येते. त्यानंतरच्या दरात वाढ झाल्यामुळे वाहन व्यवस्था सुचारू पद्धतीने चालविता येत नाही. आणि त्याचा परिणाम आरोग्य सेवा देण्यावर होतो.

७. गाव तेथे रस्ता या शासकीय योजनेनुसार अजूनपर्यंत आदिवासी भागातील काही गावांमध्ये रस्ते उपलब्ध नसल्यामुळे त्या ठिकाणी वाहतुकीच्या साधनांचा उपयोग होत नाही. परिणामतः आदिवासी रुग्णांना प्राथमिक

आरोग्य केंद्रांपर्यंत पोहोचता येत नाही. ही समस्या मोठ्या प्रमाणात दिसून येते.

८. शासनाने दिलेले मातृत्व अनुदान व कुपोषित बाल रुग्णांना अर्थसाहाय्य, गरजू आदिवासींना त्यांच्या अज्ञानामुळे मिळत नाही. अर्थसाहाय्याच्या अभावाने आजारी बालरुग्ण व गर्भवती माता हे स्वतःची काळजी घेण्यासाठी सक्षम ठरत नाहीत. त्यामुळे आजही या भागात माता मृत्यूचे प्रमाण मोठ्या प्रमाणात आहे. हा एक ज्वलंत प्रश्न आहे.

९. आरोग्य सेवा विभागाकडून आदिवासी भागात रुग्णांना अत्याधुनिक वैद्यकीय सुविधा व विभिन्न प्रशासकीय अडचणींमुळे उपलब्ध होत नाही. त्यामुळे गंभीर आजारी रुग्णांवर योग्य उपचार होत नाहीत.

१०. शासनाकडून आदिवासी गावात प्राथमिक आरोग्य केंद्रावर तात्पुरत्या स्वरूपात डॉक्टरांची नेमणूक तक्ता क्र. ३.२ नुसार कंत्राटी पद्धतीने निश्चित वेतनावर करण्यात आलेली आहे. व कर्मचाऱ्यांच्या वेतन पद्धतीमध्ये अनिश्चितता असल्यामुळे प्राथमिक आरोग्य केंद्रातील कार्यक्षमतेने काम करू शकत नाहीत ही बाब खेदाची आहे. त्यामुळे आदिवासी आजारी रुग्णांना तज्ज्ञ डॉक्टरांची व सक्षम आरोग्य सेवा मिळत नाही.

११. कार्यरत असलेले कर्मचारी त्यांच्या खाजगी कारणांमुळे मुख्यालयाला हजर राहात नाहीत. त्यामुळे रुग्णांना ते योग्य सेवा देऊ शकत नाहीत.

१२. विभिन्न योजना निहाय निधी हा उपलब्ध होतो. परंतु, तक्ता क्र. ५.२ वरून निष्कर्ष निघत आहे की, त्या निधीचा वापर केला जात नाही व तो निधी शासनाला परत पाठविला जातो. ही अत्यंत गंभीर समस्या आहे.

क) आरोग्य काळजी घेण्यासंबंधात सामाजिक व सांस्कृतिक समस्या :

१. दुर्गम आदिवासी भागात सामाजिक व सांस्कृतिक रूढी परंपरेनुसार मुलींचे लहान वयात लग्न करणे, गर्भवतीला सकस आहार देण्याबाबत काळजी न घेणे, बाळाच्या आरोग्याची काळजी न घेणे, त्यामुळे आदिवासी गाव तसेच पाड्यात आरोग्याबाबत मोठी अडचण दिसून येते.

२. आदिवासी भागात मुलांना होणाऱ्या हगवण, न्यूमोनिया इत्यादी आजार सातत्याने सुरू असतात. ह्याकडे दुर्लक्ष केल्यामुळे मूल कमजोर/अशक्त होते त्याची प्रतिकार शक्ती कमी राहते व हे मूल कुपोषित होते.

३. शैक्षणिक दृष्ट्या आदिवासी हे मागासलेले आहेत. त्यांच्या अपत्यांना दिल्या

जाणाऱ्या शिक्षणपद्धतीतही दोष दिसून येतो. बऱ्याच वेळी बहुवर्गांना एकाच खोलीत एकच शिक्षक शिकवितो. त्यामुळे आदिवासींची मुले शैक्षणिकदृष्ट्या विकसित होत नाहीत. याचाही परिणाम आरोग्य सेवांवर होतो.

४. आदिवासी समाजात लहान वयात मुलीचे लग्न करणे, बहुपत्नीत्व पद्धती असून त्यामुळे स्त्रियांच्या अस्तित्वावर प्रश्नचिन्ह निर्माण झाले आहे. प्रसूती घरी होणे ही बाब आदिवासी समाजाच्या रुढी परंपरेला धरून आहे. त्यामुळे माता व बालकांचा मृत्यू मोठ्या प्रमाणात होतो ही एक गंभीर समस्या मोठ्या प्रमाणात दिसून येते.

ड) आदिवासी भागातील स्थानिक राजकीय नेते व अधिकाऱ्यांच्या स्वार्थापोटी शासकीय यंत्रणेचे दुर्लक्ष :

१. आदिवासी भागात वैद्यकीय अधिकाऱ्यांकडून गावातील स्वच्छतेबाबत, शुद्ध पिण्याचे पाणी पुरवठ्याबाबत लक्ष वेधले जात असते; परंतु स्थानिक पातळीवर याबाबत योग्य कार्यवाही होत नाही. तेथील अधिकाऱ्यांचे दुर्लक्ष हे त्याचे महत्त्वाचे कारण असल्याचे आढळले. त्यामुळे दूषित पाणी, ग्राम स्वच्छतेचा अभाव इ. मुळे अतिसारासारख्या विविध आजारांना वाव मिळतो असे दिसून येते. त्यामुळे प्रतिबंधात्मक सुविधांबाबत अडचणी निर्माण होतात.

२. आदिवासी भागात स्वस्त धान्य दुकान क्वचित प्रसंगी सुरू असते. सरकार दफ्तरी स्वस्त धान्य वितरण व्यवस्था सुरळीत आहे, असे दाखविले जाते. मात्र आदिवासींना अन्नाशिवाय उपाशीपोटी दिवस काढावे लागतात. ही वस्तुस्थिती असून या भागात वर्षानुवर्षे चालत आलेली भीषण समस्या असल्याचे दिसून येते.

३. शासनाने आदिवासी भागात आदिवासींच्या उत्थानाकरिता विविध योजना राबविल्या आहेत. परंतु, स्थानिक ठेकेदार किंवा मालक वर्ग हे शासकीय अधिकाऱ्यांच्या संगनमताने आदिवासींना कमी पैसे देऊन शासनाकडून उपलब्ध योजनेचा फायदा स्वत: घेतात. तसेच दिवसभर काम करून सुद्धा अत्यल्प मजुरी आदिवासी मजुरांना देतात. रोजगार अभाव व शोषण अशी दुहेरी समस्या त्यामुळे निर्माण होते.

४. प्रस्तुत संशोधनाच्या विषयासंदर्भात अध्ययन काळात प्राप्त झालेल्या माहितीनुसार माता मृत्यूदर, अर्भक मृत्यू व बालमृत्यू दर तसेच कुपोषण इत्यादी संबंधातील शासकीय आकडेवारी शंकास्पद आहे.

शिफारशी :

वरील सर्व समस्यांचा सूक्ष्मरीत्या अभ्यास केल्यानंतर असे दिसून येते की, या समस्या व्यवस्थितरीत्या जर हाताळल्या गेल्या, तर आदिवासी समाज हा सुसंस्कृत होऊ शकतो. व त्यांचे आरोग्य सुद्धा चांगले होऊ शकते ; यासाठी शासनाचा सुयोग्य हातभार लागणे हे ही तितके आवश्यक आहे. या दृष्टिकोनातून पुढील शिफारशी महत्त्वाच्या आहेत.

१) आरोग्याबाबत प्रबोधन :

आदिवासी भागात बऱ्याच लोकांना सरकारने राबविलेल्या आरोग्य सेवेबाबत योजनांची माहिती नसते. या लोकांमध्ये उपचारांबाबत निरुत्साह असतो त्यामुळे त्यांच्या घरापर्यंत आरोग्याच्या काळजी बाबतचे महत्त्व पटवून सांगणे गरजेचे आहे.

आदिवासी भागात गरिबी सोबत अज्ञान व अंधश्रद्धा यामुळे आई-वडील आपल्या मुलांची योग्य ती काळजी घेऊ शकत नाहीत. त्याकरिता आई-वडिलांना आरोग्याच्या संदर्भात साक्षर करणे, मुलांचा आहार, स्तनपान, स्वच्छता, बालक आजारी असल्यास उपचाराकरिता आरोग्य केंद्रावर आणण्याची उपयुक्तता पटवून देणे त्यासाठी शासनाने प्रत्येक कार्यवाहीवर नियंत्रण ठेवणे आवश्यक आहे. त्यासाठी प्रसंगी संबंधितांना कार्यवाही करण्यासंदर्भात प्रशिक्षण दिले जावे. त्याचा आढावा सुद्धा घेण्यात यावा.

आदिवासी भागात आईचे आरोग्य चांगले नसणे, गर्भाशयात दोष इत्यादी कारणांमुळे अर्भक मृत्यू होतात. आईच्या आरोग्याची काळजी, सकस आहार व मुख्य म्हणजे समाजातील आईचे स्थान सुधारणे आवश्यक आहे. त्याचे महत्त्व समाजाने जाणून घेणे खूप आवश्यक आहे. त्यामुळे आईचे आरोग्य चांगले तर पर्यायाने बाळाचे म्हणजेच नवीन पिढीचे स्वास्थ्य चांगले राहील. याबाबतचे प्रबोधन निकडीचे आहे.

आदिवासींपर्यंत आरोग्य सेवा पोहोचविण्यामध्ये पाडा स्वयंसेवक व दाई यांची महत्त्वाची भूमिका असून सुद्धा त्यांना मिळणारा मोबदला अत्यल्प असल्यामुळे त्याचा परिणाम त्यांच्या सेवा देण्यावर होतो. म्हणून शासनाने त्यांचा मोबदला वाढवून त्यांना शासकीय सेवेत नियमित करावे.

भारतीय अर्थव्यवस्थेत तळागाळातील दुर्गम आदिवासी भागात राहणाऱ्या आदिवासींना स्वतःच्या विकासातील आरोग्याचे महत्त्व पटवून देण्याकरिता प्रबोधन होणे अत्यंत आवश्यक आहे. त्याकरिता विभिन्न शैक्षणिक सुविधा व प्रसारमाध्यमांचा

प्रभावी वापर करण्याचा विचार होण्याची गरज आहे. त्यात गावात आरोग्य शिबिरे घेणे, रेडिओ, टी.व्ही., घरोघरी पाडा स्वयंसेवक व दाई, भित्ती चित्रे इत्यादी साधने वापरण्या संबंधात तज्ज्ञ व्यक्तींकडून मार्गदर्शन व सूचना इत्यादी स्वरूपात कार्यक्रमांचे आयोजन करणे, सोबतच आरोग्य तपासणी कार्यक्रम राबविणे उपयुक्त ठरेल.

२) आरोग्य अधिकारी, कर्मचारी व आरोग्य सेवांबाबतच्या शिफारशी :

आदिवासी भागात प्राथमिक आरोग्य केंद्रांवर वैद्यकीय आधिकारी (डॉक्टर्स) व आरोग्य कर्मचारी यांची पदसंख्या लोकसंख्येच्या प्रमाणात वाढवावी व रिक्त असलेली पदे भरावी. डॉक्टर त्यांच्या आरोग्य केंद्राच्या गावातच राहतील यासाठी ग्रामीण भागात आवश्यक नागरी सुविधांची व्यवस्था करण्यात यावी.

आदिवासी भागात आरोग्य केंद्रांवर 'रक्तपेढी' ची उपलब्धता नाही याची व्यवस्था प्रत्येक आरोग्य केंद्रांवर होणे आवश्यक आहे. त्यामुळे गंभीर आजारी रुग्णांना उपचारा दरम्यान रक्ताची गरज पूर्ण करता येईल.

आदिवासी दुर्गम भागात पावसाळ्यात संपर्क तुटणाऱ्या गावात/पाड्यात आरोग्य कर्मचाऱ्यांचे मुख्यालय ठेवणे तसेच वाहन दुरुस्ती पथक या भागात मुक्कामी ठेवणे आवश्यक आहे. तसेच गाव तिथे पक्के रस्ते बांधण्यात यावे. तसेच वाहन भरण पोषणाचा खर्च अद्ययावत दराने वाढविण्यात यावा. त्यामुळे आदिवासी रुग्णांना अशा प्रसंगी आरोग्य सेवा ताबडतोब त्यांच्या गावातच उपलब्ध होऊ शकेल.

जिल्हा, तालुका स्तरावरील वैद्यकीय चमूंनी अतिदुर्गम आदिवासी भागात जाऊन बालमृत्यू नियंत्रणाकरिता आवश्यक प्रयत्न कसोशीने करणे गरजेचे आहे. या अनुषंगाने होणारा शासनाचा खर्च त्यामुळे सार्थकी लागेल आणि आदिवासींकरिता ठरविलेली उद्दिष्टे पूर्णत्वास उतरतील.

३) आहार, पोषण याबाबत शिफारशी :

आदिवासी दुर्गम भागात धान्याचा पुरवठा नियमित होत नाही कारण या भागात असणारी स्वस्त धान्य दुकाने बऱ्याच वेळा बंद असतात. त्यामुळे आदिवासींना अन्नाशिवाय प्रसंगी उपाशीपोटी दिवस काढावे लागतात. ही वास्तविक परिस्थिती बदलणे आवश्यक आहे. कारण प्रत्येक आदिवासी कुटुंबाला आवश्यकतेनुसार धान्य शासनाने घोषित केलेले आहे. याची अंमलबजावणी सक्षमपणे होणे आवश्यक आहे. या सर्व बाबी त्यांचे स्वास्थ्य चांगले राहण्याकरिता आवश्यक ठरतात. या आदिवासींना नियमित आहार घेता येईल. अर्थात सार्वजनिक धान्य वितरण प्रणाली नियमित व

भरवशाची करणे निकडीचे आहे व शासनाने या प्रणालीच्या माध्यमातूनच गर्भवती मातांना सकस आहार योजना सुरू करावी.

त्यामुळे आईच्या आरोग्याची काळजी, सकस आहार व मुख्य म्हणजे समाजातील आईचे स्थान सुधारणे शक्य होईल. या शिवाय आदिवासी भागात कार्यरत असणाऱ्या अंगणवाडीद्वारा सकस आहार दिला जातो. परंतु काही प्रसंगी गर्भवती व बालके अंगणवाडीमध्ये येत नाहीत. अशांना घरपोच सकस आहार उपलब्ध करून देणे आवश्यक आहे. त्यामुळे मातामृत्यू व बालकांचे कुपोषण टाळता येतील.

४) रोजगार संधीची उपलब्धता :

आदिवासी भागात रोजगाराच्या संधीची उपलब्धता करून देणे आवश्यक आहे. त्यावर त्यांचा आरोग्य दर्जा अवलंबून आहे. या भागात रोजगार नियमित नाही. आदिवासींचे अत्यंत कमी उत्पन्न असल्यामुळे हे आदिवासी लोक दारिद्र्यरेषेखाली येतात. त्यामुळे रोजगार उपलब्ध करून देणे आवश्यक आहे व त्याकरिता उपलब्ध नैसर्गिक साधनांचा उपयोग करून विभिन्न ग्राम, लघुउद्योग व कारखाने उभारून रोजगाराच्या संधी उपलब्ध करून देण्यात याव्यात. जेणेकरून आदिवासींचे उत्पन्न स्रोत बळकट होऊन त्या आदिवासींना रोजगाराच्या संधी उपलब्ध करून दिल्या जातील. त्यामुळे दैनंदिन आवश्यक गरजा पूर्ण करता येतील परिणामी त्यांचे आरोग्य चांगले राहील. आदिवासींच्या राहणीमानात सुधारणा होऊ शकेल.

आदिवासी क्षेत्रात शेतीचे प्रमाण कमी आहे. जी शेती आहे तेथे सिंचनाची व्यवस्था नाही. त्यासाठी शासनाने सिंचन व्यवस्थेकडे मोठ्या प्रमाणात लक्ष द्यावे. जेणेकरून आदिवासींच्या उत्पन्नात वाढ होईल. जेणेकरून त्यांना आरोग्य सेवेचा फायदा घेता येईल.

५) शासनेतर स्वयंसेवी संस्थांचे मार्गदर्शन व सहकार्य घेण्याबाबत शिफारशी :

आदिवासी भागात कुपोषणामुळे होणारे बालमृत्यू यावर नियंत्रण आणणे आवश्यक आहे. त्यासाठी सरकारने सक्षम असणाऱ्या स्थानिक पातळीवरील स्वयंसेवी संस्था, समाजसेवी व्यक्ती, उद्योजक तसेच मनोरंजनात्मक संस्था यांना या कार्यात सहभागी करून घ्यावे त्यासाठी शासनाने आवश्यक ती मदत दिली पाहिजे. कारण या समाजातील प्रत्येक व्यक्ती कुपोषणाच्या नियंत्रणाबाबत जागरूक असली पाहिजे. त्यामुळे बालमृत्यू कमी होतील. दुर्गम तसेच अतिदुर्गम आदिवासी गावात 'गाव तेथे आरोग्य सेवा' हा मूलभूत अधिकार मानून प्रत्येक आदिवासी

गावात व पाड्यात एका साक्षर स्त्रीला 'आरोग्य सेविका' म्हणून कार्य सोपविण्याची गरज आहे.

६) अचूक आकडेवारी उपलब्ध करणे :

आदिवासी भागात सातत्याने होणारे आजार, या आजारांपासून होणाऱ्या मृत्यूंची मोठी संख्या तसेच मातामृत्यू, अर्भकमृत्यू आणि बालमृत्यू इत्यादींची संख्या या भागात दिवसेंदिवस वाढतच आहे. हे वास्तविक चित्र आहे; परंतु, स्थानिक प्रशासकीय यंत्रणा याबाबतची अचूक आकडेवारी प्रसिद्ध करीत नाही. शासनाला सत्य किंवा योग्य माहिती पुरविली जात नाही. त्यामुळे बऱ्याच वेळेला या भागातील सक्षम अंमलबजावणीकडे शासनाचे पुरेपूर दुर्लक्ष होते. त्यामुळे या भागातील मृत्यूची संख्या वाढत जाते. त्यासाठी शासनाने स्थानिक प्रशासकीय यंत्रणेला योग्य माहिती देण्याबाबत किंवा प्रसिद्ध करण्याबाबत ताकीद देणे अत्यंत आवश्यक आहे. चुकीची माहिती पुरविणाऱ्या संबंधित अधिकारी, कर्मचारी तसेच आरोग्य सेवक इत्यादींवर कायदेशीर कारवाई करून दंडित केल्या जाईल, अशी ताकीद या भागातील आरोग्य यंत्रणेला देणे आवश्यक आहे.

७) प्राप्त निधींचा योग्य वेळेत वापर :

शासनाच्या निकषानुसार विभिन्न योजनांवर आरोग्य सेवा केंद्रांना निधी प्राप्त होतो. प्रत्यक्षरीत्या पाहणीतून असे दिसून येते की, एक तर हा निधी आर्थिक वर्षाच्या शेवटी प्राप्त होतो. वेळेअभावी संबंधित यंत्रणा निधी शासनाला परत पाठविते. या संदर्भात शासनाने वर्षाच्या सुरुवातीलाच अग्रिम स्वरूपात निधी पाठवावा. व हा निधी विभिन्न योजनेवर कशा प्रकारे खर्च करावा याचे वेळापत्रकही द्यावे. संबंधितांनी त्याची कशी दखल घ्यावी या संबंधात सूचना द्याव्यात. संबंधित वर्ग त्याचे पालन योग्य रीतीने करत आहे किंवा नाही याची पाहणी करून दोषी व्यक्तींवर योग्य ती कार्यवाही करावी. याचा मुख्य उद्देश आरोग्य सेवा विभागामार्फत आदिवासी रुग्णांपर्यंत आरोग्य सेवा पोहचल्या पाहिजेत असा आहे.

आदिवासी भागातील प्रत्येक गावातील बालमृत्यूची नोंद ठेवणे, स्वतंत्र आकडेवारी गोळा करणे, दरवर्षी संबंधित माहिती आरोग्य विभागामार्फत आरोग्य विभागाला, राजकीय लोक प्रतिनिधींनी, वर्तमानपत्रातून प्रसिद्ध करण्यावर भर दिला पाहिजे. शासकीय यंत्रणेला कुपोषण, बालमृत्यू अशा सारख्या समस्येवर उपाययोजना करण्याकरिता आवश्यक सुविधा उपलब्ध करून दिल्या पाहिजेत. अध्ययन क्षेत्र

असलेले अमरावती जिल्ह्यातील आदिवासी क्षेत्रातील आरोग्य केंद्रांची संख्या ही कमी आहे. आदिवासी भागात डॉक्टरांची, आरोग्य कर्मचाऱ्यांची उपलब्धता अपर्याप्त आहे. हे मान्यच करावे लागते.

आदिवासींच्या विकासाच्या दृष्टीने शासनाने अनेक कार्यक्रम हाती घेतले असले तरी, आदिवासींची आर्थिक स्थिती सुदृढ होणे आवश्यक आहे. त्यासाठी शैक्षणिक स्तर, सामाजिक स्तर ही सुधारणा होणे आवश्यक आहे. अतिदुर्गम भागात आदिवासींपर्यंत सक्षम आरोग्य सेवा कशी पुरविली जाईल याकडे लक्ष देऊन त्यासाठी कारवाई करावी. जेणेकरून आदिवासींची आर्थिक स्थिती चांगली होईल व त्यामुळे त्यांचे आरोग्य उत्तम राहील. आरोग्याचा प्रश्न विशेषत: आदिवासींच्या बाबतीत असल्यामुळे त्याचा राष्ट्रीय स्तरावर अभ्यास करण्यात आल्यास देशातील प्रत्येक राज्यातही विभागीय स्तरावर आदिवासींच्या आरोग्य सेवा संदर्भात विस्तृत अभ्यास वरचेवर व्हावा जेणेकरून आदिवासींना दिल्या जाणाऱ्या आरोग्य सेवांमध्ये काळानुरूप सुधारणा करता येतील.

संदर्भ ग्रंथसूची

अ) ग्रंथ

अ.क्र.	लेखक	शीर्षक व प्रकाशक
१.	बॅनर्जी (१९८५)	"Health and family planning services in India" An epidemiological, Socio-cultural and political Analysis and perspective" Lok Prakash, New Delhi.
२.	कार्सटेअर्स, जी. एम.(१९५५)	Medicine and faith in Rural Rajasthan. In B.D. Paul (Ed.) Health Culture and Community, Russel Sage Foundation, New York.
३.	सिबा फाऊंडेशन (१९७७)	Health and disease in Tribal Societies, Oxford, New York.
४.	चॅटर्जी, एम.(१९८८)	Implementing Health Policy, Manohar Publication, New Delhi.
५.	क्लेअर, अे. जे. आणि बि. एन. जॉन्सन (१९८६)	Public and Private Health Services : Complementarities and conflicts, Basil Blackwell Inc., New York.
६.	डिबोज, रेने (१९६९)	Man, Medicine and Environment. A mentor Book the New American Library, New York.
७.	डूबे, एल.(१९५५)	Diet, Health and disease in a North Indian village, Department of Anthropology, Cornell University Press.

८. दुगल, आर. (१९८९) "Cost of health Core " A Household Survey in an Indian District "Foundation for Research in Community Health, Bombay"

९. अेल्हान्स, डी. एन. (१९८४) "Practical problems in Statistic", Kitab Mahal, 15, Thornhill Road, Allahabad.

१०. फॉक, व्ही. आर. (१९७४) Health Economics and Social Choice, Basic Books Inc, New York.

११. गुड आणि हेड (१९५२) Method in Social Research New York MC Graw Hill Book Co. (Inc.)

१२. गोपालदास (१९६८) Concept of Hot and Cold Foods in Tribal and Non Tribal Madhyapradesh, New Delhi.

१३. जॉर्जी, अे. आणि एस. नंदराज (१९९२) State of Health Care in Maharastra, Foundation for Research in Community Health, Bombay.

१४. ग्रिफीन, सी. (१९९२) Health care in Asia : A comparative study of cost and financing world Bank Regional and Sectrial Studies, the World Bank, Washington D.C.

१५. हसन, के.एस. (१९६७) The Cultural frontier of Health in village India, Manaktalas, Bombay.

१६. हेडली, जे (१९८२) More Medical Care, Better Health? The Urban Institute, Washington, D.C.

१७. इंडीयन इन्स्टिट्यूट ऑफ मॅनेजमेंट (१९८७) Study of Health Care Financing in India Based on case studies in Maharashtra and West Bengal, Ahmedabad.

१८. जैन, अे. के. (१९८८) "Determinants of Regional Variations in Infant Mortality in Rural. India", In

A.K. Jain and P. Visaria (eds.), Infant Mortality in India, Sage Publications India Pvt. Ltd., New Delhi.

१९. जैन, एन. के. (२००६)   "Central Government Health Scheme (CGHS)," Nabhi Publication Po. Box. No.37 New Delhi.

२०. खान, एम. ई. (१९८८)   "Inequalities between men and women in nutrition and family welfare services, An in-depth Enquiry in an Indian village, Social Action.

२१. लुईस (१९५८)   "Village life in Northern India", village Books. A division of Random House, New York.

२२. मारीओट, एम. (१९५५)   Western Medicine in village of North Indian in B.D. Paw (Ed.) Health, Culture and Community, Russel Sage foundation, New York.

२३. ऑपरेशन रिसर्च ग्रुप (१९८७)   "Health Sector Expenditure Differentials in India-A State and National Level Study", Baroda.

२४. पानिकर, पि. जी. के. (१९८५)   "Health care System on Kerala and its Impact on Infant mortality" in good Health at low cost, Halstead S.Walsh, J. and Warren K.(Edl.) The Rock filler foundation, New York.

२५. पार्क, के. (२००२)   "preventive and Social Medicine", Messers Banarsidas Bhanot Publisher's Jabalpur.

२६. पूलीन, व्ही. आर. (१९९४)   Health Care Reform in the Ninetees, Sage Publication, New Delhi.

२७. रेड्डी, के. एनल. (१९९३) "Health Care Expenditure in India, 1974-75 to 1999-01, National Institute of Public Finance and Policy, New Delhi.

२८. रामचंद्रन "Public Administration in India" National Book Trust, New Delhi, India.

२९. डॉ. शर्मा एम. पी. Public Administration in theory and Practice" Kitab Mahal, Allahabad.

३०. टेलर, क्लार्क (१९६७) "The Health Science and Indian Village Culture" Population Resources and Welfair.

३१. खडसे, भा.वि. (१९८९) ''मातृत्व आणि बालसंगोपन'', पिंपळापुरे ॲन्ड कं. पब्लिकेशन्स, नागपूर.

३२. डॉ. गारे, गोविंद (२०००) '' सामाजिक मानवशास्त्र'', मंगेश प्रकाशन, नागपूर.

३३. डॉ. गारे, गोविंद (१९९८) ''आदिवासी समस्या आणि बदलते संदर्भ'', सुगावा प्रकाशन, ५६२, सदाशिव पेठ, चित्रशाला इमारत, पुणे.

३४. जूननकर, कुसुम (१९९५) ''मातृत्व आणि बालसंगोपन'', पिंपळापुरे ॲण्ड कं. पब्लिकेशन्स, नागपूर.

३५. डॉ. देवगांवकर, शैलजा (२००१) आणि डॉ. श.गो.देवगांवकर ''आदिवासी विश्व,'' आनंद प्रकाशन, नागपूर

३६. डॉ. सौ. देवगांवकर, शैलजा (१९८९) ''वैदर्भिय आदिवासी'', जीवन आणि संस्कृती, श्री मंगेश प्रकाशन, २३, नवी रामदास पेठ, नागपूर.

३७. डॉ. देशमुख, प्रभाकर (२००१) ''व्यवसाय व्यवस्थापनाची मूलतत्त्वे'' पिंपळापुरे ॲण्ड कं. पब्लिशर्स, महाल, नागपूर-२

३८. प्रा. देशपांडे, श्री.वि.(१९९८) ''लोक प्रशासन'', श्री मंगेश प्रकाशन, श्री शांतादुर्गा निवास, २३ नवी रामदास पेठ, नागपूर.

३९.	सौ. फरकाडे, त्रिवेणी आणि सुलभा गोंगे (२००५)	''पोषण आणि आहारशास्त्र '', पिंपळापुरे ॲण्ड कं. पब्लिशर्स, नागपूर
४०.	डॉ. भांडारकर, पु.लं. (१९८७)	''सामाजिक संशोधन पद्धती'', महाराष्ट्र विद्यापीठ, ग्रंथ निर्मिती मंडळ, नागपूर
४१.	डॉ. भितोडे, वि.श.(१९८७)	''शैक्षणिक संशोधन पद्धती,'' नूतन प्रकाशन, पुणे - प्रथम आवृत्ती.
४२.	महाराष्ट्र साहित्य संस्कृती मंडळ (१९७६)	''मराठी विश्वकोश खंड-२'' मुंबई.
४३.	विष्णू भगवान, विद्याभूषण (१९८५)	लोकप्रशासन के सिद्धान्त, एस. चांद ॲण्ड कंपनी, रामनगर, नवी दिल्ली.
४४.	डॉ. संगवे, विलास (१९७८)	''आदिवासींचे सामाजिक जीवन'' पॉप्युलर प्रकाशन प्रा.लि.३५, ताडदेव रोड, मुंबई.

ब) लेख

१.	अकिन,एन. (१९८७)	"Financing of Health Services in LDCS", finance and Development, Vol. 24(2)
२.	भारद्वाज, पांडे आणि महाजन (१९९४)	"Economics of Health Status in Rural area" - Micro Level Study - I.E.A. Conference Volume.
३.	बर्धन पी. (१९७४)	On life and death questions Economic and Politcial weekly, Aug.9
४.	चेरकासी मार्टिन (१९४९)	"American Journal of Public Health", Volume 39
५.	दास, बी. आणि अमित चौधरी (१९९४)	"Supply and Demand for Health Services in Orissa" I.E.A. Conference Volume.

६. दुग्गल, आर. (१९८६)   "Political Economys of State Health Financing", Raddical Journal of Health, Vol.1, No.3.

७. मुदलीयार, अे. सि.(१९६२)   "Government of India, Report of the Health Survey and Planning Committee", New Delhi

८. मुखर्जी (१९७०-७१)   Govt. of India, Report of the Mukharjee Committee, Ministry of Health and family planning, New Delhi 1970-71.

९. वर्ल्ड बँक (१९९३)   World Development Report : Investing in Health, Oxford University Press.

१०. वर्ल्ड हेल्थ ऑर्गनायझेशन   Financing of Health Services Technical Report No.625, Geneva-1978.

११. हेडली, जे (१९८३)   "Teaching and Hospital Costs", Journal of Health Economics Vol.2.

१२. जेन्सन, जी.ऐ. आणि मोनीसे (१९८६)   "Medical Staff Specially mix and Hospital production", Journal of Health Economics Vol.5.

१३. जैन सुमन (१९९४)   Gender and Survival - A comparative analysis of Kerala and Hariayana. The India Economic Association Conference.

१४. एकात्मिक आदिवासी विकास प्रकल्प योजना, धारणी, वार्षिक प्रशासन अहवाल २००३

१५. मिलर (१९८१)   The Endangered Sex, gender and survival - A comparative analysis of Kerala and Hariayana.

१६. पनिकर (१९८४) — Health Status of Kerala : The Paradox of Economics Backwardness and Health Development, Centere for Development Studies, Trivandraum.

१७. रॉडनी कोए आणि अल्बर्ट वेसेन (१९६५) — Social Psychological Factors Influencing The use of Community health Resources American journal of Public Health Volume 55, No.7 P.P. 1024-1030.

१८. रॉय, के.सी. आणि राजकुमार सेन (१९९४) — "Provision of Public Health in Low Income Countries problems, reforms and lessons for India", I.E.A. Conference Volume.

१९. रेड्डी के.एन. (१९९४) — Economic Foundations of Health Care Issues in Resource allocation and Resource Mobilization I.E.A. Conference.

२०. साहानी, अे. (१९७७) — Social aspects of medical Education in India Ed.Centre for population and Health Management. Indian Institute of Management. Banglore No.1977 Proceedings of conference on social aspects and Medical Education in India.

२१. सेन, राजकुमार आणि रॉय, के. सी. (१९८८) — Decentralised Planning and Primary Health Care in L.D.C.s. with reference to India : Indian Economic Association Conference Volume, Calcutta.

२२. सचमन ई. ए. (१९६५) — "Social patterns of Illness and Medical Care" Journal of Health and Human Behaviour.

२३. व्हाईट, के. एल. (१९७७) Health Services : Concepts and Information for National Planning and Management "W.H.O." GENEVA No.67, PUBLIC HEALTH pAPER, 1977.

२४. वाळुंजकर, टि.एन.आणि चतुर्वेदी, एच.आर.(१९६७) Religion and Illness in Hindu Society Journal of M.S. University of Baroda.

२५. डॉ. सौ. कुळकर्णी, अंजली (१९९३) ''विदर्भातील आरोग्य सेवा '', विकास असमतोल आणि अनुशेष – एक धावता आढावा, १८ वे वार्षिक अधिवेशन.

२६. डॉ. जहागिरदार डी. व्ही., डॉ. एम. डी. जहागिरदार (१९९७) सार्वजनिक आरोग्याचे अर्थशास्त्र '' अर्थसंवाद''

२७. डॉ. शिंदे, टी. डी.(२००३) ''बालकांचा आहार व कुपोषण'' महाराष्ट्र आरोग्य पत्रिका, अंक–३, औरंगाबाद

२८. साने, नीलिमा (२००५) ''दरवर्षी आठ हजार बालमृत्यू'', 'स्त्री' मासिक अपूर्व पब्लिकेशन प्रा. लि. अंक ८६२.

क) अहवाल

१. भोर, जे (१९४६) : Government of India, Report of the Health Survey and Development Committee, New Delhi.

२. भारत सरकार (१९८६) : Health Information of India, Central Bureau of Health Intelligence, D.G.H.S., Nirman Bhavan, New Delhi-1986.